மனாமியங்கள்

மனாமியங்கள்

சல்மா

இயற்பெயர் ராஜாத்தி (எ) ரொக்கையா. திருச்சி மாவட்டம் பொன்னம்பட்டி சிறப்பு ஊராட்சி மன்றத் தலைவியாகவும் சமூக நலத்துறை வாரியத் தலைவியாகவும் பணியாற்றினார். இரண்டு கவிதைத் தொகுப்புகள், ஒரு நாவல், ஒரு சிறுகதைத் தொகுப்பு வெளிவந்துள்ளன. ‘கனவுவெளிப் பயணம்’ என்ற பயணநூலும் வெளியாகி உள்ளது. இவருடைய ‘இழப்பு’ சிறுகதை ‘கதா – காலச்சுவடு’ போட்டியில் பரிசு பெற்றது.

சேனல் 4 தயாரிப்பில் இவரது வாழ்க்கையை அடிப்படையாகக்கொண்ட ‘சல்மா’ என்கிற ஆவணப்படம் கிம் லாங்கினாட்டோ என்கிற பிரிட்டிஷ் இயக்குநரால் இயக்கப்பட்டு நூற்றுக்கும் மேற்பட்ட நாடுகளின் உலகப்பட விழாக்களில் திரையிடப்பட்டு 14 சர்வதேச விருதுகளைப் பெற்றுள்ளது.

2006ஆம் ஆண்டு ஃபிராங்பர்ட் புத்தக விழா, 2009 லண்டன் புத்தகக் கண்காட்சி, 2010 சீனாவின் பெய்சிங் புத்தகக் கண்காட்சி ஆகியவற்றில் பங்கேற்றார். சல்மாவின் படைப்புகளை முன்வைத்து நார்மன் கட்லர் நினைவுக் கருத்தரங்கு சிகாகோ பல்கலைக்கழகத்தில் 2007 மே மாதம் நடைபெற்றது.

‘இரண்டாம் ஜாமங்களின் கதை’ ஆங்கிலம், மலையாளம், மராத்தி, ஜெர்மன், கடாலன் ஆகிய மொழிகளில் மொழிபெயர்க்கப்பட்டுள்ளது. வோடோ போன் (vodafone) க்ராஸ்வோர்டு பரிசு, மான் ஆசியா பரிசு ஆகியவற்றின் தேர்வுப் பட்டியலில் இடம்பெற்றது. ‘சாபம்’ சிறுகதைத் தொகுப்பு மலையாளத்திலும் வெளிவந்துள்ளது.

பெற்றோர் சர்புனிஷா, சம்சுதீன். கணவர் அப்துல் மாலிக். மகன்கள் சலீம், நதீம்.

தொலைபேசி : 9444918604

மின்னஞ்சல் : tamilpoetsalma@gmail.com

ஆசிரியரின் காலச்சுவடு வெளியீடுகள்

கவிதைகள்
'ஒரு மாலையும் இன்னொரு மாலையும்' (2000)
'பச்சை தேவதை' (2003)

நாவல்
'இரண்டாம் ஜாமங்களின் கதை' (2004)

சிறுகதைத் தொகுப்பு
'சாபம்' (2012)

சல்மா

மனாமியங்கள்

காலச்சுவடு பதிப்பகம்

மனாமியங்கள் ♦ நாவல் ♦ ஆசிரியர்: சல்மா ♦ ©ராஜாத்தி ♦ முதல் பதிப்பு: மே 2016, நான்காம் (குறும்) பதிப்பு: பிப்ரவரி 2021 ♦ வெளியீடு: காலச்சுவடு பப்ளிகேஷன்ஸ் (பி) லிட்., 669 கே.பி. சாலை, நாகர்கோவில் 629001

manaamiyankaL ♦ Novel ♦ Author: Salma ♦ © Rajathi ♦ Language: Tamil ♦ First Edition: May 2016, Fourth (Short) Edition: February 2021 ♦ Size: Demy 1x 8 ♦ Paper: 18.6 kg maplitho ♦ Pages: 288

Published by Kalachuvadu Publications Pvt. Ltd., 669 K.P. Road, Nagercoil 629001, India ♦ Phone: 91-4652-278525 ♦ e-mail: publications@kalachuvadu.com ♦ Printed at Compuprint Premier Design House, Chennai 600086

ISBN: 978-93-5244-044-3

02/2021/S.No721, kcp2874, 18.6 (4) rss

அன்புப் பிள்ளைகள்
சலீம் ஜாபர்
முகமது நதீம்

முன்னுரை

பதினோரு வருட இடைவேளைக்குப் பிறகு எனது இரண்டாவது நாவல்.

எழுதுவதற்காக எவ்வளவோ போராட்டங்களை வாழ்க்கையில் எதிர்கொண்ட காலகட்டத்தை நினைவுகூர்கிறேன். அந்தப் போராட்டக் குணம் எந்த இடத்தில் மழுங்கிப்போயிற்று? எழுத்தாளராக வேண்டுமென்கிற உறுதி எதன்பொருட்டு, எந்த அடையாளத்தைத் தேடியதில் திசை மாறிற்று?

விடை தெரிந்த கேள்விகள் இவை.

பின்தங்கிய கால இடைவெளியை எப்படி இட்டு நிரப்ப?

கடினமான கேள்விகள் துளைத்தெடுக்கும் தூங்காத இரவுகளில் படைப்பும் படைப்பாளியும் தாக்கப்படுகிற சூழல் தருகிற மன அழுத்தம் ஒருபுறமும் படைப்பை (பெண்) படைப்பாளியின் வாழ்க்கையோடு இணைத்துப் பார்க்கிற குரூரம் இன்னொருபுறமுமான இந்த நிலையும்கூடப் பின்தங்குவதற்கான காரணிகளாகி கனக்கின்றன.

இந்த நாவலுக்குள் நான் எடுத்திருக்கும் விஷயம் மதம் அனுமதிக்கும் உரிமைகளை இந்தச் சமூகம் பெண்ணுக்கு வழங்குகிறதா என்பதுதான்.

எழுதாத காலத்தில் கண்ணனும் நண்பர் *D.W. Gibson*னும் இணைந்து உருவாக்கிய சதித் திட்டம்,

Ledig இல்லத்தில் ஒரு மாத காலம் என்னைத் தங்கவைத்து எழுத வைப்பது. அச்சதித்திட்டம் இந்த நாவலாக முடிந்திருக்கிறது.

இடைவிடாது நான்காண்டுகள் உலகளாவிய பயணம். தனிமையும் ஓய்வும் அற்ற காலத்தில் எனக்கான ஒரு வெளியை உருவாக்கித் தந்த அவர்கள் இருவருக்கும் எனது நெகிழ்வான நன்றிகள். ஒரு மாத காலத்தில் என்னுடனிருந்த அற்புதமான மனிதர்களையும் அத்தருணங்களையும் நினைக்கும்போதெல்லாம் காலம் பின்னோக்கிப் போகாதா என்று அசட்டுத்தனமாக மனம் விழைகிறது.

நாவலின் பிரதியை வாசித்து ஆலோசனைகள் கூறிய நண்பர் களந்தை பீர்முகம்மது மற்றும் எழுத்தாளர் பெருமாள் முருகனுக்கும் மனமார்ந்த நன்றிகள்.

இறுதியாக வாசகர்களுக்கு ஒரேயொரு வேண்டுகோள். தயவுசெய்து படைப்பாளியைக் விட்டுவிட்டுப் படைப்புக்குள் நுழையுங்கள்... நான் இந்த இடத்திலேயே உங்களிடமிருந்து விடைபெற விரும்புகிறேன். என்னை உள்ளே அழைத்துச் செல்லாதீர்கள்...

சென்னை
10.5.2016

சல்மா

பர்வீன் தலைதெறிக்க ஓடிக்கொண்டிருந்தாள். அம்மாவும் ஹசனும் இன்னும் சிலரும் அவளைத் துரத்திக்கொண்டு வருவதைப் பார்த்து இன்னும்கூட வேகத்தை அதிகப்படுத்தினாள். யார் கையிலும் பிடிபட்டுவிடக் கூடாது என்கிற பதற்றம் வெறித்தனமாக அவளை ஓடவைத்துக்கொண்டிருந்தது. நீண்ட தாழ்வாரங்களை, தரைத் தளங்களை, சுவர்களைத் தாண்டி அவள் ஓடிக்கொண்டிருந்தாள்.

சட்டெனத் தூக்கம் கலைந்து எழுந்தவளுக்கு யாரும் பிடித்துவிடவில்லை என்பது பெரிய ஆறுதலாக இருந்தது. உடம்பெல்லாம் வேர்த்துக்கொட்டித் தொப்பலாக நனைந்திருந்தது. படுக்கையை விட்டு எழ மனமின்றிச் சோம்பலுடன் தனது கனவின் தன்மையைப் பற்றி யோசிக்க ஆரம்பித்தாள். முடிந்துபோன வாழ்வொன்றின் எச்சங்களாக மனத்தில் தங்கியிருக்கும் நினைவுகளே கனவுகளாகித் துன்புறுத்துவது வெறுப்பூட்டுவதாக இருந்தது.

நிஜமாகவே தப்பித்துவிட்டேனா என்று தன்னைத்தானே கிள்ளிப் பார்த்து உறுதிப்படுத்திக் கொண்டவளுக்கு திடீரென மிகப் பெரியதொரு ஆசுவாசம் உண்டாக, மறுபடி நினைவுகளில் ஆழ்ந்தாள்.

○

"ரஹீம் பொண்டாட்டியைப் பார்க்க அவ அம்மா வந்துருக்காக. போயிப் பாரு," அலட்சியம் தாண்டவ மாடுகிறது இக்பாலின் குரலில்.

கணவனின் குரல் கேட்ட கையோடு அவிழ்ந்து கிடக்கிற தலைமுடியை அள்ளி முடிந்தபடி மெதுவாக

அறையை விட்டு வெளியே வந்தாள். ஹஸினா, ஹாலில் யாரையும் காணாததால் பர்வினு, பர்வினு என்றாள். ஓங்கி ஒலிக்கும் குரல் மாமியார் என்கிற அதிகாரத்தைக் காட்டக்கூடியதாக இருந்தது.

"என்னங்க மாமி, இதோ வந்துட்டேன்," மாடியிலிருந்து பதற்றத்துடன் கீழ்நோக்கி இறங்கியபடி கேட்ட பர்வினின் பின்புறமாக சுபைதாவும் கீழிறங்குவதைப் பார்த்தாள்.

"அஸ்ஸலாமு அலைக்கும்," தாழ்ந்த குரலில் ஸலாம் சொல்லிய சுபைதாவிடம் "அலைக்கும் ஸலாம்," என நீளமாகப் பதிலுரைத்தபடி சோபாவில் அமர்ந்தாள் ஹஸினா.

"சவுக்யமா சம்பந்தி," ஆவலாகக் கேட்பது போன்ற பாவனை மிகுந்திருந்தது சுபைதாவின் குரலில். "சவுக்கியத்துக்கு என்னா கொறைச்சலு." கடுகடுக்கும் ஹஸீனாவின் குரல் அச்சமூட்டுவதாக இருந்தது. சுபைதாவுக்கு, தன்னை உட்காரக்கூட அவள் சொல்லாதது வருத்தத்தை உண்டுபண்ணினாலும் தானாகவே அவளது அருகாக சோபாவின் ஒரு ஓரத்தில் ஒடுக்கமாக அமர்ந்துகொண்டாள்.

பர்வீனுக்கு மாமியாரின் குரலும் நடவடிக்கையும் எரிச்சலையும் ஆத்திரத்தையும் உண்டுபண்ணிற்று என்றாலும், தன்னை அமைதிப்படுத்திக்கொண்டு சலனமற்றவளாக நின்று கொண்டிருந்தாள்.

"சம்பந்தி இங்கனதான கெடக்குறேன். என்னை மதிக்காம மவள பாக்க மாடி ஏறியாச்சு போல."

அவளது கடுகடுப்புக்கான காரணம் புரிய, "நீங்க தூங்குனிங்கலா… அதான் ஒசக்கப்போயி பர்வின்கிட்ட பேசப் போனேன். மகளப் பாத்து ரெண்டு வாரம் ஆச்சுல்ல ஒரு ஆவல்ல போய்ட்டேன்," சமாதானம் செய்கிற தொனியில் பேசினாள் அம்மா.

அம்மாவின் சமாதானமும் கெஞ்சலும் தாள முடியாதபடி வெறுப்பை உண்டாக்க, தொடர்ந்து பர்வீன் அமைதியாக நின்றுகொண்டிருந்தாள்.

பாதித் தூக்கத்தில் எழுந்ததனாலோ என்னவோ, ஹஸினாவின் முகம் உப்பினாற்போல இருந்தது. வகிடு எடுக்காத தலைமுடியைக் கொண்டையாக முடிந்துவிட்டிருந்தாள். நரைவிழாத கறுகறுக்கும் முடி ஃபேன் காற்றில் நூலைப் போல் அலைந்துகொண்டிருந்தது.

பர்வீன் அம்மாவின் முக்காடிட்ட தலையைச் சற்று உற்று நோக்கி ஒப்பிட்டுப் பார்த்தாள். பாதி முடிக்கும் மேலாக

வெளுத்துக் கிடந்தது. இருவருக்கும் ஒரே வயதுதான் இருக்கும் என்று நினைத்து ஆயாசம்கொண்டாள்.

"இந்தாங்க, பலகாரம் கொண்டாந்தேன்," ஹஸினாவிடம் தான் கொண்டுவந்த பையைப் பவ்யமாக நீட்டும் சுபைதாவிடம், "இது எதுக்கு, யாரு இருக்கா இங்கே இதத்திங்கெ," ஒரே வார்த்தையில் அலட்சியமாகப் புறக்கணித்தாள் ஹஸினா.

அனலாகத் தகிக்கும் கோபத்தோடு பற்களைக் கடித்து விழுங்கினாள் பர்வீன்.

"ஆமா, கார் வாங்கிக் குடுக்கறது என்னாச்சு, இந்த இம்மையிலயா, இல்ல மறுமையிலயா?" நக்கலான கேள்விக்கு அம்மாவின் பதில் என்னவாக இருக்கும் என்பது புரியாமல அவளது முகத்தையே கூர்ந்து கவனித்தாள் பர்வின். "கார் குடுக்குறதா சொன்னது நெனப்பு இருக்கா, இல்லெ அதுவும் மறந்து போயிடுச்சா, குடுக்குற நெனப்பு இருக்கா, இல்ல இல்லயா," வெடுக்கெனத் தைத்தது குரல்.

இதே குரல்தான், "ஓம் பொண்ணு இல்ல, இனி எம்பொண்ணு. பெண்ணில்லாத குறைய தீர்க்க எனக்கு ஓம்பொண்ணுதான்," என்று நிக்காஹ் அன்று சொன்னதா என்று சுவரில் இருந்த கடிகாரத்தைப் பார்த்தபடி நினைவுபடுத்திக்கொண்டாள் பர்வின்.

அம்மாவும் இதேபோல பழைய வார்த்தையொன்றினை நினைத்துக்கொண்டிருக்கக்கூடும் என்பதை அவளது முகம் காட்டிக்கொடுத்தது.

"மூணு மாசம் முழுசா முடிஞ்சுடுச்சு நிக்கா முடிஞ்சு. கொடுத்த வாக்க எப்ப காப்பாத்தப் போறிக? ஒங்க மவளுக்கு ஒரு நீக்குப்போக்கும் புரியல. காலேசு போயி படிச்ச புள்ள மாதிரி வீட்டு வேலைக்கும் லாயக்கு இல்ல. மருமக வந்தும் நானேதான் அடுப்படிக்குள்ள கெடக்குறேன்."

ஏன் வந்தோம் என்கிற மனநிலைக்குத் தள்ளப்பட்டவளாக உணர்ந்தாள் சுபைதா.

"நீ ஏன் இங்கெ மரமாட்டம் நிக்கிற, போய் டீ கொண்டா ரெண்டு பேருக்கும்," அதட்டுகிற மாமியாரின் குரல் சட்டென எழுப்பியது பர்வீனை. அது தன்னைப் பார்த்துச் சொல்லப்பட்ட வார்த்தை என்பதை உணர்ந்தவளாக லேசாகத் தலையசைத்தபடி அடுப்படியை நோக்கி நடந்தாள்.

கார் வேண்டுமென்பது பற்றி அம்மா என்ன சொல்லி சமாளிக்கப்போகிறாள் என்பதைக் கேட்பதற்கு விரும்பினாள்;

என்றாலும் அதைக் கேட்கும் சக்தி தன்னிடம் இல்லை என நம்பினாள்.

கார் தருவதாக வாக்குக் கொடுத்திருக்கக் கூடாது. எதற்காக இப்படி ஒரு சம்பந்தம் பேச வேண்டும். எனக்கு என்ன குறை. இந்தக் கல்யாணம் எதற்காகச் செய்தார்கள்? புரியவில்லை.

டீயை இறுத்து டம்ளரில் ஊற்றினாள். மாமியாருக்கு அரை ஸ்பூன் சீனிதான் போட வேண்டும் என்பதனால் கவனமாக அரை ஸ்பூன் போட்டுக் கலக்கினாள்.

அம்மா எப்பொழுது வருவாள் என்று ஆசையாக எதிர்பார்த்துக் காத்திருந்தவளுக்கு அவள் உடனடியாக இங்கிருந்து போக வேண்டும் என்று தோன்றிற்று. எவ்வளவோ பேச வேண்டும் என்று நினைத்திருந்தவள் எதையுமே பேச வேண்டாம், அம்மா நிம்மதியாக வீடு போய்விடட்டும் என்றிருந்தது.

நடுங்கும் கைகளால் டீயை முதலில் மாமியாரிடம் நீட்டினாள். அம்மா என்ன சொல்லியிருப்பாள் என்று யோசனையோடு அம்மாவின் முகத்தைப் பார்த்தபடி டீயை நீட்டினாள்.

டீயை வாங்கி அவசரமாக ஒரு வாய் உறிஞ்சிய ஹசினா, "உம், இனிப்புகூட. என்னத்துக்கு சீனியை இப்படி கொட்டியிருக்கிற. ஒரு வழக்கத்துலயும் சேத்தியில்ல. மூணு மாசமா மாமியாருக்கு டீயில சீனி எம்புட்டுப் போடுறதுனுகூட கத்துக்கல. போ கொஞ்சம் பால் ஊத்திக்கிட்டு வா என் டீயில," கடுமையான குரல் பர்வினை நொறுங்கிப்போகச் செய்தது.

அல்லாவே, இவள் அம்மாவின் முன்பாக இப்படி நடந்து கொள்வாளா என்றிருந்தது.

கார் குறித்த கேள்விக்கு அம்மா சொன்ன பதில் ஏதோ ஒரு ஆத்திரத்தை உருவாக்கியிருக்க வேண்டும். மாமியாரின் முகத்தில் தெரியும் கடுகடுப்பு அதனைத் தெளிவாகக் காட்டிற்று.

"சரி சம்பந்தி, நான் கௌம்பறேன்," அம்மா டீயை குடித்து முடித்தவளாகக் கிளம்ப யத்தனித்தாள். வீடு பெருத்த நிசப்தத்தினை அணிந்துகொண்டிருந்தது. நீண்டு கிடந்த ஹாலில் ஒரு பிச்சைக்காரியைப் போல அம்மா நின்றுகொண்டிருந்தாள். அவள் உடனே இங்கிருந்து போய்விட வேண்டும் என்று பர்வின் விரும்பினாள். ஆத்திரத்தில் துடித்த உதடுகளிலிருந்து வார்த்தைகள் வெளிவரத் துடித்தன. அவள் தன்னைத் தானே கட்டுப்படுத்தியவளாக அம்மாவிடம் சொன்னாள், "நீ எதுக்காக இங்க வந்து அவமானப்படுற. போய்ச் சேரு மொதல்ல."

பர்வீன் அடுத்த சில மாதங்களில் மலடிப் பட்டத்தோடு நிரந்தரமாகத் தாய்வீட்டிற்குத் திரும்பியபோது ரொம்பவும்

மனத்திருப்தியோடு வந்து சேர்ந்தாள். ஊர் தனது பச்சாதாபத்தினால் அவளை எதிர்கொண்டபோது தான் வாழாவெட்டியாக இருப்பது என்பதன் முழு அவமானத்தையும் அடைந்தாள். கூடவே எந்த அவமானத்தையும்விட இழிவானது கணவனிடமிருந்து பிரிந்து வாழ்வது என்பதும், அதற்கான எந்தக் காரணங்களும் சமூகத்திற்குத் தேவையில்லை என்பதும் அவளுக்கு உறைத்தன.

பள்ளித் தோழிகள் சபிதாவைப் போலவோ பிரபாவைப் போலவோ படித்து, கையில் ஒரு டிகிரி இருந்திருந்தால், எவனுடைய வீட்டிலோ போய் அடிமையாக வாழ்ந்து கார் தரவில்லை என்கிற காரணத்திற்காக மலடிப் பட்டம் பெற்றுத் திரும்பிவரும் அவலம் நடந்திருக்குமா என்று யோசித்து சுய பச்சாதாபம் கொண்டாள்.

தானாக விட்டுவிட்டு வந்திருக்க வேண்டிய வாழ்க்கையை யாரோ திருப்பி அனுப்பிவிட்டதன் வேறுபாட்டை நினைத்து வேதனை உண்டாயிற்று. அவமானத்தின் ஒரு பகுதியாக அதனை உணர்ந்தாள்.

இந்த அவமானம் நீண்ட கத்தியைப் போல உடலெங்கும் ஊடுருவுவதாக உணராத நாள் ஒன்றை எதிர்நோக்கிக் காத்திருந்தாள்.

❍

அரைத் தூக்கத்தில் கடிகாரத்தைப் பார்த்தாள் மெஹருன்னிசா. மணி 11.10 ஆகியிருந்தது. இன்னும் கணவன் வரவில்லை என்பது கவலையாக இருந்தது. இரவு இத்தனை நேரம் வரைக்கும் என்ன செய்கிறான் என்று யோசித்தாள். கடையை ஒன்பதுக்கெல்லாம் மூடிவிடுவார்களே, பிறகு என்ன வேலை? பாத்ரூமுக்குப் போய்விட்டு வந்து கட்டிலில் படுத்தாள். உடல் அசதி இன்னும் போகவில்லை. இது மூன்றாவது அபார்ஷன். அபார்ஷனுக்கு அம்மாவோடு ரகசியமாக டவுனுக்குப் போய்விட்டு யாருக்கும் தெரியக் கூடாது என்று அம்மா வீட்டிலேயே தங்கிவிட்டாள். பச்சை உடம்போடு வேலைபார்க்கக் கூடாது என்று மாமியார் வீட்டில் வேலை பார்க்காமல் இருக்க முடியாது. ஒருநாள் உடம்பு சரியில்லாமல் படுத்திருந்துவிட்டுச் சாப்பிட்டாலும் மாமியார் பார்க்கும் பார்வையே சரியாக இருக்காது.

குற்றவுணர்ச்சியோடு அரை வயிற்றுச் சாப்பாடுதான் சாப்பிட முடியும். யாருக்கும் தெரியாமல் பிள்ளையைக் கழித்துவிட்டு வந்து, படுத்துக்கொண்டா சாப்பிட முடியும்?

அபார்ஷன் செய்த விவரம் தெரிந்தால் மாமியார் சுபைதா கடுமையாகத் திட்டுவாள். அவளுக்கு எப்படித் தெரியும் மகனுக்கு நிரோத் பிடிக்காது என்று. நான்தான் சொல்ல முடியுமா? அம்மாவிடமும் இவள் சொல்லவில்லை. மூன்றாவது முறை தீட்டு தள்ளிப்போனதும் ஹசனிடம் சொன்னாள். அவன் சொன்னான், "பிள்ள பெத்துக்கலாம். இஸ்லாத்தில் கர்ப்பத்த கலைக்கக் கூடாது, பாவம்" என்று.

"அய்யோ என்னாலே முடியாது. இதுக ரெண்டையும் வச்சுக்கிட்டு அல்லாவே, கர்ப்பத்தடையும் செய்ய விடமாட்டேன்கிறீங்க," என்று அழுதாள்.

"கர்ப்பத்தடை நம்ம சட்டத்துல பண்ணக் கூடாது தெரியுமில்ல. எனக்குத் தெரியாம ஒங்கம்மா சொன்னான்னு பண்ணிக்கிட்டு வந்து நின்ன, தலாக்குதான்." ஒரே வார்த்தைக்குள் அவளை அடக்கினான்.

அடுத்த நாள் அழுதபடியே அம்மாவிடம் போய் நின்றாள். அம்மா ஹசனைக் கண்டபடி மனதிற்குள் திட்டித்தீர்த்தாள். "கர்மம் பிடிச்சவன்; இந்த பச்ச மண்ண கட்டிக்கிட்டுப் போயி இப்படி உடம்ப புண்ணாக்குறானே."

"ஊரு உலகத்துல எவ கர்ப்பத்தட பண்ணாம இருக்காளுவ. இவனுக்கு மட்டும்தான் சட்டமா," என்று மூக்கைச் சீந்தியபடி புலம்பித் தீர்த்தாள். "இனி அவன்கிட்ட படுத்தியோ ஒன்னய வெட்டிப்புடுவேன்" இவளுக்கும் திட்டு. முதல் அபார்ஷனுக்குப் பிறகு அவன் திட்டிய திட்டில் அடுத்தடுத்து தீட்டு நின்றதைப் பற்றியே அவனிடம் வாய் திறக்கவில்லை.

"எனக்கு ஒரு வாரம் அம்மா வீட்டுல இருக்கணும் போகட்டுமா," என்று மாமியாரிடம் முதலில் கேட்பாள். சுபைதாவுக்கு மருமகள் அம்மா வீட்டிற்குப் போவது சந்தோஷமான விஷயம். மறுப்பே சொல்ல மாட்டாள். "ஒரு வாரம் என்னா பத்து நாள்கூட போய் மகராசியா இருந்துட்டு வா, அடுத்த தெருவுதான, கார் ஏறியா போகப் போறிக," என்று பச்சைக் கொடி காட்டுவாள். அதற்குப் பிறகு கணவனிடம் கேட்க வேண்டிய அவசியமே இருக்காது, அவனிடம் போய்ட்டு வரேன் என்று சொல்லிவிட்டுப் போவாள். மறுநாள் யாருக்கும் சந்தேகம் வராதபடிக்கு சாஜிதாவிற்கு காய்ச்சல், டாக்டரிடம் போவதாக மாமியாரிடமும் இவனிடமும் தகவல் சொல்லிவிட்டு டவுனுக்கு அம்மாவோடு போய் அபார்ஷன் செய்துவிட்டு வருவாள். காரில் போகும்போது புலம்ப ஆரம்பிக்கும் அம்மாவின் குரல் ஓயப் பத்து நாளாவது பிடிக்கும்.

சாகுல் தூக்கில் தொங்கிய காட்சி மனதிலாடச் சட்டென எழுந்து அமர்ந்த சுபைதாவிற்கு உடல் வேர்த்துக் கொட்டிற்று. அல்லாவே எதுக்கு இந்த நெனப்ப இப்ப குடுக்கற. முணுமுணுத்தபடி சுவரில் சாய்ந்துகொண்டாள். கொடியில் தொங்கிக்கொண்டிருக்கிற சேலை மின்விசிறியிலிருந்து வரும் காற்றில் அலைந்து கொண்டிருந்தது.

அந்த நினைவுகளுக்குச் செல்ல வேண்டும் என்கிற விருப்பமும் வேண்டாம் என்கிற பதற்றமும் கூடிக்கொண்டிருந்தது; என்றாலும் அவள் அந்த நினைவுகளைத் தனக்குள் மறுபடி கொண்டுவர நினைத்தாள்.

திருமணத்திற்கு முனபாக ஊரில் எல்லோரும் சொல்லக் கேட்டிருக்கிறாள். “ஒங்க மச்சான் சாகுல் நடையே சரியில்ல, பொம்பள மாதிரி நடக்குறாரு” என்று. இவள் பிறந்த அன்றைக்குப் பேசியது சாகுலுக்குத்தான் இவளைக் கொடுப்பது என்று. அம்மா சொன்னாள், “என்னங்க மருமகப்புள்ள நடை பாவனை எல்லாம் வேற மாதிரி இருக்கு.”

அத்தாவிடம் பேச அவளுக்கு ரொம்ப பயம். “ஏன் எந்தங்கச்சி மகனுக்கு பொண்ண குடுக்க புடிக்கலையோ” எளக்காரம் பொங்கும் அவருக்கு. “அப்படிலாம் இல்ல,” அம்மா வாய் மூடிக்கொண்டாள்.

“நமக்கு இருக்கறது ஒரே பொண்ணு. எந்தங்கச்சி மகன் ஒரே புள்ள. சொத்துப் பத்து கெடக்கு. ஒண்ணுக்குள்ள ஒண்ணு போவோம். நம்ம செல்லமா வளர்த்த புள்ளய எங்க குடுக்க சொல்ற, அதுவும் ஏம்மவ வாயாடி வேற,” அத்தா பெருமையாகச் சொல்லி அம்மாவின் வாயை அடைப்பார்.

இவளுக்கு ஒன்றும் புரிகிற வயதில்லை. 14 வயதிருக்கும்போது கல்யாணம் முடித்துக் குப்பி வீட்டிற்குப் போனபிறகு சாகுல் ரொம்பவே அன்போடு இருந்தான்.

இவளுக்குத் தினமும் சாப்பிட ஏதேனும் வாங்கி வருவான். சந்தையில் கிடைக்கும் தோடு, வளையல் என்று வகைவகையாக வாங்கிக்கொண்டு வருவான். இவளுக்கு ரொம்பவே அவனைப் பிடித்திருந்தது. அம்மா தினமும் அடுத்த தெருவிலிருக்கும் குப்பி வீட்டிற்கு வருவாள். “என்ன விஷேசமா,” மெதுவாகக் குப்பியின் காதில் கேட்பாள்.

குப்பி சொல்வாள் “இல்லையே” என்று. பிறகு இருவருமாக ஏதோ குசுகுசுத்துவிட்டு இவளிடம் வருவார்கள்.

அம்மா முற்றத்தில் தொலைவில் நின்றுகொள்வாள். எதையோ பார்க்கும் விதத்தில் முற்றத்தில் குப்பி மௌனமாக அம்மாவைப் பார்ப்பாள். பிறகு இவளிடம், "குளிச்சியா" என்று கேட்பாள். இவள் புரியாமல் விழித்து "ஆமாம்," என்பாள். "அட, அந்தக் குளியல் இல்ல சரியான மக்கு," என்று வாய்க்குள் முணுமுணுப்பாள்.

இவளுக்கு ஒரே யோசனையாக இருக்கும். இரவு சாகுலிடம் இதுபற்றிக் கேட்கலாம் என்று நினைத்துக்கொள்வாள்.

இரவு அவன் கடையிலிருந்து வரும் முன்னேயே இவள் தூங்கியிருந்தாள். பாதி இரவில் ஏதோ சலசலக்கும் ஓசை அவளை எழுப்ப கண் விழித்தாள். சாயங்காலம் அவள் உடுத்தியிருந்த ஜமிக்கிப் புடவையைக் கொடியில் அவிழ்த்துப் போட்டிருந்தாள். அதை அடிக்கடி துவைக்க முடியாது, வேர்வை காயட்டும் பிறகு மடித்துவைக்கலாம் என்று. அந்தப் புடவையை சாகுல் தன் கைகளில் உருவி எடுத்துக்கொண்டிருந்தான்.

'இது எதுக்கு இவருக்கு இந்த வேலை,' என்று யோசித்தவளாக அப்படியே அசையாமல் படுத்துக்கொண்டு கவனிக்க ஆரம்பித்தாள். சாகுல் அவளது பிளவுசையும் கையில் எடுத்துக் கொண்டு பக்கவாட்டு அறைக்குள் நுழைந்தான்.

இவளுக்கு ஆச்சரியம் தாங்க முடியவில்லை.

குழப்பமாகவும் படபடப்பாகவும் இருந்தது. அவன் உள்ளே சென்ற சிறிது நேரத்தில் ஒரு வித தைரியத்தை வரவழைத்தவளாக மெதுவாகக் கட்டிலை விட்டு இறங்கினாள். அடிமேல் அடிவைத்து அந்த அறைக்கு அருகே சென்றவள் தாழிடப்பட்டிருந்த கதவின் சாவித் துவாரத்தின் வழியே உள்ளே ஒரு கண்ணை வைத்துப் பார்த்தாள்.

சாகுல் அவளது சேலையையும் பிளவுசையும் உடுத்தியிருந் தான். சிறிய கண்ணாடி முன்பாக நின்று தன்னைத்தானே பார்த்துக்கொண்டிருந்தான் மிக ஆசையாக. இவளுக்குப் பயம் தொடங்கியிருந்தது. ஒருவேளை அவனுக்கு எதுவும் பைத்தியம் பிடித்துவிட்டதோ என்று. 'அல்லாவே' என்று தனக்குள்ளாக முணுமுணுத்துக்கொண்டாள். தலை சுற்றுவது போல உணர்ந்தாள். 'அய்யோ அல்லா எம்புருஷனுக்கு பேய் புடிச்சுருச்சா,' என்று புலம்ப எத்தனித்தவள் பயத்தின் தன்மை அதிகரிக்க, சட்டெனத் திரும்பிப் படுக்கையை நோக்கிச் சென்றாள். அவன் வரும்வரை அமைதியாக விழித்திருந்தாள். கொஞ்ச நேரத்தில் அவன் தனது பக்கத்தில் வந்து படுப்பதை லேசாகத் திறந்திருந்த கண்களின்

வழியே கவனித்தாள். அவன் மிக அமைதியாகப் படுத்து உறங்க எத்தனித்திருந்தான்.

காலை எழுந்த உடனேயே அவனைக் கவனிக்க வேண்டும் எனத் தோன்றிற்று. காலையில் வழக்கம் போலத்தான் அவன் இருந்தான். தான் பயந்ததுபோல அவனுக்குப் பைத்தியமெல்லாம் இல்லை என்று மனதிற்குள் சொல்லி ஆறுதல்படுத்திக் கொண்டாள்.

தினமும் அம்மாவும் குப்பியும் குளித்ததைப் பற்றிக் கேட்டு அலுத்த பிறகு ஒருநாள் பக்கத்து வீட்டு கனிஷாவிடம் குப்பி இல்லாத நேரம் பார்த்துக் கேட்டாள்.

"ஏலே கனிஷா குளிக்கிறதுண்டா எம்மா," கனிஷாவுக்கு ஆச்சர்யம் தாங்க முடியாமல் கேட்டாள். "ஏண்டி லூஸு! 14 வயசாகுது. ஒனக்கு இன்னும் இதுகூடத் தெரியலையா?"

குளிப்பதைப் பற்றிக் குப்பி எத்தனை தடவை கேட்டும் தனக்கு புரியவேயில்லையே. இவளுக்கு ஒரே தடவையில் எப்படி புரிந்தது என்று அவளுக்கு ஆச்சரியம்.

கண்களை அகல விரித்துக் கேட்டாள், "என்னலே சொல்ற நெசமா ஒனக்குத் தெரியுமா?"

"ஏன்? ஒம் புருஷன் ஒன்கிட்ட எதுவும் சொல்லலயா, உம்புருஷன்கிட்ட கேக்கறத எங்கிட்ட கேக்கிற."

நக்கலாகச் சொன்னவள் தொண்டுக் கதவு திறந்து குப்பி வரும் சப்தம் கேட்க "நான் வர்றேன்மா" என்று சொல்லி விழுந்தடித்து ஓடினாள்.

'முகப்புப் பக்கம் யாரு போறாக கனிஷாவா? ஆளு இல்லாட்டிப் போதும்; வந்திடுவாக குடும்பம் கலைக்க' என்று முணுமுணுத்தபடி வந்தவள், "கொஞ்சம் குடிக்க தண்ணி கொண்டு வா, லோட்டாவுல வேணாம் சொம்புல," என்றபடி போனுக்கடியில் ஹாலில் அமர்ந்தாள். அம்மாடி எப்டித்தான் காது கேட்குமோ, கனிஷா ஓடுனது. எலிக் காதுதான், என்று மனத்திற்குள் சொல்லியவளாக தண்ணீர் கொண்டுவரப் போனாள்.

இவள் கனிஷாவிடம் கேட்ட மூன்றாவது நாளில் சாகுல் தூக்கிட்டுச் செத்துப்போனான். ஊரெல்லாம் அவனைப் பற்றிப் பேசுவதற்கும் அவனது சாவுக்கும் இவள் கனிஷாவிடம் விபரம் கேட்டது போதுமானதாக இருந்தது. அந்த வயதில் இவ்வளவு விவரம் புரியாமல்தான் இருந்தோமா? நினைக்கும்போதே வியப்பாக இருந்தது.

1

சாஜிதா பள்ளியிலிருந்து திரும்பிவரும் வழியில் தெருவோர மரங்களிலிருந்து கொட்டிக் கிடந்த வண்ண வண்ணப் பூக்களைத் தான் அறிந்த பெயர்களால் நினைவூட்டிக்கொள்ள முயன்றாள். முல்லை, மல்லி, டிசம்பர், கனகாம்பரம் என்று பாடலைப் போல முணுமுணுத்தபடி அவள் தன் வீட்டை நோக்கி ஓடிக்கொண்டிருந்தாள்.

அம்மாவை இந்த மலர்களைத் தந்து மகிழ்வூட்ட முடியுமா என யோசித்தவளாக, மண் ஒட்டியிராத சில பூக்களைக் கைகளில் பொறுக்கி எடுத்துக்கொண்டாள்.

சின்னச்சின்ன விஷயங்களால்கூட அம்மாவைச் சந்தோஷப்படுத்த முடியும் என்று அவளுக்குத் தெரியும்.

அத்தா ஒரு சேலை வாங்கித் தந்தால்கூட ஒரு வாரம் சந்தோஷமாக இருப்பாள். சாப்பாடு நன்றாக இருப்பதாகச் சொன்னால் போதும். அத்தா அம்மாவை ஏமாற்றுவதற்குக் கண்டுபிடித்து வைத்திருக்கும் வழிகளில் இதுவும் ஒன்று.

'நேரம் என்னவாக இருக்கும், 4 மணி இருக்குமா' என தனக்குள்ளாகச் சொல்லிக்கொண்டாள். அத்தா வீட்டில் இருக்கக்கூடும் என்று நினைத்துச் சோர்வுற்றாள்.

அவர் வீட்டில் இருந்தால் காது மட்டும் போதுமானதாக இருக்கும். கண்ணுக்கோ மூளைக்கோ கைகால்களுக்கோ எந்த வேலையும் இருக்காது, தேவையும் இருக்காது.

—பொம்பள புள்ளக்கி என்னா டிவி கேக்குது, போய் குரான எடுத்து ஓத மாட்ட,

–பொம்பள புள்ள காலையில என்னா தூங்குறது, பஜ்ரு[1] தொழுகாம

–பொம்பளப்புள்ள என்னா சிரிப்பு

–என்னா ஓட்டம்

–என்னா விளையாட்டு

–பொறுமையில்லாம என்னா கோவம்

–மெஹரு, இந்தா ஓம்மகளப் பாரு, ஓம் மகள கண்டிச்சு வளரு, ஓம்மகளுக்கு அதபு மரியாதை சொல்லிக்குடு

–இல்ம[2] கத்துக்குடு. தொழுக, ஓத சொல்லிக்குடு.

இந்த வார்த்தைகள் மட்டும்தான் காதில் விழுந்து கொண்டேயிருக்கும்.

இதிலிருந்து எப்படி தப்பிப் பிழைக்க என்று சமயங்களில் கக்கூஸில் அமர்ந்து சாவகாசமாக யோசிப்பாள் சாஜிதா. ஒரு வழியும் தெரியாமல் குழம்பியவளாக, ‘கல்யாணம் செய்துகொண்டு போனால்தான்’ என்றபடி வெளியே வருவாள்.

இவளைப் படுத்தும் பாட்டைவிட அம்மாவைப் படுத்தும்பாடு இன்னும் மோசமாக இருக்கும்.

‘பாவம், அம்மாவுக்கு பழகிப்போயிருக்கும்’ என்று நினைத்துக்கொள்வாள் இவள்.

வீட்டின் முன்வாசல் கதவு திறந்தே கிடந்தது சாஜிதாவுக்கு ஆச்சரியமாக இருந்தது. இதுவரை திறந்திருந்து பார்த்ததேயில்லை. அத்தாவுக்குப் பிடிக்காது அம்மா எல்லா நேரத்திலும் பூட்டியிருக்கும் வீட்டிற்குள்தான் இருப்பாள்; மறந்துகூடத் தெருவில் எட்டிப் பார்த்தால் போதும். எப்படியாவது அதைத் தெரிந்துகொண்டு வீட்டிற்கு வந்து கத்த ஆரம்பிப்பார்.

ஒருமுறை பக்கத்து வீட்டு சபியம்மா அம்மாவிடம், “ஏன் மெஹரு வீட்டுள்ளயே இப்புடி அடஞ்சு கெடக்கியே, இப்புடி வாயேன் காத்தாட, தர்கா வரைக்கும் போயிட்டு வரலாம். வெளக்கேத்தி துஆ கேட்டுட்டு காலார நடந்து வரலாம்,” என்று கூப்பிட்டபொழுது, அம்மாவும் ஆசையாக அவளோடு போய்விட்டு அத்தா வரும் முன்பாக வீட்டிற்கு வந்து சேர்ந்தாள். தான் அணிந்திருந்த புர்கா யாருக்கும் தன்னை அடையாளம் காட்டியிருக்காது என்று நம்பிக்கை அவளுக்கு.

---

1. அதிகாலைத் தொழுகை

2. ஒழுக்கம்

ஆனால் சபியம்மா தன் கணவனிடம், மெஹரும்கூட தர்ஹாவிற்கு வந்ததாகச் சொல்லியபோது, அவளது கணவன் சாதிக், ஹசனின் முன்பாக வந்து நின்று,

“என்னத்தா, ஊருக்குள்ள, யாறாச்சும் பொம்பளைக தர்ஹாவுக்கு போறாகன்னா ஆயிரம் ஹதீசு சொல்லி திட்டுவ, பொம்பளக்கி என்னா ஒரு ஆம்பளயோட கப்ருஸ்தான்ல வேலைன்னு, இன்னைக்கு ஒம் பொண்டாட்டி போயி வெளக்குப் போட்டதுக்கு என்னா நாயம் சொல்லப் போற?” என்று கேட்டார்.

அவருக்கு நீண்டநாள் ஆத்திரம். தன் மனைவி தர்காவிற்குப் போகும்போதெல்லாம் ஹசன் பேசும் பேச்சு தரக்கூடிய தாங்கவியலாத ஆத்திரத்தில், மெஹரைக் காட்டிக் கொடுத்துவிட்டுப் போனார்.

சாஜிதாவுக்கு நன்றாக நினைவிருக்கிறது—அன்றிரவு அம்மா வாங்கிய அடியும் திட்டும்.

“ஊரெல்லாம் நான் ஹதீஸ் சொல்லி தவறான பாதையில போறவுகள இபாதத்துக்கு கொண்டுவர பாடுபடுறேன், நீ எனக்கே தெரியாம என் பேர கெடுக்க பாக்கிறியா?” என்று ஆடித்தீர்த்ததை சாஜிதா தனது போர்வைக்குள்ளிருந்தபடி ஆடாமல் அசையாமல் கேட்டுக்கொண்டிருந்தாள். அம்மாவின் விசும்பல்களால் நிரம்பிய நீண்ட இரவு அவளை அச்சுறுத்தியபொழுது, இவனிடமிருந்து எப்படித் தப்பிப்பது என்கிற யோசனைக்குள் ஆழ்ந்தபடி உறங்கினாள் சாஜிதா.

“ஏலே சாஜிதா, இப்பதேன் பள்ளிக்கூடம் விட்டு வாரியா.”

எதிர்வீட்டு சபியம்மாவின் குரல் கேட்டுத் தன் நினைவுக்கு வந்தவள், ஆமாம் என்று தலையசைத்தவாறு வீட்டிற்குள் அடியெடுத்து வைத்தாள். நாளை பரீட்சை துவங்குகிறது. இரவு நன்றாகப் படித்துவிட்டுக் காலையில் பரீட்சைக்குச் செல்ல வேண்டுமென்று நினைத்தபடி ஹாலில் அடியெடுத்து வைத்தவளை அம்மா ஓடிவந்து கட்டியணைத்துக் கதற ஆரம்பித்தாள்.

“நம்ம தலையில கல்ல தூக்கிப் போட்டானே ஒங்க அப்பன்” இவ்வார்த்தைக்கு அர்த்தம் புரியாமல் விழித்தபடி அம்மாவோடு சேர்ந்து அழ ஆரம்பித்தாள் சாஜிதா.

2

வழக்கத்தைவிட வீடு அமைதியாக இருப்பது சரியா தவறா என்று புரியாதவளாக அறைக்குள் அமர்ந்திருந்தாள் மெஹர். அம்மா தந்துவிட்டுச் சென்ற டீயின் மீது ஆடை படர்ந்துகொண்டிருந்தது. இன்னும் மீளாத அதிர்ச்சியில் அமர்ந்திருந்தாள். ஒருபக்கம் எதிர்காலம் குறித்த கேள்வியும் மறுபுறம் எதிலிருந்தோ தப்பித்துவிட்ட ஆசுவாசமும் உண்டாகியிருந்தது. பாங்கு சொல்லும் சப்தம் தூரத்தில் கேட்கிறது. முன்பெல்லாம் பாங்கு சப்தம் கேட்கும்பொழுது உடனடியாகத் தலை முக்காட்டை இழுத்துவிட்டுக்கொள்வாள். இப்போது ஏனோ வெறுப்பாக இருந்தது. தொழுகைக்கும் துஆவுக்கும் இனி வேலையே இல்லை என்பதுபோல உணர்ந்தாள்.

"நான் ஆம்பள. எனக்கு எத்தனை கல்யாணம் வேணாலும் பண்ணலாம், சட்டத்துல எடம் இருக்கு" – ஹசனின் திமிரான குரல் காதிலிருந்து இன்னும் அகலாமல் நிறைந்திருந்தது.

அடுத்த அறையில் அம்மாவின் அரற்றல் காதுகளைத் துளைத்தெடுத்துக்கொண்டிருந்தது.

சாஜிதாவும் அஷ்ரபும் உறங்கிவிட்டார்கள். ஒரு கொடிய நரகத்திலிருந்து வெளியேறும் சந்தர்ப்பத்தினை அல்லாவே தந்துவிட்டானா என்று சந்தேகமும் மகிழ்ச்சியும் உண்டாயிற்று.

அப்படியென்றால் நிச்சயமாக அல்லா வல்ல நாயனுக்கு நன்றி சொல்ல வேண்டும் என்று நினைத்துக்கொண்டாள்.

முன்பெல்லாம் ஊரில் பெண்கள் வெள்ளை நிறத்தில்தான் துப்பட்டி அணிந்துகொள்வார்கள். இவளும்கூடக் கல்யாணமான புதிதில் அம்மாவோடு வெளியில் யார் வீட்டிற்காவது கல்யாணம், மவுத்து என்று போகும்போதெல்லாம் வெள்ளைத் துணியாலான காட்டன் துப்பட்டியோடுதான் போவாள்.

ஹசன் சவுதியிலிருந்து வந்த பிறகுதான் அவனது அடாவடித்தனம் தாங்கவியலாமல் கூடிப்போயிற்று.

“இனி பர்தா போடு, கண்ணுகூட வெளியில தெரியக் கூடாது,” என்று அங்கிருந்தே பர்தாவைக் கொண்டுவந்து கொடுத்தான்.

முன்பெல்லாம், அணிந்திருக்கும் நகைகளும் உடுத்தியிருக்கும் சேலைகளும் கொஞ்சமாவது வெளியில் தெரியும். இவளுக்கும் மற்ற பெண்டுகளிடம் காட்டி சந்தோஷப்பட ஏதுவாக இருக்கும்.

பர்தா அணிய ஆரம்பித்த பிறகு எதற்காக நல்ல சேலை உடுத்தணும் என்று சலிப்புதான் உண்டாயிற்று.

தினமும் காலை எழுந்தவுடன் தெருத்தெருவாக மாட்டியிருக்கும் கரும்பலகையில் அன்றைய ஹதீஸை எழுதி வைத்துவிட்டு வீட்டிற்கு வருவான். இன்றைய ஹதீஸ் என்று அவன் எழுதும் வாக்கியங்கள் முழுக்கப் பெண்களுக்கான அறிவுரையாக இருக்கும். சமயங்களில் இவளுக்கு எரிச்சல் மண்டும். முன்னாடியெல்லாம் இப்படி யாரும் எழுதி வைத்துக் கொண்டிருந்தார்களா என்ன? இவனுக்கு இப்போது என்ன இவ்வளவு அக்கறை என்று அம்மா சொல்வாள். “ஏண்டி, ஒம் புருஷனுக்குத்தான் ஊரு ஒலகத்துமேல எம்புட்டு அக்கறை, ஊர திருத்தப்போறாராமா. பக்கத்து வீட்டு பொம்பளகளெல்லாம் கேலி செய்றாளுவோ.”

ஒரு வழியாக அவனிடமிருந்து விடுதலை கிடைத்துவிட்டது என்பதுபோல உணர்ந்தாள் மெஹருன்னிஷா. இனி அவனது வீட்டிற்குப் போகப் போவதில்லை. அவனுடைய அடக்கு முறையிலிருந்தும் அண்மையிலிருந்தும் விலகி இருக்கப் போகிறோம் என்ற நினைப்பே அத்தனை வலியிலும் இதமாக இருந்தது.

3

நான் இனி அவனோடு வாழக் கூடாது என்கிற முடிவை எடுப்பதற்கு அவனது இரண்டாவது திருமணம் மட்டும்தானா காரணம் எனப் படுக்கையிலிருந்தபடி யோசிக்க முயன்றாள் மெஹர். அவளது மனத்திற்கு மட்டும்தான் தெரியும். வீட்டிற்கு வந்த அடுத்த நாளில் அம்மாவிடம் ஒரே முடிவோடு சொன்னாள். "நான் அவனோட மறுபடி வாழ மாட்டேன், குலா[1] குடுக்கணும்."

இவளது முடிவில் அம்மா அதிர்ச்சியோ வருத்தமோ கொண்டதாகத் தெரியவில்லை. சரி கொடுக்கலாம் என்பதுபோல அமைதியாக இவளையே பார்த்தபடி அமர்ந்திருந்தாள். அவ்வப்போது அவளது முக்காட்டிற்குள் தெறிக்கும் காசநோய் இருமலைத் தவிர வேறொரு சலனமுமில்லாமல் அமர்ந்திருந்தாள்.

அம்மாவின் மனத்திற்குள் என்ன மாதிரி எண்ண ஓட்டம் இருக்கும் என்பதை இவள் அறிவாள்.

"படுபாவிப் பய, பச்ச மண்ணு எம் மக. பால்மணம் மாறாம கட்டிக்கிட்டுப் போயி அவ ஒடம்ப புண்ணாக்கினது பத்தாதுன்னு, ரெண்டாம் பொண்டாட்டிய கட்டிக்கிட்டு வந்து நிக்கிறானே, நாசமாப்போக."

கடும் இருமலினூடே வாய்விட்டு அரற்றினாள் ஆசியம்மா.

1. குலா – மனைவி சொல்லும் விவாகரத்து

“ஒரு நாளுண்டா, வெளியே தெருவ போயி எம்புள்ள, தொழுகை இபாதத்து ஓதுகை இஸ்திமான்டு... ஒலக ஆசாபாசம் எதையும் கண்ணுல காட்டாம எம்புள்ளைய சீரழிச்சு வீட்டுக்குள்ள வச்சுட்டு, இன்னிக்கு ஒரேயடியா இன்னொருத்திக்கு கருகமணிய கட்டிட்டு வந்து நிக்கிறானே. அழகுபத்த பொட்டப் புள்ளய பெத்து வச்சுக்கிட்டு,” விடாமல் தொடர்ந்த அம்மாவின் குரல் எரிச்சலுண்டாக்கியது.

இப்ப எதற்காக இவள் அழுகிறாள் என்று யோசித்தாள் மெஹர்.

தான் ஒன்றும் சந்தோஷமாக அவனோடு வாழவில்லை என்று தெரிந்தும் ஏன் இப்படிப் புலம்ப வேண்டும்? நல்லதுதானே; இனி அவன் இவளிடம் தனது அதிகாரத்தைக் காட்ட முடியாது என்பதே நிம்மதிதானே;

ஊரில் எல்லாப் பொண்டுகளும் நல்ல நாள், கல்யாணம், நோம்புப் பெருநாளுக்கு லிப்ஸ்டிக் போடுவதுபோல இவள் ஒருநாள் போட்டதற்காக ஆயிரம் முறை தேவடியாள் என்று சொல்லித் திட்டியது நினைவுக்கு வந்தது.

“நான் தப்லீக் ஜமாஅத்[2]துல இருக்கேன். இனி நீ யார் வீட்டு மவுத்துக்கும் மூணாம் நாள் கத்தத்து பாத்திஹாவுக்கும் போகக் கூடாது. வீட்டுல எந்த நாளும் பாத்திஹா ஓதுறேன்னு அனாச்சாரம்[3] பண்ணக் கூடாது.” சமயங்களில் மாமியார் சுபைதா, “இவன் எங்கிருந்து இம்புட்டு சட்ட திட்டத்த கொண்டுவந்து சேத்தான்னு தெரியலயே, நான் என்னான்டு ஒடுக்கத்துப்புதன் பாத்திஹா ஓதாம இருக்கிறது, 27ங் கிழம பாத்திஹா ஓதாம இருக்கறது. என் ஆயுள் முழுக்க ஓதிக்கிட்டிருந்த பாத்திஹாவை எப்புடி ஓதாம நிறுத்த,” என்று புலம்பித்தீர்ப்பாள். அதிலும் ஊர்க்கந்தூரிக்குப் பள்ளிவாசலில் தலைக்கட்டுப் பணம் கட்டாமல் இருக்கும்போது பொங்கிப்பொங்கி அழுதாள். ‘ஊரெல்லாம் கந்தூரிச் சோறும் ஆனமும் திங்கிதே, அந்த நார்சாவை திங்கக்கூட இவன் விட மாட்டான்கிறானே. யா றப்பு இவனுக்கு நல்ல புத்தியக் குடுடா,’ என்று.

ஊரில் பெண்களெல்லாம் வெளிநாட்டுச் சேலை உடுத்துவதைக் கௌரவமாக நினைத்து உடுத்தினார்கள் என்றால், இவளுக்கும் சுபைதாவிற்கும் மட்டும் கனமான பாலியெஸ்டர் சேலைகளை வாங்கி வந்து உடுத்தச்சொல்வான்.

---

2. வெளியூர்களுக்குச் சென்று மதப் பிரச்சாரம் செய்யும் ஓர் அமைப்பு

3. மார்க்கத்திற்கு முரணான செயல்கள்

“ஊர்ல இருக்குற பொட்டச்சிக எல்லாம், அதபு மரியாத[4] தெரியாம ஒடம்பெல்லாம் தெரியுற மாதிரி சேலைய உடுத்திக்கிட்டு திரியிறாளுவ. ஒடம்பக் காட்டிக்கிட்டு. அதுக்கு மொட்டக் குண்டியா திரிய வேண்டியதுதான. புருஷன்காரனுக உசுர வச்சுக்கிட்டுத் திரியிறானுக,” என்பான்.

சுபைதா பாலியெஸ்டர் சேலையைத் தூக்கி எறிந்துவிட்டுச் சொல்வாள், “போத்தா போ சேலை மெலிசா இருந்தா என்னா காத்தோட்டமா இருக்கும் இல்ல? இந்த பாலியெஸ்டர எல்லாம். வயசான காலத்துல எனக்கு தூக்கிச் சுமக்க ஏலாது. இனி இந்த கிழவி மொலைய எவன் உத்துக்கிட்டு பாக்கப்போறான். ஓம் பொண்டாட்டிய கட்டச் சொல்லு.” மெஹருக்கு அந்த மெல்லிய புடவைகளென்றால் அவ்வளவு பிரியம். அம்மா, இவளது பதின்மூன்றாவது வயதிலிருந்தே ஒவ்வொரு சேலையாகப் பார்த்துப்பார்த்து வாங்கி ஐம்பது சேலைகளைச் சீரில் வைத்தாள்.

வர்றவர்களிடம் பெருமையாகச் சொல்வாள், “எம் மகளுக்கு 50 வெளிநாட்டுச் சேலை சீர்ல வைக்கிறேன். கலருக்கு நாலு சேலை. வயசுக்கு வந்து ரெண்டே வருசத்துல அம்பது சேலை. இப்ப கட்டிக் குடுக்கலன்னா அடுத்த ரெண்டு வருசத்துல நூறு சேல சேத்துருப்பேன்.” கல்யாணத்திற்கு முதல் நாள் பாத்திஹாவிற்கு வந்தவர்களிடம் அம்மா அடித்த பெருமையை நினைத்துக்கொண்டாள்.

முதல் சில வருடங்கள் ஒழுங்காகத்தான் இருந்தான் ஹசன். இரண்டு வருடம் சவுதிக்குப் போய்விட்டு வந்த பிறகு அந்த சேலைகளில் ஒன்றைக்கூட இவளை உடுத்தவிடவில்லை.

நீண்டதொரு பெருமூச்சின் வழியே குலா கொடுப்பதற்கான நியாயங்களை நினைவூட்டிக்கொண்டாள் மெஹர். தான் சிக்கிக்கொண்டிருந்த குகையிலிருந்து வெளியேறவே முடியாது என்றிருந்த நிலையில், இறைவனாகவே ஒரு வழியைக் காட்டி விட்டானோ என்ற நினைத்து ஆசுவாசப்படுத்திக்கொண்டாள். நாத்தனார் பர்வீனுக்கு எப்படி வாழாவெட்டிப் பட்டம் கிடைத்ததோ, அதைப் போலத் தனக்கும் அதே பட்டம் கிடைக்கப்போகிறது என்று நினைத்துக்கொண்டாள்.

---

4. ஒழுக்கம்

4

ஹசனுக்கு என்ன செய்வது என்று புரியாமல் இருந்தது. இனி மெஹர் திரும்பி வர மாட்டாள் என்று தெரிந்தது.

'ஆம்பளை எப்படி இருந்தால் பொட்டச்சிக்கு என்ன, இஸ்லாத்தில நாலு கல்யாணம் செய்வது தப்பில்லைதானே' என்று யோசித்தான். அவளை நினைத்தாலே வெறுப்பாக இருந்தது அவனுக்கு. ஒரு எழவும் தெரியாத ஜடம். கட்டின நாளிலிருந்தே அவனுக்கு வெறுப்பு கூடிக்கொண்டுதானிருந்தது. தினமும் சவத்தோடு வாழ்வதுபோன்ற உணர்வுதான் மிச்சமிருக்கும். 'இப்பத்தானே 15 வயது. போகப்போக சரியாக இருப்பாள்' என்றுதான் பார்த்தான். ஒன்றுக்கும் ஆகாதவள்.

காலையில் பஜ்ரு தொழுத கையோடு அனிபா ஹஜரத், "ஏத்தா கொஞ்சம் பேசணும். நின்னுட்டுப் போயேன்" என்று சொல்லி அனைவரும் போனபிறகு அவனை அவுசு[1]க்குப் பக்கமாக ஒரு ஓரத்திற்கு அழைத்துச் சென்றார். "நேத்திக்கி ஓம் மாமியார் வந்து என் வீட்டுல இந்த குலா கடுதாசிய குடுத்துட்டுப் போனாவ, ஒங்கிட்ட தகவல் சொல்லலாம்னுதான்." அவரது குரலில் தெரிந்த தயக்கம் நிலைமையின் தீவிரத்தைப் புரிந்துகொள்ளச் செய்வதாக இருந்தது.

"எவ்வளவு திமிரு. கண்டார . . . முண்ட" மனத்திற்குள் கறுவிக்கொண்டவன். அவசரமாக அஸ்தஃபில்லா[2] சொல்லிக்கொண்டான்.

"இப்ப என்ன செய்யறதுத்தா. ஊரில் முதல் முறையாக ஒரு காரியம் நடக்கப்போகிறது. இதுவரை

1 அவுசு – தொழுகைக்கு முன் கைகால்கள் சுத்தி செய்யும் நீர்தொட்டி (அ) நீர்த்தேக்கம்

2. அஸ்தஃபில்லா – மன்னிப்பு கேட்பது

யாரும் செய்யாத ஒரு காரியம்." இதை எப்படி எடுத்துச் செய்வது என்கிற கவலை அவருக்கு முகத்தில் தெரிந்தது.

"ஜமாஅத்லயும் பேசினேன், சதக் அவரு ஒங்க மாமுதானே. அவர் சொல்றாரு, இத ஊர்ல நாம நடக்க விட்டோம்னா, பின்னாடி வாற காலத்துல ஒரு முன்னுதாரணமா போயிடும்னு சொன்னாரு. என்னத்தச் செய்ய."

ஹசனுக்கு ரத்தம் கொதித்தது. இதை எப்படித் தடுத்து நிறுத்துவது என்கிற கவலையோடு பல்லைக் கடித்துக்கொண்டான்.

ஹசனிடம் பேசுவது என்பது பாறையில் முட்டிக்கொள்வது போல என்பதனால் அனிபா ஹஜரத் நிதானமாக ஒரு வார்த்தையை மட்டும் சொல்ல விரும்பினார்.

"ஏத்தா, ரெண்டாவது கல்யாணம் பண்ணின? அது சரியில்ல." தன் மனதுக்குப்பட்ட நியாயத்தை அவனிடம் சொல்லியே ஆக வேண்டும் என்கிற தவிப்பு அவ்வார்த்தைகளில் தெரிந்தது.

"ஏன் ஊர் உலகத்துல இருக்கறததான நாஞ்செஞ்சேன். சட்டம் இருக்கு நாலு பொண்டாட்டி கட்ட, திராணி இருக்கு வச்சுக் காப்பாத்த. அப்புறம் என்னா," அவனது மூர்க்கத்தனமான பதில் எரிச்சலுண்டாக்குவதாக இருந்தது அனிபா ஹஜரத்திற்கு.

"அது அந்தக்காலம்த்தா. மொதல்ல சட்டத்துல எப்புடி சொல்லிருக்குன்னா, மொத மனைவிகிட்ட சொல்லி அனுமதி வாங்கித்தான் செய்யணும்னு. அத நீ செஞ்சியா? ரெண்டாவது நீதமா ஏத்த எறக்கமில்லாம ரெண்டு பொண்டாட்டியையும் வச்சுக் காப்பாத்த ஏலும்னா மட்டும் பண்ணணும்னு சொல்லியிருக்கு; இதெல்லாம் இப்ப சரிப்படுமா, இந்தக் காலத்துல" என்றவர்,

"ஆமா, நீ அந்த மெஹரு புள்ளக்கிட்ட கலியாணம் முடிக்கறதுக்கு சொல்லி அனுமதி கேட்டியா? அப்புறம் இந்தப் புள்ள யாரு?"

அவரது குரலில் இதனைத் தெரிந்துகொள்ள வேண்டும் என்கிற ஆர்வம் மிகுந்திருந்தது.

"அனுமதியா?" இடுப்பில் கட்டியிருந்த சங்குமார்க் கைலியை அவிழ்த்து உதறி மறுபடி இறுக்கிக் கட்டினான் ஹசன்.

"எந்த பொம்பள ஒத்துக்குவா அஜரத்துங்க. இவளுகள மதிச்சு கேட்க சொல்றிக. நான் சம்பாதிக்கிறேன். நான் கல்யாணம் கட்றேன். இஸ்லாத்துல நாலு பொண்டாட்டி கட்ட சட்டம் இருக்கு. அரபு நாட்டுல வாழுறாக இன்னைக்கும். ஹலாலா கட்டிக்கிட்டு வந்துட்டேன். இப்ப என்னாங்கறிங்க," அவனது ஓங்கிய குரல் அவரையே மிரளச் செய்வதாக இருக்க

அமைதியாகத் தலையசைத்தவர், “சரித்தா ஒன் இஷ்டம். இப்ப இந்த மனு வந்துருக்கே. நாங்க என்ன செய்றது? அது அவ குடுக்கறா. எனக்கு ஒண்ணும் விருப்பமில்ல. அவ்வளவுதான்.” கர்ச்சீப்பை உதறித் தலையில் கட்டியபடி பள்ளிவாசலிலிருந்து வெளியேறினான். அவனது குரலில் தெரிந்த திமிர் நடையில் இல்லை என்பது அனிபா ஹஜரத்தினால் கணிக்கக்கூடியதாக இருந்தது.

கல்யாணம் செய்தது என்ன அவ்வளவு பெரிய தவறு என்று புரியவில்லை ஹசனுக்கு. அம்மா சுபைதா ஒரு வாரமாக இவனோடு பேசுவதில்லை. மெஹர் கூடவே சாஜிதாவும் அவளது நண்ணி வீட்டிற்குப் போனவள்தான், இவனோடு போனில்கூடப் பேசுவதில்லை. பர்வினும் பேச்சை நிறுத்திவிட்டாள்

தெருவில் ‘நுங்கு நுங்கு’ என்கிற சப்தம் கேட்டு மெதுவாகத் தலை நிமிர்ந்து சைக்கிளில் போகும் நுங்கு விற்பவனைப் பார்த்தான். சாஜிதாவுக்கு நுங்கு பிடிக்கும். வாங்கிக் கொடுத்துவிடுவோமா என்று நினைத்து, பிறகு அந்த எண்ணத்தைக் கைவிட்டான்.

பைத்தியம் பிடிப்பதுபோல இருந்தது. பிள்ளைகளோடு ஒன்றாகச் சாப்பிட்டு நாளாகிவிட்டது. சாஜிதாவின் கொஞ்சல் குரல் கேட்காமல் என்ன செய்வது என்று யோசித்தவன் தனது இயலாமையை மெஹரின் மீது திருப்பினான். ‘ஆறாம் வகுப்பு கூட படிக்காத மூதேவி முண்ட, குலா குடுக்குறாளாமுல்ல. அடுத்த வேள சோத்துக்கு வழியில்லாதவ, என்னா றப்பு’ என்று மனம் கறுவிற்று.

ரெண்டு நாள் அழுவாள், பிறகு அமைதியாகிவிடுவாள் என்று நினைத்தது தவறாகப் போய்விட்டதே என்கிற யோசனை உண்டாக, கடைத்தெருவில் இறங்கி நடக்க ஆரம்பித்தான். எதிர்ப்பட்ட ரசாக் இவனது ஸலாத்திற்குச் சொல்லிய பதில் ஏதோ ஒரு விதமான வெறுப்பினை உணரக்கூடியதாக இருந்தது. வழக்கமாகத் தன்னைப் பார்த்து மரியாதையோடு கைலியை அவிழ்த்துவிட்டு நடக்கும் சேக் தாவூது வீட்டுப் பொடியன்கள் தெனாவெட்டாகத் தன்னைக் கடந்துசெல்வதாக தோன்றிற்று. அது நிஜமா பிரமையா என்கிற யோசனை தந்த சோர்வோடு வீட்டை நோக்கிச் சென்றான்.

மெஹரையும் சாஜிதாவையும் இழந்துவிட்டதையும் இனி அவர்கள்மீது அதிகாரம் செய்யவியலாது என்கிற உண்மையும் ஒரே சமயத்தில் உறைக்க அமைதியாக நடந்துகொண்டிருந்தான்.

5

சுபைதாவிற்கு அழுதுஅழுது தொண்டை காய்ந்து கிடந்தது. காலையிலிருந்து சாப்பிடாமல் கிடக்கிறாள். சமைப்பதற்கு மெஹர் இல்லை, குடும்பத்தின் மரியாதை, கவுரவம் எல்லாம் போய்விட்டது. இனி என்னத்திற்கு வாழ என்று யோசித்தாள்.

"ரெண்டு பிள்ளைதானே பெத்தேன். வயசான ஆளுக்கு ரெண்டாந்தாரமா வாக்கப்பட்டு என்ன சொகத்தக் கண்டேன்? என்னைய மாதிரியே ரெண்டு பேரு வாழ்க்கையும் தரிசா போச்சேடா றப்பே, இது ஒனக்கே நாயமாப் படுதா, அடுக்குதா," கையேந்தி வாய்விட்டுப் புலம்பினாள்.

பர்வீன் வாழாவெட்டியாக வந்தபோதே கண்டதையும் பேசிய ஊரும் சொந்தங்களும் இன்று மெஹறும் குலா கொடுத்த பிறகு என்னவெல்லாம் பேசக் காத்திருக்குமோ, நினைக்கும்போதே திகீரென்றது. 'ஹசனுக்குப் புத்தி இப்படியா போக வேண்டும். பொண்டாட்டி புள்ளகுட்டிக இருக்கறப்போ பொண்டாட்டி புடிக்காட்டி புள்ளகளுக்காக வாழக் கூடாதா? இந்தப் பாவி பரப்பான். இப்புடி தலையில மண்ணள்ளிப் போட்டானே பாழாப்போனவன்' என்று சொல்லி அரற்றியபடி மூக்கைச் சீந்தினாள்.

சாகுல் இறந்த பிறகு வயதான தாவூது பாய்க்குத் தன்னை இரண்டாம் தாரமாகக் கட்டிக்கொடுத்தபோது எந்த அளவு மனம் கலங்கியிருந்தோம் என்பதை நினைக்கும்போதே அசதியாக இருந்தது.

“வீட்டுல சோறு இல்லைன்னா என்னைய இந்த கெழவனுக்கு வாக்கப்பட சொல்றீக,” என்று மனம் கலங்கி அழுதவளிடம், “இல்லை மவளே, ஒரு பொண்ணுன்னா அவ புருஷன்கூட வாழணும். ஒன்னைய நாங்க எம்புட்டு நாளு வச்சு காப்பாத்த முடியும்? எங்களுக்கு அப்புறமா, ஒனக்கு புள்ளகுட்டி வேணும்; உன்னைய காப்பாத்தணுமுல்ல. நீ கன்னி கழியாத மவராசின்னு ஊருக்கே தெரியும். ஆனா ரெண்டாந்தாரம்னா எவன் கட்ட வாறான், சொல்லு?” மடிப்பிச்சை கேட்ட அம்மாவின் முன்னால் பதில் சொல்ல முடியாமல் ஒப்புக்கொண்டாள்.

விவரம் புரியாமல் நடந்த முதல் திருமணத்திற்கு விலையாக இரண்டாவது திருமணத்தின் மூலம் இழந்த வாழ்க்கைக்குச் சாட்சியாக பர்வீனும் ஹசனும் பிறந்த பிறகு இவளுக்குத் தான் இழந்த வாழ்க்கை குறித்த கவலைகள் இல்லாமல் போயின. தாவூதின் மவுத்திற்குப் பிறகு தனக்கு இனி பிள்ளைகள் போதும் என்கிற நிறைவைக் கொண்டு காலத்தைக் கடத்தினாள்.

ஆனால் அந்த இறைவனுக்கு அதுவும் பொறுக்கவில்லைபோல; ‘குருவிக் கூட்டை கலைக்குற மாதிரி எங்குடும்பத்த கலைச்சு ஒக்கார வச்சுட்டானே யா அல்லா,’ பெருங்குரலெடுத்து அழத் துவங்கினாள். அவளது அழுகையைத் தடுப்பதற்கு அந்த வீட்டில் யாரும் இல்லை.

6

சுலையம்மா மெதுவாகக் கதவைத் தள்ளிப் பார்த்தாள். திறந்துதான் கிடந்தது. "ஆசியா" என்று மெதுவாகக் குரல் கொடுத்தாள். "மெஹரு" என்று மறுபடியும் சன்னமாகக் குரல் கொடுத்தாள். யாரையும் காணவில்லை. மறுபடி, "எலேய் ஆசியா" என்று கூப்பிட்டாள்.

முற்றத்தில் காய்ந்துகொண்டிருந்த துணிகளுக்குப் பின்னாலிருந்து லேசாகத் தலையை நீட்டி "என்னாது" என்றாள் ஆசியா. "ஒண்ணுமில்ல, சும்மா வந்தேன். பாத்துட்டு போலாமுன்னு." தடுமாறிற்று குரல். "பாத்துட்ட இல்ல. கௌம்பு," வெடுக்கென கேட்கிறது ஆசியாவின் குரல்.

அவளிடம் எதுவும் பேச முடியும் என்று தோன்றவில்லை. மெஹர் தென்படுகிறாளா என்று கண்களினால் துழாவினாள்.

"அங்க என்னத்த பாக்குற, அவ தூங்குறா," இவள் யாரைத் தேடுகிறாள் என்று புரிந்து சொன்னாள் ஆசியா.

"யாரும் எம்மவள பாத்து துக்கம் விசாரிக்க வேணாம். அவ பாட்டுக்கு இருக்குறா, தூண்டி விடாதீக," வெடுக்கெனச் சொல்லிவிட்டு அடுக்களைக்குள் நுழைந்துகொண்டாள்.

"உம். என்னா தெனாவட்டு. திமிரு மொட்ட முண்டக்கி, குலா குடுக்காதேன்னு நல்ல புத்திய சொல்லலாம்னா . . ." பெருமூச்சொன்றை விட்டவாறே தன் வீட்டை நோக்கி நடந்தாள் சுலையம்மா.

'ஆம்பள தப்புதான் செய்வான். பொம்பள பொறுத்துப் போறதுதான சரி. ஊரு ஒலகத்துல இல்லாததயா ஹசன் செஞ்சுட்டு வந்துருக்கான். அதுக்காக ரெண்டு புள்ளைகள கைல வச்சுக்கிட்டு குலா குடுக்குறாகளாமே நாற முண்டைக, ஊர கெடுக்கறதுக்கா,' முணுமுணுத்தபடி, வீட்டை நெருங்கியவளிடம் "என்னாச்சு ஏதும் சொன்னாகளா," ஆர்வமாகக் கேட்கிறது அனிபா ஹஜரத்தின் குரல்.

"இல்லெங்க, அவளுக உள்ளேயே நுழையவிடல," அவமானத்தினால் சுருங்கிக் கிடக்கிறது சுலையம்மாவின் முகம். மனைவி சென்ற காரியம் கைகூடாத விரக்தியில் பள்ளிவாசலை நோக்கி நடக்க ஆரம்பித்தார் அனிபா ஹஜரத்.

'ஹசன் ஒப்புக்கிட்டா என்னா ஒப்புக்காட்டி என்னா, பொண்டாட்டி முடிவு செஞ்சா தாராளமா குலா குடுக்கலாமே. சட்டத்துல எடம் இருக்கே, ஆண்டவன் விட்ட வழி' என்று தனக்குள் முனகியபடி நடந்துகொண்டிருந்தார்.

தூரத்தில் பாங்கு[1] சொல்லும் சப்தம் அவரது எண்ணத்தை உறுதி செய்வதாக இருக்கிறது.

கணவன் வீட்டிலிருந்து திரும்பிய பிறகு ஹசன் ஒரேயடியாக குடிக்க ஆரம்பித்தான். "அவனையும் அவன் அப்பன் ஆத்தாவையும் குரல்வளையைக் கடிச்சிட்டு வாறேன்" என்று, அவனது கட்டுக்கடங்காத ஆத்திரத்தை "விடுண்ணே அவன் ஒண்ணுத்துக்கும் லாயக்கில்லாதவன்" என்று ஒரே வார்த்தையில் அவனை அடக்கினாள் பர்வீன்.

பிறகு வந்த நாட்களில் சகோதரன் ஹசன் வீட்டில் உருவாக்கியிருந்த சட்டதிட்டங்களால் பர்வீன் கடும் எரிச்சலை அடைந்திருந்தாள். எப்போதும் ஏதேனும் ஹதீஸையும் இபாதத்தையும் மட்டுமே போதித்தபடி இருக்கும் ஒரு மனிதனோடு எப்படி இந்த வீட்டில் எஞ்சிய காலத்தைக் கழிக்கப்போகிறோம் என்கிற கவலை தொற்றிக்கொண்டது. அவனது ஓயாத தொணதொணப்பு தாங்கவியலாதபடிக் காதுகளை அடைத்துக்கொண்டிருப்பதாக உணர்ந்தாள். ஒரே சமயத்தில் வீடே ஒரு சிறைச்சாலையாகவும் பள்ளிவாசலாகவும் தோற்றமளிப்பதாக உணர்ந்தாள். அறிவுரைகள், பெண்களுக்கான

1. தொழுகைக்கான அழைப்பு.

அறிவுரைகள், சொர்க்கத்திற்குச் செல்வதற்கான வழிமுறைகள் என்று நல்லியல்புகள் கொண்டவர்களாக மாறுவதற்காகப் பெண்கள் பெரும்பாடு பட்டுக்கொண்டிருந்தனர்.

இந்த வீட்டைவிட, பேராசை பிடித்த கணவன் வீடே தேவலாம் போலிருந்தது பர்வீனுக்கு. எப்பொழுதிலிருந்து ஹசன் இப்படி மாறிப் போனான்? முன்பு அவன் இப்படி இல்லையே, எல்லாமே சவுதியிலிருந்து திரும்பிய பிறகுதானா என்று தனக்குள்ளே யோசித்துக் களைத்துப்போனாள். அம்மாவிற்கும் மெஹருக்கும்போல இவளுக்கும் பாலியெஸ்டர் புடவைகளும் கறுப்பு நிற புர்காவும் கிடைத்தபோது தனது எஞ்சிய காலத்தைப் பற்றிச் சற்றுத் தீவிரமாகவே யோசிக்க ஆரம்பித்தாள்.

எப்போதும் போதனைகளால் தொணதொணக்கும் குரல்கள் பெரும் வெறுப்பைச் சகோதரன் மீதும் மதத்தின்மீதும் உருவாக்கிவிடுமோ என்று பயந்தாள்.

'நானும் ஐந்து நேரம் தொழுகவும் குரான் ஓதவும்தான் செய்கிறேன். ஆனால் அவன் வலியுறுத்தும் விஷயங்களோ முற்றிலும் ஒப்புக்கொள்ள முடியாததாக, வெறுப்பை மூட்டுவதாக இருப்பது எப்படி' என்று யோசித்தாள்.

'இந்தா பர்வினு, இனி ஒனக்கு மறுமையில நல்ல வாழ்க்கைய அல்லா குடுப்பான். இந்த வாழ்க்கைய விட்டுடு. இது ஒண்ணுமேயில்ல. தொழு, துவா செய், நோன்பு வை, இபாதத்தை அதிகமாக்கு, டி.வி. பாக்காத; இந்த ஒலக ஆசாபாசங்கள துறந்து வாழு, மறுமையில சொர்க்கத்துக்கு வழிய தேடு; என்னா நான் சொல்றது.'

இவளுக்கு மெஹரை நினைத்துப் பரிதாபமாக இருந்தது. எப்படி இவனோடு இருந்தாள்? அவனது ஒவ்வொரு செய்கையும் சொல்லும் ஆண் என்கிற திமிரோடு வெளிப்படுவதாக உணர்ந்தாள். இனி காலம்பூராவும் இவனோடு இவனது தயவில் வாழ வேண்டும் என்கிற கவலை பிடுங்கித்தின்ன அம்மாவிடம் சொன்னாள், "இனி நான் இந்த வீட்டுல இருக்க மாட்டேன். எனக்கு மூச்சு முட்டுது?"

சுபைதா கவலையோடு மகளை ஏறிட்டுப் பார்த்துக் கேட்டாள். "எங்க போவே."

"சின்ன நன்னிகூட இருந்துக்கறேன். அடுத்த தெருவுதான."

சுபைதாவினால் அவளைத் தடுக்க முடியவில்லை. எந்த அளவுக்குத் தனது வீட்டின் சூழல் மூச்சுமுட்டுகிறது என்பதை

அவளால் புரிந்துகொள்ள முடியவில்லை. இவளோ அம்மாவின் பதற்றத்தைப் பிடிவாதமாகப் புறந்தள்ளினாள்.

குழந்தை இல்லாத சின்ன நன்னி ஆமினாவின் வீட்டிற்குக் குடிபெயர்ந்தாள்.

ஊரில் எந்த விசேஷங்களுக்கும் அவளால் போக முடியாது. அவர்கள் பார்க்கும் பார்வையின் பச்சாதாபமும் அவமரியாதையும் கொடும் நரகம். வீடாவது எந்த இறுக்கமும் அற்று தன்னுடையதாக இருப்பது போதுமென்றிருந்தது. தன்னைப்போல மெஹரும் பின்னாளில் சாஜிதாவும் எப்படியேனும் தப்பிக்க வழியேதும் இருக்கிறதா என்று அடிக்கடி யோசிப்பாள்.

இன்று அதுதான் நடந்திருக்கிறதா என்கிற யோசனை உடனே திடமாகவே ஓடிக்கொண்டிருந்தது. “என்னத்த பாக்க வந்தம்மா. எம்மவ வாழாவெட்டியா வந்து மூலையில கெடக்குறதயா.” கடும் ஓங்காரத்துடன் கேட்கும் குரல்கேட்டுத் திடுக்கிட்டுத் திரும்பினாள் பர்வீன். ஆசியம்மா தனது இரண்டு கைகளாலும் மூஞ்சியிலும் நெஞ்சிலும் அடித்துக்கொண்டழுதபடி இவர்களின் அருகாக வந்து அமர்ந்தாள்.

நன்னியின் அழும் குரல் கேட்டுத் திடுக்கிட்டு விழித்த சாஜிதாவும் அஷ்ரபும் மறுபடி அம்மாவை இறுக அணைத்தபடி மடியில் முகம் புதைத்துக்கொண்டனர். சாஜிதாவுக்கு அம்மாவின் சேலையில் எச்சில் நாற்றம் அடித்தது. “அய்யோ அழுகாதீங்க மாமி; பிள்ளைக பயப்படுதுக இல்ல.” தனது சமாதானம் எவ்வகையிலும் பயன் தரப்போவதில்லை என்று புரிந்தாலும் அவள் வேறு வழியில்லாமல் அதனைச் சொன்னாள்.

“புள்ளைக தலையிலதான் இடிய எறக்கிட்டுப் போயிட்டானே ஒங்க அண்ணன். எத்தீமான புள்ளைகளா போச்சுகளே. இதுகள மொகத்தப் பாத்துக்கிட்டு இருக்கக் கூடாதுன்னு அந்த படுபாவிப்பய புதுசா ஒரு புனாவ பாக்கப்போய்ட்டானே! அவன் நாசமாப் போக.”

காதைக் கூசவைக்கும் வார்த்தைகள். அடிமனதின் அத்தனை ஆத்திரமும் வெறுப்பும் இணைந்து அனலாகக் கொட்டித் தீர்க்கிறாள் ஆசியா.

காய்ந்து ஒட்டிய உடல். பரட்டை பிடித்த தலைமுடி, காசநோய் உலர்த்திய தோல். எலும்பு மட்டும்தான் மிச்சமிருக்கிறது என்பது போன்ற தோற்றம் ஆசியம்மாவிற்கு. மெஹரின் முகம் எந்த சலனமுமற்றிருக்கிறது. நாளையைப் பற்றிய பெரிய பதற்றம் ஏதும் இருப்பதாகத் தெரியவில்லை.

சலனமேயில்லாமல் நடப்பதைக் கவனிக்கும் உலர்ந்த விழிகள். ஒருவேளை தன்னைப் போலத்தான் இவளும் தப்பித்துவிட்டோம் என்று நினைக்கிறாளா என்று எண்ணத் தோன்றினாலும் அதனை அத்தனை எளிதாக அவளால் கணிக்க முடியவில்லை.

'ஒரு நாளையில விரும்புன சேலைய கட்டியிருப்பாளா, ஒதட்டுச் சாயம் போட்டுருப்பாளா, ஊருல இவ சோடிப் பொண்டுக எப்புடியெல்லாம் உடுத்துறாளுக, சிங்காரிச்சிகிறாளுக இவளுக்கு எந்த சந்தோஷமாச்சும் இருந்துச்சா.'

"வேலைக்காரிமாதிரி சோறாக்க, திங்க, படுக்க . . . பெத்த வயிறு எரியுது, ஆம்பளை இல்லாத என் வீட்டுல," மறுபடி அடிவயிற்றில் அடித்துக்கொண்டு அழுகிறவளிடமிருந்து எப்படியேனும் தப்பித்துவிட வேண்டும் என்கிற உணர்வு மேலிட்டது. இப்பொழுது என்ன செய்வது என்று புரியாமல் அமர்ந்திருந்தாள் பர்வீன். தான் தப்பித்துவிடுவது எளிது. ஆனால் மெஹர் எப்படி இந்த நரகத்தில் வாழப்போகிறாள்? எரியும் எண்ணெயிலிருந்து தப்பித்து அடுப்பில் விழுந்தது மாதிரி.

நிலைமையைச் சரி செய்யும் விதமாகக் குழந்தைகளை எழுப்பி தன்னோடு கைகளில் பிடித்துக்கொண்டு, துப்பட்டியை அணிந்துகொண்டாள். "மாமி கொஞ்சம் ஆறப்போடுங்க. சபுர் செய்யுங்க" கெஞ்சலாக ஒலிக்கிறது குரல்.

"எம்மவ பச்ச மண்ணு. 16 வயசுல கட்டிக்குடுத்து 30 வயசுல வீட்டு முலையில ஒக்கார வச்சுட்டானே. சண்டாளன் எம்மவ வாழவே இல்லையே. சொச்ச காலம் என்னாண்டு போகப்போறதுனு தெரியலயே."

மறுபடி ஓலமிடுகிற குரலின் நியாயம் மனதைப் பிசைய அவசரமாக அங்கிருந்து கிளம்பினாள் பர்வீன்.

7

பர்வீனுடைய மடியில் படுத்திருந்த சாஜிதா விற்குத் துக்கம் தொண்டையை அடைத்தது. அம்மாவின் முகம் அடிக்கடி கண்முன் வந்தபடி இருக்கிறது. அத்தாவிடம் பேசி ஐந்து மாதங்கள் ஆகிவிட்டன. சாஜிதாம்மா என்று அழைக்கும் அவரது குரல் காணாமல் போய்விட்டது. இனி மறுபடி அந்தக் கொஞ்சல் குரல் கேட்காது. அப்படிக் கேட்டாலும் அது தனக்குப் பிடிக்காது என்று நினைத்துக்கொண்டாள்.

'அவர் எதற்காக இன்னொரு கல்யாணம் செய்து கொண்டார் என்கிற கேள்விக்கான விடை எனக்குத் தெரியப்போவதில்லை. ஆனால் அது நிச்சயமாக ஏற்றுக்கொள்கிற விஷயமில்லை. எப்படி என்னையும் தம்பியையும் விட்டுவிட்டுப் போக அவருக்கு முடிந்தது? எப்படிப் பார்க்காமல் பேசாமல் இத்தனை நாட்கள் இருக்கிறார்?' என்றெல்லாம் புரியவில்லை சாஜிதாவுக்கு. அஷ்ரப் அவ்வப்போது தெருவிலிருந்தபடியே அத்தாவைப் பார்த்தால் பின்னாடியே போய்விட்டுப் பிறகு வருவான். இவள்தான் அம்மாவிற்குப் பிடிக்காது என்று பேசுவதை நிறுத்திவிட்டாள்.

அம்மாவும் நன்னியும் இடைவெளி இல்லாமல் புலம்புவதைக் கேட்டுக்கொண்டிருப்பது பைத்தியம் பிடிக்கும்போல இருந்தது. ஆனால் வேறுவழி

இல்லை. அங்கேதான் இருக்க வேண்டும். நன்னியின் இருமலும் அழுகையும் இப்போதும் காதில் கேட்டுக்கொண்டுதான் இருப்பதுபோல இருந்தது. பத்தாம் வகுப்புப் பரீட்சையை இத்தனை கலவரத்திலும் கஷ்டப்பட்டு எழுதி முடித்தாள். மார்க் எவ்வளவு வருமோ என்கிற கவலை கூடியது. அம்மா திடீரென ஒருநாள் பள்ளியிலிருந்து இவளுக்கும் தம்பிக்கும் டிசியை வாங்கிவந்துவிட்டாள்.

பள்ளியில் காரணம் கேட்டதற்கு அவன் படிக்க வைத்த பள்ளியில் அவனது செலவில் விட மாட்டேன் என்று சொன்னதாக மரியா டீச்சர் இவளிடம் சொல்லி வருத்தப்பட்டாள்.

“உங்க அம்மாவும் பாட்டியும் இந்த நல்ல ஸ்கூல்லருந்து ஒங்கள வேற எங்க போடப் போறாங்க? சரியான லூசுகளா இருக்குதுக” என்று டீச்சர் சொல்ல, இவளுக்கும் புரியவேயில்லை. மரியா டீச்சர் அம்மாவையும் நன்னியையும் லூசு என்றது மனதிற்கு ஏனோ வருத்தமாக இருந்தது.

இவளுக்கும்கூட அந்தப் பள்ளியிலிருந்து வேறொன்றுக்குப் போனால் தேவலை என்று இருந்தது. பிள்ளைகள் எல்லோருக்கும் அத்தா இரண்டாவது கல்யாணம் பண்ணியது தெரியும். சபிக்காவும் ஷகிலாவும் கேலியாகக் கேட்டதும் நினைவுக்கு வந்தது.

இவள் அம்மாவிடம் சொன்னாள், “என்னைய டவுன்ல ஒரு ஹாஸ்டல்ல படிக்க அனுப்புங்க. இங்க வேணாம்,” காரணத்தை அம்மாவும் கேட்கவில்லை. இவளும் சொல்லவில்லை. “தம்பிய பக்கத்து பள்ளிக்கூடத்துல போடுங்க,” இவளே யோசனை சொன்னாள்.

“அம்மாகிட்ட வீட்டுக்கு போறியாடா,” பர்வீனின் குரல் கேட்டுத் தலையை உயர்த்தி வேண்டாம் என்பதுபோலத் தலையசைத்துவிட்டு மறுபடி படுத்துக்கொண்டாள்.

அங்கே போகவே பயமாக இருந்தது. அழுகைச் சத்தம் துரத்தியடித்தது. ஆனால் அம்மாவிற்காகப் போய்த்தான் ஆக வேண்டும் என்று யோசித்தவள், “போறேன்” என்றபடி எழுந்து அமர்ந்து படுக்கையிலிருந்த புர்காவைக் கையில் எடுத்து உடுத்த ஆரம்பித்தாள்.

அம்மா நன்னியைப் போல அழுது கூக்குரல் எழுப்புவதில்லை என்பது கொஞ்சம் ஆறுதலாக இருந்தது. ஒருவேளை என் முன்தான் அழாமல் இருக்கிறாளோ, நானில்லாதபொழுது அழுவாளோ என்று சந்தேகம் உண்டாயிற்று; என்றாலும்

அம்மா தைரியமாக இருக்கிறாள் என்பதே போதும் என்று நினைத்துக்கொண்டவளுக்கு அத்தாவின் நினைவும் அவரது பிரியமும் நினைவுக்கு வந்து போயிற்று. அத்தாவோடு காரில் முன் சீட்டில் அமர்ந்து பேசியபடி பயணம் செய்யும் ஆசை உண்டாயிற்று; என்றாலும் இனி அது சாத்தியமில்லை என்கிற உண்மை, அந்த நினைவுகளிலிருந்து விடுபட வைத்தது.

வீடு நோக்கிச் செல்வதற்கு முன்பாக மறுபடி ஒருமுறை பர்வின் குப்பியைக் கட்டி அணைத்து முத்தமிட்டாள். இவளது கஷ்டம் புரிந்தவளாக பர்வீன் தலையைக் கோதி முத்தமிட்டு அனுப்பிவைத்தாள்.

அஷ்ரப் உறங்கி எழுந்து தானாக வருவான் என்று நினைத்தபடி பர்தாவை அணிந்துகொண்டு தெருவில் இறங்கி நடக்க ஆரம்பித்தாள். தெருவில் யாருக்கும் தான் யாரெனத் தெரியாது என்கிற நிம்மதியோடு சாவகாசமாகக் கைவீசி நடந்தாள்.

அத்தா கல்யாணம் செய்தது தெரிந்த மறுநாள் அம்மா இவளைக் கட்டிப்பிடித்து அழுத அன்றுதான் இவள் வயசுக்கு வந்தாள். இந்தப் பிரச்சனையினால் ஒரு விசேஷமும் யாரும் செய்யவில்லை; இல்லையென்றாலும்கூட அத்தாவுக்கு இந்த அனாச்சாரமெல்லாம் பிடிக்காது. செய்யவிட மாட்டார் என்று முன்பே அம்மாவும் நன்னியும் பேசிக் கவலைப்பட்டதை நினைவூட்டிக்கொண்டாள். வருத்தமாக இருந்தது.

ஊரில் இவருடைய தோழிகள் எல்லாம் வயசுக்கு வந்த பிறகு மாமு வீட்டுச் சீர் ஊரெல்லாம் சொல்லி விருந்து வைத்து என்னென்னவோ செய்தார்கள். இவளுக்குதான் அந்தச் சடங்கெல்லாம் இல்லாமல் ஆயிற்று.

8

ஹசனுக்கு சாஜிதாவைப் பார்க்க வேண்டும், பேச வேண்டும்போல ஏக்கம் உண்டாயிற்று. இனி முன்புபோல ஒரு அன்புக்கோ பேச்சுக்கோ ஏதும் இடம் இருப்பதான நம்பிக்கை சுத்தமாகவே இல்லை. குழந்தைகள் இத்தனை தூரம் வெறுக்கும் என்று முன்பே ஏன் புரியாமல் போயிற்று என்று யோசித்தான். அம்மா கறாராகச் சொல்லிவிட்டாள். “வீட்டுப் பக்கம் அந்த புதுப் பொண்டாட்டிய கூட்டிட்டு வந்துடாத. நான் தனியே இருந்துக்கறேன். கிழவனுக்கு வாக்கபட்டு ரெண்டு பிள்ளைய பெத்து நான் வாழ்ந்து முடிச்சது போதும்.”

அவசரப்பட்டுத் தவறு செய்துவிட்டோமா என்று யோசித்தவன், ‘இதில என்ன தவறு? ஆம்பளை கலியாணம் பண்றது என்னா குத்தம்?’ என்று எண்ணினான்.

‘பொட்டச்சியே குலா குடுக்குறாளுவ’ என்று மீண்டும் பழையபடி தான் ஆண் என்கிற விஷயத்தைத் தனக்குத்தானே நினைவூட்டிக்கொள்ள முயன்றான்.

அந்த நினைப்பே அவனைக் குற்றவுணர்ச்சியி லிருந்து தடுக்கக் கூடியதாக இருந்தது. ஒரு நீண்ட பெருமூச்சோடு பள்ளிவாசலை நோக்கி நடக்க ஆரம்பித்தான்.

முன்பெல்லாம் இவனோடு தப்லீக் வேலைகளில் கூடவே ஓடி வரும் ராசிக்கும் சித்திக்கும் இவனுக்கு எதிர்த்தாற்போல நடந்து வந்துகொண்டிருப்பதைப் பார்த்தவன், அவர்கள் சொல்லப்போகும் ஸலாத்திற்குப் பதில் ஸலாம் சொல்வதற்கான முனைப்போடு நடந்துகொண்டிருக்க, அவர்கள் இவனைக் கவனிக்காதது போன்ற பாவனையோடு கடந்துசென்றார்கள். இவனுக்கு அவர்களது நடவடிக்கை கொஞ்சம் வியப்பாகவும் அதிர்ச்சியாகவும் இருக்க திரும்பி நின்று, "எலேய் கண்ணு கிண்ணு தெரியலயா? சலாம்கூட சொல்லாம கொள்ளாம போறீக," என்று சத்தமிட்டு அழைத்தான்.

"ஹசன் மச்சானா, அலைக்கும் ஸலாம் மச்சான். நிசமாவே நாங்க கவனிக்கல. ஊர்ல கந்தூரி வரப்போகுதா, அதுதான் பேசிக்கிட்டு போய்க்கிட்டு இருந்தோம்." அவர்கள் சமாளிக்கிறார்கள் என்பது நன்றாகவே இவனுக்குப் புரிந்தது.

"சரித்தா, பாத்துப் போங்க. நான் தொழுகைக்குப் போறேன்," என்றபடி நடந்தவனுக்கு சொல்லவொண்ணாத துக்கமும் அவமானமும் உண்டாயிற்று. எல்லாம் நஸீபு[1] என்று தனக்குள்ளாக முனகிக்கொண்டான். போறானுக என்று சமாதானப்படுத்தினாலும் சாஜிதாவைப் பார்க்காமல் இருப்பதுதான் சமாதானப்படுத்திக்கொள்ள இயலாததாக இருந்தது.

அடுத்த தெருவில் இருந்துகொண்டு வைராக்கியமாக தன்னைப் பார்க்காமல் எப்படி இந்தப் புள்ளையால் இருக்க முடிகிறது என்று நினைத்தவன் அவ்வளவு வெறுப்பு என்மீது பிள்ளைக்கு இருக்கிறதா என்று கவலைகொண்டான்.

பள்ளிவாசலின் வெளியே நின்றுகொண்டிருந்த கடைப் பையன் ஹமீது, "அண்ணே வீட்லருந்து அரிசியும் கறியும் கேக்குறாக. சீட்டு வந்துச்சு," என்றான்.

கதீஜாவுக்குச் சோறும் கறியும் இருந்தால் போதும் என்று. எரிச்சலாக இருந்தது. அதே சமயம் 'சோத்துக்கு வழியில்லாதவளதான கட்டிட்டு வந்தேன்' என்று தனக்குள் நினைத்துக்கொண்டான்.

மறுபடி ராசிக்கும் சித்திக்கும் தன்னை மதிக்காமல் சென்றது மனதில் வந்து துன்பப்படுத்திற்று. எப்படி அவர்கள் இப்படிச் செய்யலாம் என்று ஆத்திரம் கொப்பளித்தது.

---

1. நஸீபு – இறை விதிப்படி

ஒன்றாகவே இருந்து, ஒன்றாகவே ஜமாத் வேலைகளை நேற்றுவரை செய்துகொண்டிருந்தவர்களுக்கு அப்படி என்ன என்மீது வெறுப்பும் அலட்சியமும் என்று யோசித்துயோசித்துத் தலையைப் பிய்த்துக்கொண்டான்.

'சட்டம் அனுமதித்த விஷயத்தைத்தானே செய்தேன். இவர்களுக்கு இதில் என்ன ஆத்திரம்? யாருக்கு இதில் பிரச்சனை?' என்று எரிச்சலுண்டாகிற்று. 'இந்த வாரம் வியாழன் மாலை தெருவுக்குள் கஸ்து போகும்போது என்னோடுதானே வருவார்கள் ... இருக்கட்டும்' என்று கறுவியபடி வேறு வேலைகளைப் பார்க்க எத்தனித்தான்; என்றாலும் எதையோ இழந்துவிட்டதொரு வெறுமை மனதில் இருந்து அரித்துக்கொண்டுதானிருந்தது.

9

நீண்ட நாட்கள் ஆகிவிட்டன. தெருவைப் பார்த்து, மனிதர்களோடு பேசி. மெஹர் இன்னும் தனக்கு ஏன் பைத்தியம் பிடிக்கவில்லை என்று ஆச்சரியம் கொண்டாள். குலா கொடுத்தபிறகு நான்கு மாதம் பத்துநாள் இத்தா[1] இருந்தே ஆக வேண்டும் என்று அனிபா ஹஜரத் சொல்லிய பிறகு அவள் அதனைச் செய்தாள்.

இனி வாழ்க்கையை எப்படி நகர்த்திச் செல்வது என்று தெரியவில்லை. அம்மாவின் காசநோய் இருமலோடும் புலம்பலோடும் இன்னும் எத்தனை காலம் ஓட்ட வேண்டும் என்பது புரியாமல் இருந்தது.

காலை விடிகிறதோ இல்லையோ ஆசியம்மாவின் கொடூரமான சாபங்களோடும் இருமலோடும்தான் அது விடிகிறது. ஹசனை இன்னும் திட்டித் தீரவில்லை அவளுக்கு.

ஒரு மனிதனை இத்தனை வார்த்தைகளால் திட்ட முடியுமா என்றிருந்தது. ஏறக்குறைய எல்லாக் கெட்ட வார்த்தைகளோடும் புத்தம்புதிய கெட்ட வார்த்தைகளையும் அவனைத் திட்டுவதற்காகக் கண்டுபிடித்தபடியிருந்தாள் அம்மா.

---

1. இத்தா – கணவர் இறந்த பின் அல்லது விவாகரத்து ஆன பின், ஒரு பெண் கருவுற்றிருப்பதை அல்லது கருவுறாமல் இருப்பதை அறிவிப்பதாகப் பிற ஆண்களைப் பார்க்காமல் வீட்டில் தனிமைப்படுத்தப்படும் ஓர் ஏற்பாடு.

அவளுடைய வலி மனநிலை பேதலிக்க வைத்துவிட்டதோ என்று யோசித்துக் கவலைகொண்டாள்.

அஷ்ரபைக் காணவில்லை. அப்பனிடம் ஓடியிருப்பான். தூங்கி எழுந்ததும் அங்கேதான் ஓடுவான். அதுதான் அம்மா கத்திக்கொண்டிருப்பதற்குக் காரணமாக இருக்கும் என்று யோசித்தவள், பல் விளக்க ஆரம்பித்தாள். சாஜிதாவை இன்றைக்கு வேறொரு ஸ்கூலில் 11ஆம் வகுப்பு சேர்க்க வேண்டும்.

அம்மாவின் ஒன்றுவிட்ட நாத்தனார் மகன் வருவதாகச் சொல்லியிருந்தான். அவனும் அம்மாவும் சாஜிதாவைப் பக்கத்து ஊர் பள்ளியில் சேர்த்துவிட்டுவரப் போவார்கள். ஹாஸ்டலில் தங்கிக்கொள்வாள். ஹசன் இரண்டு முறை ஆள் அனுப்பி சாஜிதாவைப் பள்ளிக்கூடத்தில் சேர்க்கக் கேட்டு அனுப்பியிருந்தான். இவள் ஒப்புக்கொள்ளவில்லை. சாஜிதா என்ன நினைக்கிறாள் என்பது தெரியாது. இவளும் அம்மாவும் திட்டுவதையும் அழுவதையும் வைத்தே அவள் முடிவு செய்து கொள்கிறாள் என்று தோன்றிற்று. அவளுக்குத் தகப்பனின் மீது உயிர். கடந்த மூன்று மாதமாக அவனோடு பேசாமல்தான் இருக்கிறாள். பல சமயங்களில் படுக்கையில் சுருண்டு கிடக்கும் அவளைப் பார்க்கும்போது அடி வயிறு கவ்விப் பிடிக்கும், பிள்ளை ஏங்கிப்போவாளே என்று.

அவளையாவது அவனோடு பேசிக்கொள்ளச் சொல்லலாமா என்று யோசிப்பாள். ஆனாலும் கோபம் அதைச் சாத்தியப் படுத்தாது. புள்ளைக நெனைப்பு இருந்துச்சுன்னா அந்த மனுஷன் இன்னொருத்திய கட்டிக் கூட்டிவருவாரா? அப்புறம் எதுக்குப் புள்ளையாம் என்று தனக்குத்தானே சமாதானம் செய்துகொள்வாள். படுக்கையில் உறங்கும் சாஜிதாவுக்குப் பாவாடை தொடைவரை மேலேறிக் கிடந்தது. அவள் எழும்பிவிடாதவாறு மெதுவாகப் பாவாடையைக் கீழிறக்கிவிட்டாள். பள்ளிக்குக் கிளம்ப நேரம் இருக்கிறது; இன்னும் கொஞ்ச நேரம் தூங்கட்டும் என்று தனக்குள் சொல்லிக்கொண்டாள். இந்நேரம் ஹசனோடு இருந்திருந்தால் காலை ஐந்து மணிக்கெல்லாம் புள்ளையைக் கத்தி எழுப்பிவிடுவான். 'பொம்பளப் புள்ள, காலைல சுபுஹு தொழுகாம என்னா தூக்கம்' என்று விரட்டியடிப்பான்.

"விடுங்க. இப்ப தூங்கிக்கிட்டாதான் பொம்பளப் புள்ளைக கல்யாணத்துக்கு பொறகு மாமியார் புருஷன்னு சேவகம் செய்ய நேரம் சரியாயிருக்கும்" என்பாள். அதுகூடப் பயந்துபயந்துதான் சொல்ல முடியும்.

“ஓஹோ நீ எனக்கும் எங்கம்மாவுக்கும் சேவகம் செய்றியாக்கும். அதை சொல்லிக் காட்டுறியாக்கும்” என்பான் எகத்தாளமாக.

“தொழுகறதுக்கு பொம்பள புள்ளைய பழக்குவியா. இப்புடி சப்பக்கட்டுக்கட்டித் தூங்கவச்சு கெடுப்பியா”. ஆங்காரமாக ஒலிக்கும் குரல் இவளை ஒடுங்கவைக்கும்.

சின்னஞ்சிறிய அறை, கட்டிலாலும் இரண்டு பெட்டிகளாலும் அடைந்து கிடப்பதுபோல இருந்தது. கொடி நிறையத் துணிகள் துவாலைத் துண்டுகள் தொங்கிக் கிடந்தன. தலை எண்ணெய்ப் படிந்த சுவரோரங்கள் பெயின்ட் இல்லாமல் பல்லைக் காட்டின. இனி இந்த வீடும் இந்த அறையும்தான் தனக்குக் காலத்திற்கும் விதித்த இடம் என்பதே திகீரென்றது. இதில்தான் தன் வாழ்கை முழுக்க வாழ வேண்டும் என்பதும் துக்கத்தின் வலிமையைக் கூட்டிற்று.

அத்தா விட்டுப்போன ஒரு கடையும் அதில் கிடைக்கும் வாடகையும் சொற்ப காணியும் அம்மாவிற்கு வேண்டுமானால் போதுமானதாக இருக்கும்; இனி தனக்கு?

பிள்ளைகளை ஹசனிடம் அனுப்பக் கூடாது என்று வீம்புக்காக வைத்திருப்பது சரியாக இருக்குமா என்று தெரியவில்லை.

அனிபா ஹஜரத் “ஏதாவது நஷ்ட ஈடு குடுத்தா” என்று கேட்டுப் பார்த்தாராம். “ஏன் அவள குலா குடுக்க நானா சொன்னேன். இருந்து பிள்ளைய வளப்பாளா திமிர்பிடிச்சவ” என்று சொல்லிவிட்டானாம்.

‘அவன் காசு எனக்கெதற்கு கர்மம்,’ என மனதிற்குள் கறுவிக்கொண்டாள். ‘அவனை என்ன செஞ்சா தேவலாம்,’ என்று ஆத்திரம் பீறிட்டது.

‘குலா குடுத்தும்கூடத் திமிர் அடங்கலயே,’ ஆத்திரம் அடங்காமல் பீறிட்டது. ‘நான்தான் இத்தனை கோபப்படுகிறேனா,’ என்று தன்னைத்தானே கிள்ளிப்பார்த்துக்கொண்டாள். இவ்வளவு வீம்பும் கோபமும் தனக்குள்தானா என்பதுபோல. காலை வெயில் ஜன்னல் வழியே அறைக்குள் விழ ஆரம்பித்தபோது ‘ஸலாம் மம்மானி’ என்கிற குரல் காதில் விழுந்தது.

யாராக இருக்கும் என்று காதுகளைக் கூர்மைப்படுத்தினாள்.

“வாத்தா அபிபுல்லா,” அம்மாவின் குரலில் வந்திருப்பது அம்மாவின் ஒன்றுவிட்ட நாத்தனார் பையன் என்பது புரிந்தது.

இன்று அவனோடுதான் அம்மா சாஜிதாவைப் பள்ளியில் சேர்க்க அழைத்துச் செல்லப்போகிறாள். இவளுக்கு அவனைப் பார்த்ததாகவே நினைவிலில்லை. நாலைந்து வருடங்களுக்கு முன்பு நடந்த விபத்தில் மனைவி இறந்து போய்விட்டதாகவும் இப்போதும் தனியேதான் இருப்பதாகவும் சொல்லியிருந்தாள் அம்மா.

ஸ்கூலில் சேர்ப்பதற்கான பணத்தை இவளது நகையை அடமானம் வைத்துக் கொண்டுவந்திருந்தான். ஆசியா கேட்டாள், "ஏம்மா இம்புட்டு பணத்தக் கட்டி பொட்டப் புள்ளைய படிக்க வைக்கணுமா. அதுவும் ஹாஸ்டல்ல," என்று. சாஜி பிடிவாதமாக இருந்தாள். "நான் படிச்சு டாக்டராகணும்."

மெஹருக்கும் சாஜி படித்து வேலைக்குப் போக வேண்டும் என்றிருந்தது.

"நான் அஞ்சாங் கிளாஸ் படிச்சதுனாலதான் என்னைய நட்டாத்துல விட்டுட்டுப் போனான் அந்த எடுபட்ட பய. எம்மவளாவது படிக்கட்டும்," உறுதியாகச் சொன்னாள்.

நேற்று அனிபா ஹஜரத் மனைவியிடம் அவன் சொல்லியனுப்பியிருந்தான். 'சாஜிதாவை நான் ஒரு நல்ல மதராஸாவுல போட்டு ஆலிமா பட்டம் வாங்க வைக்கலாமுனு நெனைக்கிறேன். மெஹருட்ட பேசுங்க.'

சுலையம்மா மெதுவாகப் பேச்சை ஆரம்பித்தாள். "ஏலே பொட்டப் புள்ளைய என்னாத்துக்கு படிக்கறதுக்கு ஹாஸ்டலுக்கு தனியா அனுப்பிக்கிட்டு. மதரஸாவுல சேக்கலாமுல்ல" சொல்லும்போதே சுலையம்மாவுக்கு பயத்தில் தொண்டை வறண்டது. இவளுகள் கிட்ட வாங்கிக்கட்டப் போகிறோமே என்று எதிர்பார்த்தது போலத்தான். ஆசியா கத்த ஆரம்பித்தாள். "ஏன் அந்த முண்டப் பய சொல்லி அனுப்பினானா?" அதற்குப் பிறகு மேற்கொண்டு ஏதும் பேசாமல் ஒரே ஓட்டமாக ஓடிப் போனாள் சுலையம்மா.

மெஹருக்குத் தெரியும், அவன் நீண்ட நாட்களாக சாஜிதாவை மதரஸாவில் சேர்க்க வேண்டும், ஆலிமா பட்டம் பெற வைக்க வேண்டும் என்று கனவு கண்டது. "எம் பொண்ணு வயசுக்கு வந்துட்டா, படிக்க அனுப்ப மாட்டேன். ஏதாவது தப்புதண்டாவுக்கு போயிடுங்க. மதரஸாவுல ரெண்டு வருஷம் போட்டுட்டு இல்ம மரியாதய கத்துக்குடுத்து, இல்மு தெரிஞ்ச மாப்பிள்ளைக்கு கட்டிக் குடுத்துரணும்" என்பான்.

மெஹருக்குப் பத்திக்கொண்டு வரும். ‘ஒன்னைய மாதிரி ஒரு முட்டாப் பயல எம் மவளுக்கும் பாக்கப்போறியா’ என்று கறுவிக்கொள்வாள்.

இன்று அவனைப் பழிவாங்கவும் வெறுப்பேற்றவுமாவது சாஜிதாவைப் பள்ளிக்கூடத்தில் சேர்த்துப் படிக்கவைத்துக் கல்லூரிக்கு அனுப்பியே ஆக வேண்டும் என்று வைராக்யம் உண்டாயிற்று.

இதை அவனால் தாங்கிக்கொள்ளவியலாது என்பதே மனதிற்கு நிம்மதியாக இருந்தது. ஒருவிதமான குரூரமான நிம்மதி அது.

அம்மா அபி, சாஜிதாவோடு டவுனில் இருந்த பள்ளியில் அட்மிஷன் போட்டுவிட்டு இரவு வீட்டிற்கு சாஜிதாவோடு வந்தபோது நேரம் எட்டாகியிருந்தது.

அசதியோடு வீட்டிற்குள் நுழைந்த ஆசியா, சாஜிதாவைக் கட்டிக்கொண்டு அழ ஆரம்பித்தாள். இன்னும் சில நாட்களில் ஹாஸ்டலுக்குப் போகப்போகிறதை நினைத்துத்தான் அழுகிறாள் என்று மெஹர் அமைதியாகப் பார்த்துக்கொண்டிருந்தபோது ஆசியா சொன்னாள், “ஏம்மா, நீ எம்புட்டு காலத்துக்கு ஒத்தையா காலத்த தள்ளுவ. எங்காலத்துக்குப் பொறவு நீ என்னான்டு இருப்ப” என்றபொழுது மெஹர் விசித்திரமாக அம்மாவைப் பார்த்தாள், இவள் புதிதாக என்ன சொல்ல வருகிறாள் என்று. “இந்தப் புள்ளைகள வச்சுக்கிட்டு நீ தனியா என்னா செய்வ இந்தக் காலத்துல? ஓட ஓடியார, ஆஸ்பத்திரிக்கு போக நல்லது கெட்டது எம்புட்டு இருக்கு. இன்னமும் முப்பது வயசுகூட ஆகல ஒனக்கு.”

நீட்டி முழக்கிப் பிலாக்கணம் வைக்கும் அம்மாவின் முகம் வராந்தாவில் எரியும் மஞ்சள் விளக்கொளியில் பளிச்சிட்டது.

“இந்த அபி தங்கமான புள்ள ஒனக்கும் புள்ளைகளுக்கும் தொணையா இருப்பான். அவனை நிக்கா பண்ணிக்க மவளே.”

கதறியழும் அம்மாவின் குரல் வீட்டின் சுவர்களில் பட்டுத் தெறித்து மெஹரின் மீது வந்து விழுந்தது.

10

அம்மாவிற்கு நிஜமாகவே பயித்தியம் பிடித்து விட்டதோ என்று பயந்துபோனாள் மெஹர். சாஜிதா ஒன்றும் புரியாமல் நன்னியின் பிடியில் இருந்து கைவிலக்கிவிட்டு பாத்ரூமை நோக்கிப்போனாள்.

அம்மாவின் ஓலத்தைக் கேட்டபடி அசையாமல் உட்கார்ந்திருந்தாள் மெஹர். முற்றத்துக் கொடியில் காய்ந்துகொண்டிருந்த துணிகள் காற்றில் சலசலத்துக் கொண்டிருந்தன.

ஒன்றிரண்டு பல்லிகள் விட்டத்தில் இரையைப் பிடிப்பதற்காகக் குறுக்கும் நெடுக்குமாக ஓடிக்கொண்டிருந்தன. நீண்டிருந்த நாக்கில் ஏதேனும் ஒரு இரை விழக்கூடும். மெஹர் அமைதியாகப் பல்லிகளின் ஓட்டத்தைப் பார்த்தபடி அசையாமல் அமர்ந்திருந்தாள்.

"குலா குடுக்கறப்போ எனக்குப் பெருசா ஒண்ணும் தோணல. இப்பதான் தெரியுது ஒரு ஆம்பள தொண எம்புட்டு அவசியம் ஒனக்குன்னு. நான் எப்ப வேணா மவுத்தாயிடுவேன். எவ்வுசுரு இப்பவோ எப்பவோனு இருக்கு. ஏங்காலத்துக்குப் பொறவு ஒனக்கு ஒரு தொண வேணாமா. நீ அந்தப் பாழாப் போனவன்கிட்ட என்னா சொகத்தக் கண்ட."

அழுகையிலிருந்து மீண்டு செய்தியாகப் பேசத் தொடங்கியிருந்த ஆசியாவை, "அம்மா ஒனக்கு

பயித்தியம் ஏதும் பிடிச்சிருச்சா. எனக்கு பயம்மாருக்கும்மா," கண்களில் உறைந்திருந்த அதிர்ச்சியோடு அம்மாவைப் பார்த்து மெதுவாகக் குரல் எழுப்பினாள் மெஹர்.

தனக்கிருக்கிற ஒரே ஆதரவான தாயையும் பைத்தியமாகப் பார்க்கிறோமா என்கிற பதற்றம் குரலில் கூடியிருந்தது.

"இல்லெ மவளே எனக்கு பயித்தியம் எல்லாம் இல்ல. ஒங்கவலையில நான் பொட்டுனு போயிச் சேர்ந்திடுவேனோனு கவலையா இருக்கு. நான் ஒன்னைய அநாதரவா விட்டுட்டு என்னான்னு போவேன்."

இரு கைகளையும் விரித்துக் தன் முகத்திலும் மார்பிலுமாக அடித்துக்கொண்டு அழ ஆரம்பித்தாள் ஆசியா.

அவளிடம் பேசுவதற்கு ஏதுவான சூழ்நிலை இல்லாத நிலையில் மெஹர் மெதுவாக அங்கிருந்து நகர்ந்து பின்னோக்கி நடந்து அப்படியே தனது அறைக்குள்ளாகப் புகுந்துகொண்டாள். சாஜிதாவோ ஒன்றும் புரியாத குழப்பத்தோடு அம்மாவின் முகத்தை உற்றுப் பார்த்துவிட்டுத் தலையைக் குனிந்துகொண்டாள். மதரஸாவிற்குப் போகாமல் தப்பித்துவிட்டோம் என்கிற நிம்மதியும் பள்ளிக்கூடத்தில் சேர்ந்துவிட்ட மகிழ்ச்சியும் ஒன்று சேர, அத்தாவிடமிருந்து பிரிந்துவிட்டதை நினைத்து முதல்முறையாக அல்லாவிற்கு மனத்திற்குள் நன்றி சொல்லிக்கொண்டாள்.

அத்தா திருமணம் செய்ததனால்தானே அம்மா குலா கொடுத்தாள். 'குலா கொடுத்ததனால்தானே அத்தாவுடைய ஆதிக்கத்திலிருந்து வெளியேற முடிந்தது. அதனால்தானே மதராஸாவிற்குப் போகாமல், படிக்க ஹாஸ்டலுக்குப் போக முடிந்தது என்கிற கணக்கீடுகளை அவளது சின்னஞ்சிறிய மூளைக்குள் உருவாக்கி ஆசுவாசம் கொண்டாள்.

11

ஆமினா நன்னிக்குச் சாப்பாட்டை எடுத்து டைனிங் டேபிளில் வைத்துவிட்டு அறைக்குள் போய் விளக்கைப் போட்டாள் பர்வீன். நன்னி இஷா[1] தொழுதுவிட்டு சாப்பிட்டு வெத்திலை போட்டு விட்டுத் தோதுபோலப் படுத்துக்கொள்வாள்.

விளக்கு ஒளியில் எதிரிலிருந்த ஆளுயர கண்ணாடியில் முகத்தைப் பார்த்தாள். அழகிய முகத்தில் சன்னமாகக் கவலை தோய்ந்திருப்பதைப் பார்க்க முடிந்தது.

தலைமுடிக்குள் ஆங்காங்கே நரை தெரிந்தது. இன்று காலை ஒரு வார இதழில், செக்ஸ் இல்லா விட்டால் சீக்கிரமே வயதான தோற்றம் வந்து முதுமை கூடிவிடும் என்று போட்டிருந்ததைப் படித்தது நினைவுக்கு வந்தது. வாரம் ஒரு முறையாவது செக்ஸ் அவசியமாம். பர்வீன் தனக்குள் சிரித்துக் கொண்டாள். இந்த இளமையை வைத்திருந்து என்ன செய்யப்போகிறேன் என்று நினைத்துக்கொண்டாள்.

இப்போதெல்லாம் தூக்கம் வராத இரவுகள் அதிகம். டிவியில் பார்க்க நேரும் காதல் காட்சிகளும் படுக்கையறைக் காட்சிகளும் தனிமையில் உடலைத் தகிக்கச்செய்துவிடுகின்றன. நினைவுகளின் வழியே சுகம் தேடுவது அத்தனை சுவாரஸ்யமாக இல்லை என்றாலும், ரஹீமுடன் வாழ்ந்த சில மாதங்களில் என்றைக்காவது முழுமையான சுகத்தை அடைந்

---
1. இஷா – இரவு நேரத் தொழுகை.

திருக்கிறோமா என்று யோசித்துப் பார்த்தாள். திருமணம் முடிந்த சில நாட்கள் வெறுமனே முத்தமிட்டும் அணைத்தும் உறவைத் தள்ளிவைத்தார்கள்.

பிறகு வந்த நாட்களில்தான் ரஹீமினால் ஏதோ இயங்கவியலாமல் இருந்ததைப் புரிந்துகொள்ள முடிந்தது. அவனுக்குப் பழக்கமில்லாததும் ஒரு காரணமாக இருக்கலாம் என்றுதான் அவள் நினைத்தாள். பழக்கமின்மைக்கும் இயங்க முடியாமைக்கும் இடையேயான வேறுபாட்டைப் புரிந்துகொள்ளச் சில வாரங்கள் வேண்டியிருந்தது. தனது மனைவிக்குப் பெரிய கஷ்டத்தினைத் தந்துவிட்டோம் என்கிற நினைப்பைவிட, தனது இயலாமையை அவள் அறிந்துகொள்ளக் கூடாது என்பதில் அவன் கவனமாக இருக்க ஆரம்பித்தபோதுதான் இவளுக்குக் கோபமும் வெறுப்பும் கூடிற்று.

அவனது இயலாமையைப் புரிந்துகொண்டு வாழ்வதற்கு அவள் தயாராக இருந்தாலும், அதை ஒரு ஆணினுடைய நிலையிலிருந்து தோல்வியாக ஏற்றுக்கொள்கிற மனப் பக்குவம் அவனிடம் இல்லை. அவளை வேறொரு காரணத்தின் வழியே வீட்டிலிருந்தும் அந்த வாழ்க்கையிலிருந்தும் எப்படியேனும் வெளியேற்றிவிடத் துடித்தான்.

கார் கேட்டது அதனது தொடர்ச்சி என்பது இவளுக்கும் அவனுக்கும் மட்டுமே தெரிந்த உண்மை.

இவள் சில தடவை அவனிடம் மனம்விட்டுப் பேச விரும்பினாள். என்ன பிரச்னை என்றாலும் இங்கேயே தங்கி விடுவதுதான் சரியாக இருக்கும் என்று சொல்ல விரும்பினாள்.

வாழாவெட்டியாக வீடு போய்ச் சேர்வதைவிட, கணவன் வீட்டில் இருப்பது என்பதே போதுமானதாக இருக்கும் என்று நம்பினாள். தனது தாய் வீட்டில் சகோதரன் ஹசனோடு இருப்பதைவிட, இந்தக் கிராமத்தில் சொந்தபந்தங்களின் முன்பாக வாழாவெட்டியாக இருந்து, தன்னால் முடிந்த வேலைகளைச் செய்து இதே வீட்டில் அமைதியாகக் காலம் கடத்திவிட நினைத்தாள்.

ஆனால், தனது இயலாமையை இவளிடமே ஒப்புக் கொள்ளாமல் மறைப்பது ரஹீமிற்கு அவனுடைய தான் என்றும் உணர்வுக்கு வேண்டுமானதாக இருந்தது.

இன்றைக்கும் ரஹீமின் மீது இவளுக்குக் கோபம் வருவதில்லை. அவன் வளர்ந்த விதம்தான் ஆண் என்கிற நம்பிக்கைகளால் ஆனது. அதில் சிறு விரிசலைக்கூட எதிர்கொள்ள அவனது மனம்

தயாராக இல்லை. கார் தரவில்லை என்று சொல்லித் திருப்பி அனுப்புவதைவிட, மலடி என்று சொல்லி அனுப்புவது சற்றுக் கவுரவமானதாக இருந்திருக்கலாம் என்றாலும், இவள் அதனை வேறு வழியின்றி ஏற்றுக்கொண்டாள். மலடிப் பட்டத்தை ஏற்காவிட்டால் இன்னொரு முறை திருமண உறவுக்குள் செல்ல வேண்டும் என்கிற பயம் உள்ளே உருவாகிவிட்டிருந்தது.

ஜமாஅத்தில் பேசித் தீர்க்க முயன்றபோது ஒன்றிரண்டு பேர் இவருக்குக் குழந்தை பிறக்குமா பிறக்காதா என்று டாக்டரிடம் பரிசோதனை செய்துபார்த்துவிட்டு வைத்தியம் செய்ய யோசனை சொன்னதை அவன் கடுமையாக மறுத்தான்.

இவளும்கூடக் குழந்தை பெற முடியாத ஒருத்தி என்று ஊரில் வேறு யாருமே தன்னை மணமுடிக்கப் போவதில்லை, அது எத்தனை அருமையான விஷயம் என்று மன நிம்மதிக்குட்பட்டாள்.

தனது திருமணத்தின்போது கார் தருவதாகச் சொன்ன சகோதரன், சவுதி அரேபியாவிற்குச் சென்று திரும்பியபொழுது வரதட்சணையாக கார் தருவது என்பது ஹராம் என்று கண்டுபிடித்துத் திரும்பி வந்திருந்தான்.

பர்வீனுக்கு ஆயாசமாக இருந்தது. நல்லகாலமாக, அம்மாவின் வீட்டிலேயே தங்கிவிடாமல் தப்பித்தோமே என்று நினைத்துக்கொண்டாள்.

இரண்டாவது திருமணத்தைப் பற்றி அம்மா பேச ஆரம்பிக்கும் போதெல்லாம் கறாராகச் சொன்னாள், "ஒன்னைய மாதிரி வயசான ஒரு ஆளுக்கு ரெண்டாந்தாரமாவோ, பொண்டாட்டி செத்து பிள்ளைகுட்டியோட இருக்கற ஒருத்தனுக்கு வீட்டு வேலைக்காரியாவோ எனக்கு இருக்க முடியாது."

இவளுக்குக் குழந்தை பிறக்காது என்கிற முடிவில், கேட்டு வந்த அத்தனை பேருமே, மனைவியை இழந்தவர்களாகவோ பிள்ளை குட்டியோடு இருப்பவர்களாகவோ இருந்தார்கள்.

நல்லா வர்றானுக, காசு இல்லாம ஆயா வேலைக்குக் கட்டிக்கிட்டுப் போக என்று அம்மா கடுகடுக்கும்போது பர்வீன் தனக்குள் சிரித்துக்கொள்வாள்.

மனதில் எத்தனைதான் வைராக்கியம் இருந்தாலும் மனசு சொல்வதை உடம்போ உணர்வுகளோ கேட்பதில்லை என்பதுதான் உண்மை. தூக்கம் வராத இரவுகள் இன்னும் தொடர்ந்துகொண்டுதானிருந்தன. சுயஇன்பத்தின் வழியே போக்கிவிட இயலாத உடலின் வேட்கையை, களைந்துவிட

இயலாமல் எப்போதும் தூக்கிச் சுமந்துதான் வாழ்ந்து தீர வேண்டியிருக்கிறது.

எல்லாவற்றையும் ஒரு தீர்விற்குள் கொண்டு செல்ல முடியும் என்பதே ஏமாற்று வேலை என்று நினைத்துக்கொண்டாள். கொடியில் கிடக்கிற சேலைகளை எடுத்து மடித்து பீரோவிற்குள் அடுக்கினாள். நிறைய சேலைகள். அம்மா தனக்கெனப் பெரிதாக ஏதும் வைத்துக்கொள்ள மாட்டாள்.

“எனக்கென்ன புருஷனா இருக்காரு கட்டிப்பார்த்து ரசிக்கிறதுக்கு” என்று சொல்லிச்சொல்லி மகளுக்காகச் சேர்த்து வைத்துப் பெருமைப்பட்ட சேலைகள்.

தூரத்தில் நாய் குரைக்கும் ஓசை கேட்டது. உறங்குவதற்கு முயலலாம் என்று படுக்கையில் சாய்ந்தவளுக்கு மெஹரின் முகமும் சாஜிதாவின் முகமும் நிழலாடிற்று. ஒரு விதத்தில் மெஹர், ஹசனிடம் இருந்து தப்பித்துவிட்டாள் என்று தோன்றிற்று. எப்போதும் பெண்டாட்டியை அடக்கிக்கொண்டேயிருக்கும் ஒரு பைத்தியக்காரனுக்கு மனைவியாக இருந்து என்ன புண்ணியம், தப்பித்துவிட்டது நல்லதாகத்தான் இருக்கக்கூடும் என்று நிம்மதி உண்டாயிற்று என்றாலும் பிள்ளைகளின் நிலையை நினைத்து மனதில் கவலை கூடிற்று.

எப்படிப்பட்ட முட்டாள்தனமான காரியத்தை அவன் செய்துவிட்டான் என்று நினைத்துக்கொண்டாள்.

ஆமினா நன்னியின் குரல் பர்வீன் என்றழைத்ததும் தன் நினைவுகளிலிருந்து விடுபட்டு “என்ன வேணும்” என்றபடி, அவளது அறைக்குள் சென்றாள். கட்டிலில் அமர்ந்தபடி தொழுதுகொண்டிருந்தவள் இவள் வந்த சப்தம் கேட்டு, “படுத்துட்டியாம்மா” என்று சமாதானம் செய்கிற குரலில் கேட்டாள். இவளைத் தொந்தரவு செய்கிறோமோ என்கிற கவலை குரலில் தோய்ந்திருந்தது. “இல்ல, இனிமேதான்; சொல்லுங்க,” அவளது கவலையைப் போக்கும் விதத்தில் ஆதரவாகக் கேட்டாள்.

“இந்த தஸ்பீஹ்[2] மணியை எங்கிட்டோ வச்சுட்டேன், கொஞ்சம் தேடிக் குடுக்கிறியா” என்றாள்.

அவளது வெறித்த பார்வை இவள் நிற்கும் திசையை அனுமானித்து நிலைத்திருந்தது.

---

2 ஜெபம்

படுக்கைக்குக் கீழே விழுந்து கிடந்த தஸ்பீஹ் மணியை எடுத்து நன்னியின் கைகளைத் தொட்டு அதில் வைத்தாள்.

"நீங்க ஓதுங்க. நான் போகட்டுமா?" என்று மென்மையான குரலில் கேட்டாள். "சரிம்மா, நீ போயி படுத்துக்கோ. நீ நல்லாருப்ப நூறு வயசுக்கு" என்று வாழ்த்தியவள் குரலில் எந்த உணர்ச்சியும் இல்லாமல் இருந்தது.

அந்த வாழ்த்து எத்தனை அர்த்தமற்றது என்பதனை அவளும் அறிந்திருந்தாள். பர்வீன் மெலிதாகப் புன்னகைத்துக் கொண்டபடி அறையை நோக்கி நடந்தாள். நன்னியின் அறைக் கதவு திறந்துதான் இருக்கும். அவளுக்கு எதிர் அறையில் இவள் இருப்பாள். பாதி இரவில் அவள் அழைக்கும் குரல் கேட்க வேண்டும் என்பதற்காகத் தனது அறைக் கதவையும் ஒருக்களித்தாற்போல திறந்துவைத்தாள்.

70 வயதிருக்குமா நன்னிக்கு? மனதிற்குள்ளாகக் கணக்குப் போட்டுப் பார்த்தாள். இருக்கும்; அம்மாவிற்கே ஐம்பது. இவளுக்கு 70 தாராளமாக இருக்கும் என்று நினைத்துக்கொண்டாள். பிறவியிலிருந்தே கண் தெரியாமல் எழுபது வருடம் வாழ்வது எத்தனை பெரிய சவால். அல்லாவே! நினைத்துப்பார்க்கும்போது மனத்தில் பெரும் திகில் உண்டாயிற்று.

கண் தெரியாத காரணத்தினால் கல்யாணம் இல்லை, கணவன் இல்லை, பயணங்கள் இல்லை, நல்லது கெட்டது எதுவும் இல்லாத எழுபது வருடங்கள்; வெளி உலகம் தெரியாமல் இருட்டிலேயே வாழ்வது எத்தனை பெரிய துயரம்? தன்னையுமறியாமல் உடல் குலுங்கிற்று.

ஒருமுறை மிகுந்த தயக்கத்துடன் இவள் கேட்டாள், "ஏன் நன்னி ஒனக்கு சந்தோஷம்னா என்னென்னு எப்புடித் தெரியும்", அவள் இவளைப் போல யோசித்துக்கொண்டிருப்பதாகவே தெரியவில்லை.

பட்டென சொன்னாள், "நல்ல சாப்பாடு, ரேடியோவுல வாற பாட்டு". அதன்பிறகு கேட்பதற்கு ஒன்றும் இல்லை என்று உணர்ந்து அமைதியானாள் பர்வின்.

12

சாஜிதாவுக்கு அத்தாவின் நினைவு வந்தது. அம்மா சொல்வதைப்போல அவர் நிஜமாகவே இவளை மறந்துவிட்டாரா என்று யோசித்தாள். நிச்சயமாக இருக்காது. தினமும் தனக்குப் பிடித்த சாக்லேட்டை வாங்கிவந்துகொடுத்து தன்னோடு கொஞ்சிப் பேசுவது அவருக்கு ரொம்பவும் பிடிக்கும். இந்த நான்கு மாதங்களாக எப்படி இவளைப் பார்க்காமல், பேசாமல் இருக்கிறார் என்று யோசித்தாள். நிஜமாகவே அம்மா சொன்னதுபோல இவர்களைப் பிடிக்காமல்தான் வேறு கல்யாணம் பண்ணி விட்டாரா, குழப்பமாக இருந்தது. இருந்தாலும் அவர் இல்லாததால்தான் படிக்க ஹாஸ்டலுக்குப் போக முடிகிறது என்பதையும் யோசித்தாள். அவளுக்கு இந்த வீடு பிடிக்கவில்லை. நன்னியின் அழுகையும் புலம்பலும் எந்த நேரமும் காதுகளைக் குடைந்துகொண்டிருந்தன. முன்பு அத்தாவின் சத்தம் காதை அடைத்தபடி இருப்பதுபோல இங்கே நன்னியின் கூக்குரல்; எப்போது ஹாஸ்டலுக்குப் போவோம் என்றிருந்தது. அஷ்ரப் வழக்கம்போல அத்தாவைப் பள்ளிவாசலிலும் கடையிலும் போய்ப் பார்த்துவிட்டு வருவான். அம்மா அவனைத் திட்டித் தீர்ப்பாள். அதனாலேயே இவள் அவனிடம், 'அத்தா தன்னைப் பற்றி ஏதும் கேட்டாரா' என்று கேட்க மாட்டாள்.

இவள்கூடப் படித்த ஜெஸிமா நேற்று இவளைப் பார்க்க வீட்டிற்கு வந்திருந்தாள். இடைவிடாமல் நன்னி புலம்புவதை அவள் கேட்டுவிடக் கூடாது என்ற பயம் அவளை மொட்டை மாடிக்குத் துரத்திற்று. பெரும்பாலான நேரங்களில் மொட்டை மாடியின் வெளிகளில்தான் கழிக்க வேண்டியிருந்தது. யாருமற்றதொரு இடமாக, காக்கைகளும் பருந்துகளும் வட்டமிடுகிற தனியானதொரு வெளியாக, அவளுக்குள் அது நிறைந்திருந்தது. கீழிருக்கும் தருணங்களில் அம்மாவின் சோகை படர்ந்த கன்னங்களில் கணக்கில்லாமல் வழியும் கண்ணீரையும், அதன் அடத்தியையும் கடந்து செல்வது என்பது அத்தனை எளிதாக இருப்பதில்லை. கூடவே நன்னியின் கீச்சுக்குரல் தெறித்து விழுகிற வசைகள் துரத்தி வருகிற மோசமான, கீழ்த்தரமான வார்த்தைகளிலிருந்து தப்பிப்பதற்கான இடமாகவும் அவள் மொட்டைமாடியைக் கண்டுபிடித்திருந்தாள். காற்றின் வாசனையையும் மழையின் வர்ணங்களையும் இங்கே வைத்துத்தான் அவள் கண்டடைந்திருந்தாள்.

"என்னலே இந்த எடத்துக்கு கூட்டியாந்திருக்க," தங்களைச் சுற்றிலும் உடைந்து கிடக்கிற நாற்காலிகளையும் மரத் துண்டுகளையும் அழுக்கும் பாசியும் படிந்த தரையையும் பார்த்து முகம் சுளித்தபடி கேட்டாள் ஜெஸி.

"ஆமா, அப்டித்தான். இப்ப நீ என்னை பாக்கத்தான வந்திருக்க, இல்ல வீட்டப் பாக்க வந்தியா," என்றாள் காட்டமாக.

"இல்லெடி, இங்கன ஒரே தூசியா இருக்கா, அதான் ஒக்கார ஒப்பல" அணிந்திருந்த பர்தாவில் தூசி படியாமல் கைகளால் தூக்கிப் பிடித்தபடி உட்கார இடம் தேடினாள் ஜெஸிமா.

"இரு வாரேன்" என்றபடி, அவள் உட்கார வழி செய்கிற வேகத்துடன் தண்ணீர்க்குழாய்க்குப் பக்கவாட்டுச் சந்தில் காற்று இழுத்துச் செல்லாதபடிக்குச் சொருகிவைத்திருந்த தந்தி பேப்பரை உருவி எடுத்து விரித்து, "இதுல ஒக்காரு," என்றாள்.

அவளது முகத்தில் கொஞ்சம் ஆசுவாசமும் நிம்மதியும் தெரிந்தது. "அல்லாஹு" என்று சப்பணமிட்டு அமர்ந்தாள். இருவருக்கு என்னப் பேசுவது என்ற குழப்பம் சற்று நேரம் இருந்தது.

தொலைதூரத்தில் தெரியும் மலையின் உச்சியின் மீது கண்களைச் செலுத்திப் பதியவைத்திருந்தாள் சாஜிதா.

"நீயாச்சும் படிக்க ஹாஸ்டலுக்குப் போறே, நான் மதரசாவுக்குப் போகப் போறேன். ரெண்டு வருஷத்துல ஆலிமா

பட்டம் வாங்கிரலாமாம், எங்க வீட்டுல சொல்றாங்க," ஜெஸியின் கண்களில் ஏக்கம் தெரிந்தது.

"ஆமாம். நான் ஹாஸ்டலுக்குதான் போறேன். அடுத்த வாரத்துல போயிடுவேன்." பெரிய மனுஷியைப் போலத் திண்ணமாகப் பதிலுரைத்தாள் சாஜி.

"ஒனக்கென்ன நல்லா படிப்பும் வருது. என்னையப்பாரு, படிப்பு மண்டைல ஏறுதானு. அதான் மதரசால போடுறாங்க", தன்னைத்தானே பழிசொல்லிக்கொள்ள முற்படுகிறவளின் நீள முகமும் ஒட்டிய ஒடம்பும் வெடவெடத்தது. மொட்டைமாடிக் காற்றில பறந்தே போவாள்போல இருக்கிறது. தன் மெலிந்த கைகளால் அவள் சாஜிதாவின் வலது கையை எடுத்துத் தனது கைகளில் வைத்துக்கொண்டாள்.

தனக்கு ஆறுதல் தர விரும்புகிறாள் என்பதாகப் புரிந்து கொண்டு, அந்த ஆறுதலை நிராகரிக்க விரும்பினாள் சாஜிதா. யாரும் ஆறுதல் தரக்கூடிய இடத்தில் தான் இல்லை என்று நினைத்துக்கொண்டாள்.

தனது வாழ்க்கையில் பச்சாதாபமும் கருணையும் எப்போதும் யாராலும் வழங்கப்படக் கூடாது என்று விரும்பினாள். அதற்கான சந்தர்ப்பங்களை இன்று அம்மாவும் அத்தாவும் தனக்குத் தந்திருக்கிறார்கள் என்பதே கசப்பாக இருந்தது.

"நான் இன்னும் ரெண்டு நாள்ல கெளம்பணும்," வலிய வரவழைத்துக்கொண்ட உற்சாகத்தோடு தோழியின் கைகளை இறுக்கி அழுத்தியவள், "அந்த ஸ்கூல் ரொம்பப் பெருசு, சுத்தி மரம், விளையாட்டு கிரவுண்ட் எல்லாமும் ரொம்ப பிடிச்சிருந்தது எனக்கு." ஜெஸியின் முகத்தில் சோர்வும் பொறாமையும் தெரிந்தது.

தான் தர விரும்பிய ஆறுதல் சாஜிதாவிற்கு அனாவசியம் என்பதுபோல உணர்ந்தாள். இனி, இங்கே இருந்து என்ன செய்யவென்று யோசித்தாள். மாலை நேரக் காற்று இதமாக இருந்தது. தலை முக்காட்டை அடிக்கடி சரி செய்துகொள்ள வேண்டியிருந்தது. சாஜியிடம் அவளுக்கு வேறொரு விஷயமும் தெரிந்துகொள்ள வேண்டியிருந்தது. அவளது அம்மாவுக்கு ரெண்டாவது கல்யாணம் பேசுவதாக அம்மா சொல்லியிருந்தாள். ஆனால் இன்று இதைக் கேட்டு சாஜிதாவிடம் வேறு ஒரு பதிலை எதிர்கொள்ளும் தைரியம் இல்லாததனால், அமைதியாக அங்கிருந்து எழுந்து விடைபெற்றாள். சாஜி அவள் தானாகவே போகட்டும் என மவுனமாக அமர்ந்திருந்து, அவள் போன பிறகு

இருட்டும்வரை மொட்டைமாடியிலேயே அமர்ந்து வானத்தைப் பார்த்துக்கொண்டிருந்தாள்.

அம்மா, நன்னிக்குப் பிடிக்காது என்பதனால் அத்தாவைப் பார்க்காமல் இருப்பது கஷ்டமாக இருந்தாலும், அவரோடு இருந்திருந்தால் இன்று பள்ளிக்கூடம் போயிருக்க முடியாது. ஜெஸிமா போல மதரசாவிற்குப் போயிருக்க வேண்டும் என்பதும் நினைவுக்கு வர, இதுவும் நல்லதுதான் என்று சமாதானம் செய்துகொண்டாள்.

ஒரு நல்லதிற்குப் பின்னால் ஒரு கெட்டது இருக்கும் என்கிற பழமொழியை வலுக்கட்டாயமாக நினைவூட்டிக்கொண்டாள். கண்ணீர் பெருக்கெடுத்தோடும் இந்த இருண்ட வீட்டின் அறைகளிலிருந்து, வராண்டாவிலிருந்து தப்பி ஓடும் நாள் என்றைக்கு என்பதைக் கணக்கிடத் தொடங்கியிருந்தாள். ஆனால் அம்மாவிற்கு இங்கிருந்து வெளியேறுவதற்கான ஒரு நாள் இருக்கிறதா என யோசித்து வருத்தம்கொண்டாள்.

13

தொழுவத்தில் கட்டிக் கிடந்த ஆட்டுக்குட்டி களின் சத்தம் காதிற்கு இதமாக இருந்ததை மெஹர் ஆசையோடு கவனித்தாள். புழுக்கைகளின் நெடி காற்றில் வந்து முகத்தில் அறைந்தாலும் பின்கட்டு வாசற்படியில் இருந்து வீட்டினுள்ளே வர விருப்பமில்லாமல் இருந்தது; இது ஒன்றும் அம்மாவின் கூக்குரலைவிட மோசமில்லை, என்றிருந்தது. அவசரப்பட்டு ஹசனை விட்டு வந்துவிட்டேனோ என்று மனம் லேசாக சஞ்சலப்பட்டது. தனதும் அம்மாவினதும் இயலாமை தெரிந்து அவன் செய்த காரியத்திற்கு எப்படி விட்டுக்கொடுக்க என்று பிடிவாதமாக நின்ற தனது செயலைத் தனக்குத்தானே மெச்சிக்கொண்டாள்.

அவனைப் பழிவாங்குவதற்காக, அவன் மீதான கோபத்தைக் காட்டுவதற்காக, நானே பலியாடாகி விட்டேனோ என்று கலங்கினாள். தொழுவத்தில் நின்ற பூவரசம் மரமும் அதைத் தழுவி ஏற முயலும் சுரைக்காய்க் கொடியும் காற்றில் அசைந்து திரிகிற கொடியின் தோற்றமும் தன்னையே நினைவூட்டிக்கொள்ளத் தூண்டுவதாக உணர்ந்தாள்.

ஒரு நாயைப் போல அவன் வீட்டில் அவனுக்கு அடிமையாக இருந்ததை நினைத்துக்கொண்டாள். எனக்குப் பிடித்த எதையாவது செய்ய விட்டிருக்கிறானா? அவனுக்குப் பிடிக்காத எதையாவது செய்திருப்பதாக நினைவில்கூட இல்லை. எந்த நேரமும்

பயத்தில் நடுங்கிநடுங்கி ஈரக்குலையே பலவீனமாகிவிட்டிருந்தது. இனி சோற்றுக்கு வழியில்லாவிட்டாலும் பயப்படுவதற்கும் ஏதுமில்லை. பதினைந்து வருடமாக மிரட்டியபடி கூடவே இருந்துகொண்டிருந்த ஒரு நபர் இல்லை. காலத்தில் பின்நோக்கிச் சென்று வாழ முடியுமா என்று ஆசையாக இருந்தது. குழந்தையாகவே இருந்திருக்கக் கூடாதா என்றிருந்தது. ஆனால் சாஜிக்குக் குழந்தையாக இருக்கும்போதே வாழ்க்கையில் சோகம் நுழைந்துகொண்டது. அவளும் பிந்திய காலங்களில் தனது கஷ்டங்களுக்கிடையே தன்னைப் போலவே குழந்தையாக இருந்திருக்கக் கூடாதா என்று யோசிக்கக்கூட முடியாது; இதை நினைக்கும்போதே வேதனையாக இருந்தது.

தன்னைப் போலில்லாமல் சாஜிதாவை எப்படியாவது படிக்க வைத்துவிட்டால் போதும்.

இப்போதைக்கு இந்தக் கனவுதான் மண்டைக்குள் ஓடிக்கொண்டிக்கிறது. இது நிறைவேற வேண்டும். அதற்காகவேனும் உயிர்வாழ வேண்டும் என்று விரும்பினாள்.

அது அத்தனை எளிதாக இருக்கும் என்கிற நம்பிக்கையும் வர மறுத்தபடியிருந்ததையும் தனக்குள் யோசித்தாள்.

அம்மாவின் ஒப்பாரிச் சத்தம் கேட்காத பதினைந்து நிமிடங்களைச் சில மாதங்களுக்குப் பிறகு இப்போதுதான் அனுபவிக்கிறாள். அம்மாவிற்குப் பைத்தியம் ஏதும் பிடித்து விட்டதோ என்று நினைக்கிற அளவிற்கு அவள் கரைந்து கொண்டே இருக்கிறாள்.

சாஜிதாகூட நேற்று சொன்னாள், "நன்னி சைக்கோ வாகிட்டாங்க, போச்சு" என்று. அப்படியும் இருக்குமா என்று யோசிக்கவைக்கும் விதமாகத்தான் அவளது செயல்பாடுகள் இருந்தன. ஒரு மனிதனை இத்தனை விதமாக, இவ்வளவு நாட்கள் திட்டித்தீர்க்க முடியுமா என்கிற வியப்பை ஒவ்வொரு நாளும் அவள் உருவாக்கியபடி இருந்தாள்.

அன்றாட வாழ்வின் எல்லாப் பிரச்னைகளுக்கும் நெருக்கடிகளுக்கும் அவள் தனது கோபத்தை ஹசனின்மீது காட்ட முயன்றுகொண்டிருந்தாள். அவளது இயலாமை உருவாக்கக்கூடிய மன அழுத்தம், அவளை இப்படிப் பேச வைத்தபடி இருக்கிறது; என்றாலும், இனி இதே கூக்குரலோடு காலம் முழுக்கக் கழிக்க வேண்டும் என்பதே தாங்கவியலாத துக்கமாக மாறிக்கொண்டிருந்தது. இதிலிருந்து ஏதும் விடுதலை சாத்தியப்படுமா என்று இப்போதெல்லாம் யோசிக்க

ஆரம்பித்திருந்தாள். அவ்வப்போது "குடும்பத்தோடு வெஷம் குடித்து சாகலாமா" என்று ஆசியா கேட்க ஆரம்பித்திருந்தது மேலும் பயத்தை உருவாக்கக்கூடியதாக இருந்தது.

சாப்பாட்டில் ஏதும் விஷத்தைக் கலந்து தந்துவிடுவாளோ என்கிற பயம் உண்டாகி அடிவயிற்றில் திகீரென்று இருக்கிறது. இந்த வீட்டிலிருந்து எங்கு தப்பித்துப் போக என்று மறுபடியும் யோசிக்க விரும்பினாள்.

அத்தியாயம் 14

தெரு, சாம்பல் நிறம் பூண்டிருந்தது. மாலை நேர வெயில் வீடுகளுக்குப் பின்புறம் இறங்கியிருந்து தெருவை ரம்மியமாக்கியிருந்தது. குழந்தைகள் அங்கொன்றும் இங்கொன்றுமாக சைக்கிள் விட்டுக் கொண்டிருந்தார்கள். வெம்மை ஊர் முழுக்கப் பரவிக்கிடந்தது. மழையில்லாத கடும் வெப்ப காலம் தனது கோர முகத்தை ஊரின் மீது பதித்திருந்தது.

வீட்டு வாசற்படிகளில் குழுமியிருந்த பெண்கள் அடுத்த வீட்டு விஷயங்களைப் பேசித் தங்களது இறுக்கத்தைத் தணித்துக்கொள்ள முயன்று கொண்டிருந்தார்கள்.

பர்வீன் தனது வீட்டு ஜன்னலின் வழியே தெருவின் நிறத்தைக் கவனித்துக்கொண்டிருந்தாள். யாரோடும் அவள் பேச்சை வளர்ப்பதில்லை. வாழாவெட்டிக்கான மரியாதையை இன்னும் யாரும் தரத் தயாராக இல்லை. விதவைக்காவது கொஞ்சம் பச்சாதாபம் பிச்சையாகக் கிடைக்கும். அதுகூட வாழாவெட்டிக்குக் கிடைக்காது என்பதை அவள் அறிந்தே இருந்தாள்.

தெருவின் பரபரப்பும் குழந்தைகளின் நடமாட்டமும் பெண்களின் திண்ணையோரச் சலசலப்பும் மனத்திற்கு ஒருவிதமான இதத்தைத் தரக்கூடியதாக இருந்ததை உணர்ந்து அதில் தன்னை லயித்துக்கொண்டாள்.

எதிர் வீட்டு ஆபிதாவின் திண்ணையில் கூடியிருந்த ஏழெட்டுப் பெண்கள் திடீரென எழுந்து தலைமுக்காட்டை இழுத்து விட்டபடி வீட்டுக்குள் ஓடினார்கள். தெருமுனையில் யாரையும் பார்த்திருக்கக்கூடும். இவள் தலையைச் சற்றுத் திருப்பித் தெருவோரத்தைப் பார்க்க முயன்றாள். ரசீதும் ஹசனும் இன்னும் சில இளம் வயதுப் பையன்களும் அஸர்[1] தொழுத கையோடு கஸ்து[2]க்கு வந்துகொண்டிருந்தார்கள். ஒவ்வொரு வீட்டின் முன்பாகவும் சில நிமிடங்கள் நின்று ரசீதும் ஹசனும் மாற்றிமாற்றி மார்க்க பயான்[3]களைச் சொல்லிவிட்டுக் கூட்டமாக அடுத்த வீடு, எதிர் வீடு என வரிசையாக நகர்ந்துவந்துகொண்டிருந்தார்கள்.

ஜன்னல் கதவை ஒருக்களித்துச் சாத்தியபடி அண்ணன் ஹசனின் முகத்தைக் கூர்ந்து கவனித்தாள். அவன் முகம் முன்னைப் போலில்லாமல் சோர்ந்திருந்தது. உடலில் பழைய துடிப்போ கண்களில் தெரியும் ஒளிர்வோ இல்லாமல் இருந்தான். வளர்ந்து கிடக்கும் தாடியில் வெண்மை மிளிர்ந்தது. தனது முட்டாள்தனத்தினால் குடும்பத்தைத் தொலைத்துவிட்ட அவனுக்காக ஒரு நிமிடம் மவுனமாகக் கண் கலங்கினாள்.

சகோதரியின் வீட்டைக் கடக்கும்போதும், எதிர்வீட்டை நோக்கிப் போகும்போதும் ஒருவிதமான தயக்கத்தை அவனது நடையில் காண முடிந்தது.

1896. "இறை தூதர் (ஸல்) அவர்கள் கூறினார்கள்: சொர்க்கத்தில் 'ரய்யான்' என்று கூறப்படும் ஒரு வாசல் இருக்கிறது! மறுமை நாளில் அதன் வழியாக நோன்பாளிகள் நுழைவார்கள். அவர்களைத் தவிர வேறு எவரும் அதன் வழியாக நுழைய மாட்டார்கள்! 'நோன்பாளிகள் எங்கே?' என்று கேட்கப்படும். உடனே அவர்கள் எழுவார்கள்; அவர்களைத் தவிர வேறு எவரும் அதன் வழியாக நுழைய மாட்டார்கள்! அவர்கள் நுழைந்ததும் அவ்வாசல் அடைக்கப்பட்டுவிடும். அதன் வழியாக வேறு எவரும் நுழைய மாட்டார்கள்! என ஸஹ்ல் (ரலி) அவர்கள் கூறினார்கள். பொண்டுகள்லாம் அல்லாவுக்கு பயந்து இருங்கள்," ஹசனின் குரல் கம்பீரமாக ஒலித்தது.

ஆண்கள் எப்பொழுது தெருவை விட்டுப் போவார்கள் என்பதுபோல ஆபிதாவின் வீட்டிற்குள்ளிருந்து ஒவ்வொருவராக வெளியில் வந்த பெண்கள், 'அல்லாஹு' என்றபடி மறுபடி திண்ணையில் அமர்ந்துகொண்டார்கள்.

---

1. மதிய நேரத்திற்கும் மாலை நேரத்திற்கும் இடைப்பட்ட தொழுகை
2. வியாழக்கிழமைகளில் செய்யப்படும் மார்க்கப் பிரச்சாரங்கள்.
3. மதபோதனை

காரை பெயர்ந்து கிடந்த திண்ணையில் பக்கவாட்டுச் சுவரில் அமர்ந்தபடி, ஓரக்கண்ணால் பர்வீன் ஜன்னல் வழியே இருக்கிறாளா என்பதை நோட்டம்விட்ட ஆபிதா, அவள் இல்லை என்று தனக்குத்தானே உறுதி செய்தவளாக, "புது மாப்பிள்ளை போகுது பாத்தியளா" என்றாள். "யாரைச் சொல்ற" என்று புரியாமல் கேட்கிற சுரையாவிடம், ஓரக்கண்ணால் பர்வீன் வீட்டைக் காட்டியவள், "புது மாப்பிள்ளைதான். கட்டுன பொண்டாட்டிய, வச்சு வாழ துப்பில்ல, தெருவுல விட்டுட்டு, ஊருக்கு பயான் சொல்ல வருதுக, வெக்கங்கெட்டுப்போய். இவனுக பின்னாடி திரியுற எளவட்டப் பசங்க இவன மாதிரி பண்ணாம இருந்தா சரி – அல்லா சொன்னான் ஷரியத்து சொல்லுதுன்னு. என்னத்தையாச்சும் அளந்துவிட்டுக் கலியாணம் பண்றானுவ," ஏனைய பெண்களின் நக்கலான சிரிப்பொலி காதுகளை அறைந்தது.

பர்வீனுக்குச் சுருக்கென்றது; என்றாலும் கோபம் வருவதற்குப் பதிலாக, வருத்தமாக இருந்தது. அவர்கள் கேலி செய்வது உண்மை என்றாலும், அதில் ஏதும் தவறு இருப்பதாகத் தெரியவில்லை. உண்மையைத்தானே சொல்கிறார்கள் என்று நினைத்துக்கொண்டாள். முன்பெல்லாம், ஹசன் தெருவுக்குள் கஸ்து வரும்போது, "இந்த சின்ன வயசுலயே இம்புட்டு இபாதத்து[4] இந்தப் புள்ளக்கி", என்று புகழ்ந்தவர்கள் எல்லோரும் இன்று கேலி செய்து சிரிப்பது அவனுக்கும் தெரியாமல் இருக்காதுதான். எப்படி இதையெல்லாம் தாங்கிக்கொள்கிறான் என்று யோசித்தாள்.

'ஒரு ஊருக்குள்ள அடுத்த தெருவுக்குள்ள இருந்துக்கிட்டு பெத்த மவள, உசுரயே வச்சுருக்குற மவள பாக்க முடியாம என்னான்டு இருக்கானோ,' என்று மனம் கலங்கியவள் தனது அறைக்குள் நுழைந்து கண்ணீர்விட்டாள்.

---

4. இபாதத்து – மரியாதை, ஒழுக்கம்

அத்தியாயம் 15

ஆசியாவின் கூக்குரல் இன்று அதிகாலையில் சூரிய உதயத்தோடேயே துவங்கிவிட்டது. பெரிதாகக் காரணங்கள் தேவையில்லை, அவளது கூக்குரலுக்கு. சிறிய ஒரு காரணம் கண்டுபிடித்தாலே ஆரம்பித்துவிடுவாள், அடைமழைபோல.

மெஹர் அடுப்படியில் அமர்ந்து அகத்திக் கீரையை ஆய்ந்துகொண்டிருந்தாள். இன்னும் சமையல் ஆரம்பிக்கவில்லை. அம்மா சொன்ன பிறகுதான் என்ன ஆணம் காய்ச்ச வேண்டும் என்று முடிவு செய்ய வேண்டும்.

கேட்பதற்கு முன்னாலேயே கத்த ஆரம்பித்து விட்டாள். இனி சமைச்சது மாதிரிதான் என்று நினைத்துக்கொண்டாள்.

'காலையிலேயே என்ன கேடு என்று தெரியவில்லை அல்லாவே. இது எப்பொ அடங்கும், எப்பொ சமைக்க' என்று அயர்ச்சியோடு தூணில் முதுகைச் சரித்துக்கொண்டாள். அஷ்ரபு காலையிலேயே அப்பனைப் பார்க்கப் போய்விட்டான். கடையில் எதையாவது சாப்பிட்டுக்கொள்வான். சாஜிதாவை எழுப்பிச் சாப்பாடு தர வேண்டும். சாப்பாட்டு நேரம் ஆகிவிட்டிருந்தது.

"அந்த பாழாப்போவானுக்கு எம்புட்டு ஊக்கம் இருந்தாக்க, சின்ன பொண்டாட்டிய கார்ல

முன்னாடி ஒக்கார வச்சுக்கிட்டு என் கண்ணு முன்னால ஊர்வலம் போவான், அவன் பவுசுல மண்ணு விழுக", என்றபடி கையில் வைத்திருந்த அழுக்குத் துணிகளைத் தொப்பெனத் தரையில் போட்டாள் ஆசியா.

தரையில் விழுந்த துணிகளால் எழுந்த தூசு குப்பென மெஹரின் கண்களிலும் முகத்திலும் படர்ந்து விழ கையிலிருந்த கீரைக்கட்டைக் கீழே போட்டுவிட்டு, கண்களைக் கசக்க ஆரம்பித்தாள். கண்களிலிருந்து கண்ணீர் கரகரவென வழிய ஆரம்பித்தது.

தூசு விழுந்த வலது கண்ணைப் பரபரவென தேய்த்துக் கொண்டாள். கடும் எரிச்சலுடன் "இப்ப அதுக்கு என்னாங்கற, அவன்தான் வேணான்னு தூக்கி எறிஞ்சாச்சு இல்ல. அவன் இப்ப நமக்கு யாரு. எனக்கு புருஷன் இல்ல, ஒனக்கு மருமவன் இல்ல. அப்புறம் என்னத்துக்கு நீ கெடந்து சலம்புற", வெடுக்கெனத் தெறித்து விழுந்தது மெஹரின் குரல்.

"ஆமாடி, நீ சொல்லுவ, அவன் ஒனக்கு புருஷன் இல்ல, எம்மருமவன் இல்லன்னு, அவனுக்கு ரெண்டு புள்ளைக இருக்குல்ல. அவனுக்கு என்னா பவுசு வேண்டிக்கெடக்கு, உல்லாசம் வேண்டிக்கெடக்குங்கறேன்".

"வாழுற வயசுல ஒன்னைய வீட்டுக்குள்ள ஒக்கார வச்சுட்டமே, புள்ளையள பிரிஞ்சுட்டமேனு நெனச்சுருக்க வேணாம், எடுபட்ட பய" என்று கெட்ட வார்த்தை சொல்லித் திட்டினாள்.

மெஹர் கண்களின் மீதிருந்த கைகளை எடுத்து, காதுகளைப் பொத்திக்கொண்டாள். "அஸ்தோபில்லா, அஸ்தோபில்லா" என்று சொல்லியவள், "நீ தொழுவுற, ஓதுற, ஒனக்கு ஏன் இந்த வார்த்தையெல்லாம், கர்மம்," அருவருப்பினால் முகம் சுளித்தபடி அம்மாவைப் பார்த்துச் சீறினாள். "அப்புடித்தேன் சொல்லுவேன். உண்மையத்தான சொல்றேன், பொய் சொல்லலையில்ல".

தான் பேசியதில், தன் வார்த்தைகளில், மிகுந்த திருப்தியைக் கொண்டவளாக இருந்தாள் ஆசியா. முகம் அதனை வெளிப்படுத்தியது. சற்று நேர அமைதிக்குப் பிறகு திட்டுவதை நிறுத்திவிட்டுப் புலம்ப ஆரம்பித்தாள்.

'அவன் மட்டும் சந்தோஷமா வாழணும்; எம்மவ மட்டும் வீட்டுக்குள்ள ஒக்காரணுமா மூளியாட்டம், முப்பது வயசுக்குள்ள' என்று தனக்குத்தானே கேள்வியை எழுப்பிக்கொண்டவள், "நான் ஒன்னைய அபுல்லாவுக்கு கட்டிவச்சு நீ அவனோட வாழாத

வாழ்க்கையை எல்லாம் வாழ வைக்கிறேன் பாரு," சபதம் செய்தவளை வினோதமாகக் கண்களை விரித்துப் பார்த்தாள் மெஹருன்னிஷா.

அம்மாவிற்கு நிஜமாகவே புத்தி பேதலித்துவிட்டதோ என்று பயம் உண்டாயிற்று. 'இவள் சுய நினைவோடு பேசுகிறாளா இல்லை. ஏதும் மண்டையில் பிசகு ஏற்பட்டுவிட்டதா' என்று கவலையோடு அம்மாவையே இமை பிசகாமல் பார்த்துக் கொண்டிருந்தாள். ஒடிந்துவிடும்போல மெல்லிய வெடவெடக்கும் உடல்வாகு சற்றுக் கூன்தட்டியிருந்தது. நரம்புகள் புடைக்கும் ஒட்டிய வெளிறிய உடல். முகம் தனது சோபையை இன்னும் ஏனோ தக்கவைத்துக் கொண்டிருந்தது. சிறு வயதில் பிரமாதமான அழகியாக இருந்திருப்பாள் என்று நினைத்துக்கொண்டாள்.

"என்னலே அப்புடிப் பாக்குற, ஏன் எனக்குப் பைத்தியம் புடிச்சுருச்சுன்னு பாக்குறியா? அதெல்லாம் நல்லாத்தேன் இருக்கேன். ஒனக்கு ஒரு வாழ்க்கைய உண்டாக்காம நான் சாக மாட்டேன். அபிக்கும் ஒனக்கும் கல்யாணம் பண்றேனா இல்லையான்னு பாரு. அவன் கண்ணு முன்னாடி நீ வாழ்ந்து காட்டணும்" சொல்லியபடி காசநோயினால் உடைந்திருந்த தனது குரலினால் ஏதேதோ வார்த்தைகளைக் கிறீச்சிடத் துவங்கினாள்.

அவள் இம்முடிவில் உறுதியாக இருக்கிறாள் என்பதை அவளது குரல் தெளிவாக்கிற்று. அது மெஹரைப் பெரும் அச்சுறுத்தலுக்கு உள்ளாக்குவதாக இருந்தது. சின்னஞ்சிறிய அறையின் நான்கு சுவர்களும் புழுக்கைகள் நிறைந்த மாட்டுத் தொழுவமும் பல்லிகளும் கரப்பான்களும் நடமாடித்திரிகிற அடுப்படியும் நேரம் காலம் இல்லாமல் இடைவிடாமல் அலறிக்கொண்டிருக்கும் அம்மாவின் குரலும் ஒருவிதமான மனச்சோர்வைத் தரக்கூடியதாக இருந்தன. இனி எஞ்சிய காலம் முழுக்க இதுதான் என்கிற நிச்சயம் தரும் பயம் மிகப் பெரிய அச்சுறுத்தல் தரக்கூடியதாக இருந்தது. கனவில்கூட நினைத்துப் பார்த்துவிட முடியாததொரு துயரமான வாழ்க்கைதான் இனி மிச்சமிருக்கப் போகிறது என்று நினைத்து மனக் கலக்கம் உண்டாயிற்று. அடிவயிறு திகீரென்று கவ்விப் பிடித்தது.

மிச்சமிருக்கும் காலம் என்பது எத்தனை வருடம்? பத்து, இருபது, முப்பது, யாருக்கு தெரியும்? அந்த அல்லா நாயனைத் தவிர.

ஆனாலும் இப்போதெல்லாம் அம்மா செய்கிற அட்டகாசம் தாங்கவியலாமல் ஆகிக்கொண்டிருக்கிறது. பாதி ராத்திரியில் மொட்டை மாடியில் போய் உட்கார்ந்து வானத்தைப் பார்த்து

சாபமிடுகிறாள். அவளது கோபம் எப்போது குறையும் என்று யாருக்கும் தெரியவில்லை.

பக்கத்து வீட்டுப் பெண்கள் வந்து அவ்வப்போது இவளிடம் வந்து புகார் சொல்லிவிட்டுச் செல்கிறார்கள்.

“ஏலே மெஹரு, ஒங்க அம்மா ரொம்பத்தான் அழுவுது, டென்சனாவுது. நெஞ்சு வலி வந்து பொட்டுன்னு போவப்போகுது. அப்புறம் நீ அனாதையா நிக்கணும். கொஞ்சம் சொல்லிவை”

இவள் சொல்வதை மட்டும் அவள் கேட்கப்போகிறாளா என்ன? நேற்றிரவு மஹ்ரிபு நேரம் இவள் குரான் ஓதிக்கொண்டிருந்தாள். ஆசியா திடீரெனக் கேட்டாள், “ஏலே நாம குடும்பத்தோட வெஷத்த குடிச்சுட்டா என்னா”

இதோடு மூன்றாவது முறையாக இவள் அம்மாவிடமிருந்து அவ்வார்த்தைகளைக் கேட்கிறாள்.

“ஒனக்கு ஏதும் ஆயிடுச்சாம்மா, வாழுற வயசுல பச்சைப் புள்ளைகள சாகச் சொல்ற, யாராரோ செஞ்ச தப்புக்கு அதுக என்னா பண்ணுங்க?” இவள் தன்னிடமிருந்த பலத்தையெல்லாம் ஒன்றுதிரட்டிக் கத்தினாள்.

அம்மாவின் குரூரமான மனம், தன்னையும் பிள்ளைகளையும் சேர்த்து ஏதேனும் செய்துவிடுமோ என்று பயம்கொண்டு உறங்காமல் விழித்திருக்கத் தொடங்கினாள். வழக்கம்போல இன்றும் உறக்கம் வரப்போவதில்லை என்கிற எண்ணத்தோடு ஒளு[1] செய்துவிட்டு குரான் ஓத ஆரம்பித்தாள். என்றாலும், மனம் மெலிதாக சஞ்சலப்பட ஆரம்பித்திருந்தது. தனது வாழ்க்கையைச் சீரழித்துவிட்டு அவன் எந்த ஒரு குற்றவுணர்ச்சியும் இல்லாமல் சந்தோஷமாக வாழ்வது தாங்கவியலாத ஆத்திரமாக உள்ளே கனன்றது.

ஒருநாள் டிவியில் படம் ஓடிக்கொண்டிருந்தது. அவன் வீட்டிற்கு வந்தது தெரியாமல் படத்தைப் பார்த்துக்கொண்டிருந்தாள். அவன் இவளுக்குப் பின்புறமாக வந்து நின்றுகொண்டு, “என்னா நான் வந்ததுகூட தெரியாம டிவியில அவனயே பாத்து ரசிச்சுக்கிட்டு இருக்க. அடுத்த ஆம்பளய பாத்து ரசிக்கிறது அவுசாரி போறதுக்கு சமானம். தெரியுமுல்ல?”

கர்ண கடூரமாக ஒலித்த குரல் அவளை நடுநடுங்க வைத்தது; அவமானத்தினால் உடல் குறுகிப்போனாள்.

---

1. தொழுகைக்காக அங்கங்களைச் சுத்தம் செய்வது.

"நான் ஆம்பள, எனக்கு ரெண்டு பொண்டாட்டி இல்ல, நாலு கட்டி வாழ தெம்பு இருக்கு, திராணி இருக்கு. நீ பொட்டச்சி என்னா பண்ணுவ. போ, பண்ணிக்க," எத்தனை அகங்காரமான குரல்; காதுகளை விட்டு அகல மறுக்கும் குரல்.

ஒன்று மாற்றி ஒன்றாக நினைவுக்குள் பின்னலிடும் வார்த்தைகள் குரான் ஓத விடாமல் தடுமாற்றம் கொள்ள வைக்க, அவசரமாக குரானை மூடி வைத்துவிட்டுப் படுக்கையில் விழுந்து அழ ஆரம்பித்தாள், அவனை ஏதாவது செய்ய வேண்டும் என்கிற வெறியும் பழிவாங்குவதற்கு ஒரு சந்தர்ப்பம் வாய்க்காதா என்கிற ஏக்கமும் உண்டாயின.

16

வீடு முழுக்கக் கழுவிப் போட்டது போன்ற அமைதியும் வெறுமையும் நிரம்பியதாக ஆகிவிட்டது. குழந்தைகளும் மெஹரும் ஒரேயடியாக வீட்டை விட்டுப் போய்விட்ட பிறகு இந்தவீடு இத்தனை வெறிச்சோடிக் களையிழந்து கிடப்பதை சுபைதா வினால் தாங்கிக்கொள்ள முடியவில்லை. 'இது ஏதும் சாபக்கேடா? என் குடும்பத்திற்கு மட்டும் எதற்காக இப்படி நடக்கிறது?' என்று தூக்கம் வராத ஒவ்வொரு இரவும் யோசித்தாள்.

தனக்கும் வாழ்க்கை சரியில்லை; பிள்ளைகளுக்கும் சரியில்லை. ஒரே கவலையும் கண்ணீரும் தவிர வேறு எதுவுமே இல்லையா என்று யோசித்துயோசித்துத் தளர்ந்துபோனாள்.

நேற்று அனிபா ஹஜரத் மனைவி வந்துவிட்டுப் போனபிறகு வேதனையானது மலையளவுக்குக் கூடிக்கொண்டிருந்தது.

"ஏலே சுபைதா, ஓம் மருமவ மெஹருக்கும் அபிபுல்லாவுக்கும் நிக்காஹ் வக்கப் போறாளாமே, ஆசியா. இது என்னா காலக் கொடுவினையா இருக்கு, ஆம்பள பண்ணினாண்டு, பொட்டச்சி பண்ணுறாளாமுல்ல." அவள் சொல்லிவிட்டுச் சென்றதும் சுபைதாவுக்கு மண்டைக்குள் சுர்ரென்று ஏறிய கோபம் இன்னும் இறங்காமல் இருந்தது. தலையே வெடிக்கும்போல இருக்கிறது. இது என்னா

நாயம்? இவளுக இந்த லூட்டி பண்றாளுக" என்று தலையில் தன்னைத்தானே அடித்துக்கொண்டாள்.

'பிள்ளைகள் ஓடித் திரிந்த இத்தனை பெரிய வீடு இன்றைக்குப் பொட்டல்காடாகிக் கிடப்பதுபோல அவளும் கல்யாணம் முடித்துப் போய்விட்டால் பிள்ளைகளின் வாழ்க்கை வருத்தமாக அல்லவா போய்விடும்.' இது உண்மையா, பொய்யா என்கிற சந்தேகமே வராதபடிக்கு நிச்சயமாக சொல்லிவிட்டுச் சென்றிருந்தாள் ஹஜரத் பொண்டாட்டி.

யாரோ நம் குடும்பத்துக்கு செய்வினைதான் வைத்து விட்டார்கள் என்று நம்பினாள் சுபைதா. இனி ஒரு கணம் கூடத் தாமசிக்கக் கூடாது, செய்வினையை எடுக்கிற வழியைப் பாக்கணும் என்று மனதில் உறுதி செய்தவளுக்கு, மகனது நினைப்பு வந்து உடல் நடுங்கிற்று.

அவனுக்குத் தெரிந்தால், 'அனாச்சாரமா செய்ற?' என்று சொல்லிக் கொன்றேபோடுவானே என்று.

அவனும் வீட்டுப் பக்கம் வருவதில்லை. இவள் சொல்லி விட்டாள். "அந்த ரெண்டாம் பொண்டாட்டியோட இங்கே வந்து நிக்காத. பெத்த கடனுக்கு நீ வா, போ. அந்த சிறுக்கிய இங்கெ கூட்டியாராத."

"ஏன் அவ என்னா ஒங்கள பண்ணுனா, புடுங்கி வச்சாளா, பிச்சு வச்சாளா. நான் கல்யாணம் கட்டுனேன். அதுக்கு என்னைய இல்ல திட்டணும்," வீராப்பாக ஒலித்தது ஹசனின் குரல்.

"ஆமத்தா ... சொல்லுவ, ஒனக்கு புதுப் பொண்டாட்டி கெடச்ச சொகுசு பேசுவ. இங்க பாரு வீட்ட, பாரு புள்ளைகுட்டிக இல்லாம," என்று ஒப்பாரி வைத்தவளிடம், "சரி அவள்லாம் இங்க வர மாட்டா, கவலைப்படாதீக" என்று சொல்லிவிட்டு விறைத்துக்கொண்டு போனான்.

இப்பொழுது இவள் முன் நின்ற ஒரே விஷயம், சூனியத்தை எடுப்பதுதான் என்றிருந்தது. வேறு வழியே இல்லை. மகனுக்குத் தெரியாமல் போய்விட்டு வர வேண்டியதுதான் என்று முடிவெடுத்தவள், யாரைத் துணைக்குக் கூட்டிப்போகலாம் என்று யோசிக்க ஆரம்பித்தாள். இந்த விவரம் தெரிந்த ஒரே ஆள் கூலுவீட்டு நபிஸாதான். அவளைக் கூப்பிட்டு முதலில் பேசலாம் என்று முடிவெடுத்தாள்.

சிதைந்துகொண்டிருக்கும் குடும்பத்தைச் சரிசெய்ய அல்லாவிடம் கையேந்திக் கேட்டால் மட்டும் போதாது என்று தன்னைத்தானே சமாதானம் செய்துகொண்டாள்.

அதே சமயம் அனிபா ஹஜரத்திடம் போய் மெஹருக்குக் கல்யாணம் செய்து கொடுக்க வேண்டாம் என்று புத்தி சொல்லச் சொல்லிக் கேட்க வேண்டும் என்றும் நினைத்துக்கொண்டாள். தான் சொன்னதாக இருக்கக் கூடாது என்றும் சொல்ல வேண்டும். இல்லையென்றால் ஆசியா ரொம்பவே வீம்பு பிடித்து திட்டுவாள். 'ஓட்டை வாய் முண்டை, அடங்காப்பிடாரி' என்று வயிறு எரியச் சாபமிட்டாள் சுபைதா.

17

இந்த நரக வேதனையிலிருந்து எப்போது விடுதலை என்றிருந்தது மெஹருக்கு. ஓய்வு ஒழிச்சல் இல்லாமல் அம்மாவின் பினாத்தல்களால் வீடு நிறைந்து மூச்சுமுட்டிச் சாகலாம் போலிருந்தது.

இங்கிருந்து தப்பித்துச் செல்வதற்கான வழியைப் பற்றி இப்போதெல்லாம் தீவிரமாக யோசிக்க ஆரம்பித்திருந்தாள். ஒருவேளை அம்மா தனது இயலாமையைக் கத்திக் கூக்குரலிட்டுச் சரி செய்ய முயல்கிறாளோ என்றிருந்தது.

எது எப்படியிருந்தாலும், இனி இந்த வீட்டிலிருந்து தப்பி ஓடியே ஆக வேண்டும் என்று தோன்றிற்று. பல நாள், உணவில் ஏதும் விஷம் கலந்து வைத்திருக்கிறாளோ என்கிற பயம் சாப்பிட விடாமல் தடுத்துக்கொண்டிருக்கிறது. இப்போதெல்லாம் சமைத்த உடனேயே பிள்ளைகளுக்குச் சாப்பாட்டைக் கொடுத்துச் சாப்பிடவைத்துவிடுகிறாள்.

எப்போது பார்த்தாலும் குடும்பத்தோடு சாகலாம் என்று சொல்லிக்கொண்டு திரிகிறவளிடமிருந்து எப்படித் தப்பிப்பது என்று புரியவேயில்லை.

நேற்று பர்வீன் வந்திருந்தபோதும் இதைத்தான் சொல்லி அழுதாள். அவளும் என்ன செய்வது என்று தெரியாமல் அமர்ந்திருந்துவிட்டுச் சொன்னாள், "அவசரப்பட்டுக் குலா கொடுத்துட்ட மெஹரு",

இந்த வார்த்தையை அவள் சொல்லி முடிக்கும் முன்பாக இவள் கத்தித்தான் தீர்த்தாள். "அது எப்படி, அந்த ஆளு இன்னொருத்திய கட்டிக்கிட்டு சொகமா வாழுவான், நான் அதப்பாத்துக்கிட்டு வயிறு எரிஞ்சு அவன் வீட்டுல வேலைக்காரியா ஒக்காந்து கிடக்கணுமா?" தான் செய்தது தவறில்லை என்பதில் இப்போதும் மெஹர் உறுதியாகத்தான் இருந்தாள்.

அவனை இன்னும் பழிவாங்க முடியுமா என்கிற ஆத்திரம் தன்னுள்ளே மிச்சமிருப்பதாக நம்பினாள்.

மெஹரின் கோபம் இன்னும் குறையாத நிலையில் பர்வீன் அங்கிருந்து கிளம்பிப் போனாள். பிறருடைய வாழ்க்கையில் யோசனை சொல்வதற்கான இடத்தில் தான் இல்லை என்பதை அவளும் உணர்ந்துதான் இருந்தாள்.

மெஹர் இப்போதெல்லாம், இங்கிருந்து தப்பித்துச் செல்கிற காரணத்தைத் தேடிக்கொண்டிருந்தாள். அதற்கு அபியுடனான கல்யாணம்தான் தீர்வென்றால், அதற்குத் தன்னைச் சமாதானம் செய்து கொள்வதற்கான காரணங்களைத் திரட்டிக்கொண் டிருந்தாள். ஹசனோடு வாழ்ந்த காலங்களில் பட்ட அவமானங் களையும் நெருக்கடிகளையும் நினைவூட்டிக்கொள்ள ஆரம்பித்தாள். அவனைப் பழிவாங்குவதற்கான வேறொரு சந்தர்ப்பம் இதைப்போல வாய்க்காது என்றும் யோசித்தபடியிருந்தாள்.

ஆசியாவின் தொடர் கூக்குரல்களாலும் மிரட்டல்களாலும் தப்பிக்க வேறு ஏதும் வழியில்லாத நிலையில் ஒரு பைத்தியக்காரி யின் மனநிலைக்குத் தள்ளப்பட்டிருந்தாள்.

18

இப்போதெல்லாம் அம்மாவின் நிலைகுத்திய வெறித்த பார்வையை சாஜிதாவினால் பார்க்கவே முடியவில்லை; பயமாக இருந்தது. இன்னும் ஒரு சில நாட்களில் டவுனிலிருக்கும் ஹாஸ்டலுக்குப் போக வேண்டும். அதை நினைத்தால் சந்தோஷமாக இருந்தாலும், அம்மாவை இப்படி விட்டுவிட்டுப் போவது கவலையாக இருந்தது.

அஷ்ரபு கிழிந்த பட்டம் ஒன்றினைக் கையில் வைத்துக்கொண்டு தெருவிலிருந்து வீட்டிற்குள் ஓடி வந்தான். அவனுக்கு நாளைக்குப் பள்ளிக்கூடம் தொடங்குகிறது. அடுத்த தெருதான் பள்ளிக்கூடம்; அவனாக நடந்தே போய்க்கொள்வான்.

“ஏய் சாஜி. கொஞ்சம் சோறு குடுவே. இந்த பட்டத்தோட வாலு கொஞ்சம் பிஞ்சிருக்கு ஒட்டணும்,” அழுக்கடைந்த கைகளினால் அவளது தாடையைத் தொட்டுக் கெஞ்சினான். இவளுக்கு எரிச்சலாக இருந்தது. “ஒனக்கு எப்பப்பாரு வெளையாட்டுதானா லூசு? கையெல்லாம் ஒரே புழுதி, கர்மம்” என்றபடி அவன் கையைத் தட்டி விட்டாள்.

“ப்ளீஸ்டி, அம்மாகிட்ட கேட்டா அவங்க திரும்பிக்கூட பார்க்க மாட்டேன்கிறாங்க. கல்லு மாதிரி ஒக்காந்துகிட்டு” என்று அம்மாவைப் புகார் கூறிவிட்டு, “குடுடி,” என்றான்.

மெலிந்திருந்தது அவனது உடல், முகம் ரொம்பவே சோர்ந்து கிடந்தது. ஒழுங்கான கவனிப்பும் பராமரிப்பும் இல்லாமல் தன்பாட்டிற்குச் சுற்றிக்கொண்டிருக்கிறான். 'எல்லாமும் அத்தா ரெண்டாங் கல்யாணம் பண்ணதுனாலதான்' என்று ஆத்திரத்துடன் முணுமுணுத்துக்கொண்டாள்.

நல்லவேளை ஆசியா நன்னியைக் காணவில்லை. இந்நேரம் இதற்கும் ஏதாவது சொல்லிக் கத்த ஆரம்பித்திருப்பாள் லூசு மாதிரி என்று நினைத்து நிம்மதிப் பெருமூச்சு விட்டவள் மெதுவாக எழுந்து அடுப்படிக்குள் நுழைந்தாள்.

பாத்திரங்கள் கண்டபடி இறைந்து கிடந்தன. ஆட்டுக்குட்டி உள்ளே வந்து எல்லாவற்றையும் கலைத்துப் போட்டுவிட்டுப் போயிருந்ததை, ஆட்டுப் புழுக்கைகள் கிடந்ததை வைத்துக் கணித்தாள். ஆசியா நன்னி வந்த பிறகு அம்மாவிற்கு நல்ல திட்டு காத்திருக்கிறது; பாவமாக இருந்தது அம்மாவை நினைத்து. அவசரமாக அரைக்கைச் சோற்றை அள்ளிக்கொண்டுபோய் அஷ்ரபிடம் கொடுத்துவிட்டு மறுபடி அடுப்படிக்கு வந்தாள். இந்தத் தெருவில் யார் வீட்டிலுமே ஆடு இல்லை. இந்த ஆசியம்மாவுக்கு என்னத்துக்கு இந்த வேலை என்று முணுமுணுத்தபடி, பாத்திரங்களை ஒழுங்குபடுத்த ஆரம்பித்தாள். சிதறிக் கிடந்த ஆட்டுப் புழுக்கைகளை விளக்குமாற்றால் கூட்டி ஒன்று சேர்த்து முறத்தில் அள்ளிக் குப்பையில் போட்டாள். நன்னி வருவதற்குள் எந்தத் தடயமுமில்லாமல் சுத்தம் செய்துவிடுகிற முனைப்புடன் இயங்கிக்கொண்டிருந்தவளை, "என்னாது ஆடு அடுப்படிக்குள்ள வந்துடுச்சா", என்று கேட்கிற ஆசியம்மாவின் குரல் திடுக்கிட வைக்கிறது. 'போச்சு, கத்தப்போகிறாள்' என்கிற பயத்தோடு, "ஆமா", என்று சொல்லிவிட்டு நன்னியை உற்றுப்பார்த்தாள்.

ஆச்சரியமாக நன்னி கத்தவில்லை. மெதுவாக இவளது அருகில் வந்து கட்டிப்பிடித்துக்கொண்டு மௌனமாகக் கண்ணீர் சிந்த ஆரம்பித்தாள்.

"ஒங்கம்மாவை பாத்தியாம்மா, இப்போல்லாம் எப்புடி இருக்குறா பார்த்தியா?" அவளது ஒட்டிய நீள முகத்தில் தெரியும் கவலையையும் கண்களில் வழியும் கண்ணீரையும் அவ்வளவு நெருக்கத்தில் பார்த்தாள் சாஜிதா. அவளது தோளுக்கு அருகில் நன்னியின் முகம் இருந்தது.

அவள் என்ன சொல்லவருகிறாள் என்பது புரியாமல் அவளது முகத்தை இமைக்காமல் பார்த்தபடியே இருந்தாள். "ஒங்க அம்மா மனசு பேதலிச்சவ மாதிரி இருக்கா, பாத்தியா. அவள கலியாணம் பண்ணிக்கிற சொல்லும்மா, நீ சொன்னா கேட்பாம்மா."

"நான் ஒன்னையயும் தம்பியயும் தங்கமாட்டம் பாத்துக்கறேன். எம்புள்ள வாழவே இல்ல ஒங்க அப்பன்ட்ட. நீ சொல்லுடாம்மா, ஒங்கம்மாவ கல்யாணம் பண்ணிக்கிற சொல்லி".

சாஜிதா ஒன்றும் புரியாமல் விழித்தாள். இவள் என்ன சொல்லவருகிறாள்? அம்மாவுக்குக் கல்யாணமா? அத்தா செய்ததற்கு எவ்வளவோ ஆர்ப்பாட்டம் செய்துவிட்டு, எதற்காக அம்மாவுக்கும் கல்யாணம் பண்ணச் சொல்கிறாள்? அவளது இறைஞ்சும் கண்களை முதல் முறையாகப் பார்த்த சாஜிதா பதில் சொல்ல முடியாத அமைதியில் ஆழ்ந்தாள்.

19

ஆசியாம்மாவுக்கு ஆத்திரத்தில் மனமெங்கும் பொங்கியபடியேதான் இருந்தது. எந்த நேரமும் ஏமாற்றப்பட்டுவிட்டதாக மனத்தில் ஓடிக்கொண்டு இருந்தது ஏமாற்றப்பட்டதன் தீராத வலி. மெஹருக்குத் திருமணம் முடிந்தபோது 15 வயது. அடுத்த தெரு, நல்ல சம்பந்தம் என்று யோசிக்காமல் கட்டிக் கொடுத்தாள். “வரதட்சணை வேணாம் ஷரியத்படி மஹர் தந்து கட்டிக்கிறேன்,” என்று ஹசன் சொல்லிவிட்டான்.

ஆசைஆசையாக அவள் சீரில் வைத்த வெளிநாட்டுச் சேலை ஒன்றைக்கூட அவளைக் கட்ட விடவில்லை அந்தப் பாவி. ஒரு நல்லது கெட்டது, சினிமா, டிவி எதுவும் கிடையாது. எங்காவது மூணு மாதம் பெண்கள் ஜமாத் என்று அவளை வீட்டுக்கு அனுப்பிவைப்பான். கண்வரைக்கும் மூடிக்கொண்டுதான் அடுத்த தெருவிலிருக்கும் அம்மா வீட்டிற்கு வருவாள். ஊர்ப் பெண்கள் கொலுசு போடுவது போலவோ விதவிதமாகக் கிளிப்புகள் வாங்கி அலங்கரித்துக்கொள்வது போலவோ மெஹர் செய்ய மாட்டாள். மச்சானுக்குப் பிடிக்காது என்பாள்; அல்லது ஆமா, வீட்டுக்குள்ள இருக்கறதுக்கு என்னத்துக்கு இதெல்லாம் என்பாள். போதாததுக்கு எப்போதும் அடுப்படிக்குள் ஜமாத் சாப்பாட்டை, பள்ளிவாசலுக்குக் கொடுத்துவிடச் சமைத்தபடி இருப்பாள். அடுப்பில் வெந்து தீராததுதான் பாக்கி.

எல்லாவற்றுக்கும் மேல், மூன்று மாதங்களுக்கு ஒரு முறை பிள்ளை உண்டாகிக்கொண்டு வருவாள். ‘அவருக்குப் பிள்ளை உண்டாகுறத தடுக்கக் கூடாதாம், அல்லா குடுக்கறத மனுஷன் எப்புடி தடுக்கன்னு கேக்கறார்,’ என்பாள்.

அவளது அப்பாவித்தனத்தை அவன் நன்றாகவே பயன்படுத்திக் கொண்டான். இன்றைக்கும் தான் ஏமாந்துவிட்டோம் என்று அவள் நினைப்பதாகவே தெரியவில்லை. அல்லா போட்ட நஸீபு என்று நினைத்து அழுவதற்குதான் அவன் மெஹரைப் பழக்கப்படுத்தி வைத்திருந்தான்.

இவளால்தான் தாங்கிக்கொள்ள முடியாமல் இருந்தது. தனது காலத்திற்குப் பிறகு மகளது நிலைமையை நினைத்து இரவிலிருந்து அதிகாலை வெளிச்சம் பரவும்வரை யோசித்தபடி இருப்பாள்.

அபிபுல்லாவுக்குக் குழந்தை குட்டி இல்லை; தங்கமான பையன். கடைசிவரைக்கும் ஏமாற்றாமல் மெஹருக்குத் துணையாக இருப்பான். ஏதோ நன்றாக இருந்தால் சரி என்று நினைத்துத் தான் அவனிடம் கேட்டாள். அவனுக்கு வேண்டாம் என்று சொல்வதற்கு ஒரு காரணமும் இல்லை.

மெஹரைத்தான் என்ன செய்வது என்று புரியவில்லை. முதல்முறை இதுபற்றிப் பேச்சை எடுத்தபொழுது, “இன்னொரு கல்யாணமா, கர்மம். என்னால இன்னொருத்தன்கூட எல்லாம் மாரடிக்க முடியாது,” என்று ஆடித் தீர்த்துவிட்டாள்.

அவளை எப்படியாவது சரி செய்துவிடலாம் என்று திடமாக நம்பினாள் ஆசியா.

பிள்ளைகளை வளர்த்தெடுக்க வெளியே எங்காவது கூட்டிப் போக வர, வீட்டுக்குப் பொறுப்பாக இருந்து காரியங்களைச் செய்து தர, ஆண் துணை இல்லாத அத்தனைச் சிரமங்களையும் தன் காலம் முழுக்கப் பட்ட அனுபவம் மகளுக்கும் இருக்கக் கூடாது என அவளை இம்முடிவை நோக்கி வலியுறுத்தியபடி இருந்தது.

தான் எடுத்த முடிவுக்குச் சாதகமான காரணங்களைத் தேடி அலையும் மனித மனத்தின் மொத்த உருவாக அவள் இருந்தாள்.

20

"நீ நன்னி பேச்ச கேளும்மா. நாங்க நன்னிகூட இருந்துக்கறோம்," பெரிய மனித தோரணையோடு சொன்ன சாஜிதாவைத் தனது வெறித்த நீளமான பார்வையினால் கடந்து சென்றாள் மெஹர்.

இவளுக்கும்கூடத் தனது இந்த நிலைக்காக ஹசனின் மீதான வெறுப்பு கூடிக்கொண்டிருந்தது. குலா குடுத்த பிறகும் அவன் பெரிதாக அலட்டிக் கொண்டது மாதிரியே இல்லை. புது மனைவியோடு காரில் சுற்றிக்கொண்டு திரிவதாக சாஜிதா நேற்று சொல்லி அழுதது நினைவுக்கு வந்தது. மொட்டை மாடியிலிருந்து கவனித்திருக்கிறாள்.

அந்தப் பிள்ளையின் மனம் எந்த அளவுக்கு வேதனைப்பட்டிருக்கும் என்று நினைத்து ஆத்திரம் உண்டாயிற்று. அவனை நிம்மதியாக இருக்கவிடக் கூடாது என்று மனதிற்குள் கறுவினாள். அவனைப் பழி வாங்குவதற்கான வேறு காரணங்களை யோசித்தாள்.

ஒருவேளை அம்மா சொல்வதைப்போல அபியைக் கல்யாணம் செய்துகொண்டால் ஹசன் துடித்துப்போவான். அவமானத்தினால் சுருங்கிப் போவான். அது அவனை அடிக்கும் வழி என்று

யோசித்தாள். இந்த ஒரே காரணத்திற்காக இன்னொரு முறை கல்யாணமா என்று அடிவயிறு கவ்விப் பிடித்தது. நேற்றிரவு வழக்கம்போலப் புலம்பிய அம்மா, கடைசியில் சொன்னாள். "வா நாம குடும்பத்தோட சேர்ந்து வெஷத்த குடிப்போம்." மெஹர் சொன்னாள் "சரி பண்ணிக்கிறேன்." இவ்வார்த்தையை வாங்குவதற்காகத் தான் பட்ட எல்லா கஷ்டங்களையும் மறந்தவளாகச் சிரித்தாள் ஆசியா.

அம்மா இனி 'சாகலாமா' என்று பேச மாட்டாள் என்பதே போதுமானதாக இருந்தது. பயந்து பயந்து பிள்ளைகளுக்குச் சாப்பாட்டைத் தருவதும் தூங்கும்போது கவனமாக இருப்பதும் இனியும் முடியாது என்று நினைத்துக்கொண்டாள். நிம்மதியாகச் சாப்பிட்டுத் தூங்கி எழுந்தாலே போதும் என்று ஆகியிருந்தது. அம்மாவின் குணம் இவளுக்குத் தெரியும். தன்னைப் பத்து வயதில் அடித்தவர்களையும் இருபது வயதில் ஏமாற்றியவர்களையும் நாற்பது வயதில் பழி சுமத்தியவர்களையும் ஒன்றாக வைத்துப் பார்க்கக்கூடியவளாக இருந்தாள். அந்த விஷயங்களை மறப்பதோ விட்டுவிட்டுப் போவதோ அவளால் இயலாத காரியம். தினமும் ஏதேனும் ஒரு சந்தர்ப்பத்தில் அவற்றை நினைவுபடுத்தித் தனது வசைகளைத் துவக்கிவிடுவாள்.

தனது வாழ்நாள் முழுக்க அப்படிப்பட்ட எல்லா மோசமான நிகழ்வுகளின் தொகுப்பும் துளியும் மங்காமல், மறக்காமல் நல்லபாம்பின் ஞாபகத்தைப் போலப் பழிதீர்க்கப் பதுங்கிக் காத்திருப்பாள்.

மெஹருக்கு இரண்டு விஷயங்கள் முக்கியமாக வேண்டியிருந்தன. ஒன்று, அம்மாவின் புலம்பல்களாலும் வசவுகளாலும் சூழ்ந்திருக்கும் இந்த நரகத்திலிருந்து இந்த இருள் அடர்ந்த வீட்டிலிருந்து தப்பித்துசெல்ல வேண்டும்; மற்றொன்று, ஹசனை இன்னும் பழிவாங்க வேண்டும்.

இந்த இரண்டு காரணங்களும் அவளை முடிவெடுக்க வைத்தன. பழிவாங்கும் உணர்ச்சி மட்டுமே அவளை வழிநடத்தக் கூடியதாக இருந்ததை அவளால் புரிந்துகொள்ள முடிந்தது. சரியா தவறா என்கிற கணிப்புகளையும் மறுபரிசீலனைகளையும் தாண்டியதொரு முடிவை அவள் எடுத்தாள்.

❍

வீட்டிற்கு நிக்காஹ் ஓதுவதற்கு வர மறுத்த அனிபா ஹஜரத்தை அவரது மனைவி வலுக்கட்டாயமாக அனுப்பி வைக்க முயன்றாள். "என்னா நடக்குதுன்னு பாத்துட்டு வந்து சொல்லுங்களேன்" என்று, அவர் பார்த்துவிட்டுச் சொல்கிற

கதைகளைக் கேட்கும் ஆர்வம் அவளிடம் நிரம்பியிருந்தது. ஹசன் நேற்றே வந்து இவரிடம் கண்டபடி கத்தியிருந்தான். அவருக்குப் பயமாக இருந்தது, என்ன செய்வானோ என்று. அவர் பக்கத்து ஊரிலிருந்து கரீம் ஹஜரத்தைத் தொலைபேசியில் கூப்பிட்டு வரச் சொல்லிவிட்டார், தனக்கேன் வம்பு என்று.

சாஜிதா ஹாஸ்டலுக்குப் போய்விட்டாள். வீட்டில் வைத்து கரீம் ஹஜரத் நிக்காஹ் ஓத ஆசியாம்மாவே தன் மகளுக்குக் கருகமணியைக் கட்டினாள். ஹஜரத்தோடு அந்த ஊர் ஜமாத்தார் நான்கு பேர் வந்திருந்தார்கள். ஊரில் மூன்றாம் பேர் அறியாத படிக்கு அந்தக் கல்யாணம் நடந்தது. விருந்தில்லை, வெத்திலை–பூவில்லை, பழமில்லை, மாலையில்லை, மருதாணியில்லை. ஒரு பொம்மைக் கல்யாணம் போல அது நிகழ்ந்தது. மெஹர் தனது குழந்தைப் பருவத்தில் பக்கத்துவீட்டு அப்துலோடு அம்மா அத்தா விளையாட்டு விளையாடும்போது இருவரும் இப்படித்தான் தாலிகட்டிக் கல்யாணம் செய்துகொள்வார்கள். சொப்புப் பாத்திரங்களும் அவற்றில் பொய்யான கருகமணியும் மாலையும் சாப்பாடும் பரப்பப்பட்டிருக்கும். தாலி கட்டிய மறு வினாடியே குடும்பம் நடத்த ஆரம்பித்துவிடுவார்கள். இவள் தனது குழந்தைப் பருவத்திற்குத் திரும்பிச் சென்றுவிட்டு வந்தது போன்றதொரு உணர்வு நிலைக்குத் தள்ளப்பட்டாள். என்ன நடக்கிறது என்பதே புரியாதது போன்றதொரு குழப்பம் மேலிட்டது. ஹஜரத் மற்றொருவருடன் கதவருகில் எட்டி நின்றுகொண்டு ஷாஹிது[1] கேட்டபோது என்ன சொல்வது என்று புரியாமல் கல்லாக அமர்ந்திருந்தாள். அம்மா "சலாம் சொல்லு" என்று தொடையில் கிள்ளிய பிறகு சட்டென பிரக்ஞை கொண்டவளாக "அஸ்ஸலாமு அலைக்கும்," என்றாள். குரல் கிணற்றிலிருந்து வருவதுபோல உயிர்ப்பற்று உலர்ந்துபோயிருந்தது.

வாழ்க்கை தன்னை இன்னும் என்னவெல்லாம் செய்யக் காத்திருக்கிறது? அதனை இறுதிவரை பார்த்துவிடலாம் என்றும் உறுதிகொண்டாள்.

புது நூல்புடவை உடுத்தியிருந்தாள் மெஹர். ஆறு மாதங்களுக்குப் பிறகு தலைவாரிப் பின்னியிருந்தாள். கண்களில் சுருமாவும் தலையில் ஒரு இணுக்கு மல்லிகைப் பூவும் இருந்தது. கண்ணாடியில் அவளுக்கே தன்னைஅடையாளம் தெரியவில்லை. ஜடம்போல அறையினுள் அமர்ந்திருந்தாள். இது நிஜமாகவே பொம்மைக் கல்யாணம்தானா?

அபிபுல்லா அடுத்த அறையிலிருந்து இவளிருந்த அறைக்குள் வந்து இவளது அருகில் அமர்ந்து ஸலாம் சொல்லியதும்

1. திருமண வேளையில் மணப்பெண் சொல்லும் சம்மதம்.

பதில் ஸலாம் சொல்லிவிட்டுச் சொன்னாள், "நான் இந்தக் கல்யாணத்த அம்மாவுக்காகத்தான் செஞ்சேன். வேற எதுவும் நெனச்சுக்காதிங்க," அவளது பதற்றமுறும் குரல் கேட்டுவிட்டு "எனக்குத் தெரியும். சந்தோஷம்தான்," தீர்மானமாகப் பதில் சொன்னான் அபி.

ஹசன் தனது ஒட்டுமொத்த மரியாதையையும் இழந்தவனாகத் துடித்தான். 'இவ்வளவு திமிரா பொட்டைக் கழுதைக்கு' என்ற ஆவேசமும் ஆத்திரமும் தாங்கவியலாமல் இருந்தன. அனிபா ஹஜரத் சொன்னார், "நீ என்னத்துக்கு கத்துற? அவள் எப்ப குலா கொடுத்தாளோ, அப்பவே நீ தடுத்துருக்கணும். அவளை சமாதானம் செய்திருக்கணும். இப்ப அவ ஒன் பொண்டாட்டி இல்ல; நீ யாரோ, அந்தப் பொண்ணு யாரோ. நீ செய்றதுக்கு ஒண்ணுமில்ல."

அடிபட்ட மிருகம்போல பழிவாங்கும் மனநிலைக்கு ஆளானான் ஹசன். இனி பிள்ளைகுட்டிகளை அவகிட்ட விடக்கூடாது என்கிற தீர்மானமான முடிவுக்கு வந்திருந்தான். சுபைதா சொன்னாள், "இனி நீ ஒம் புள்ளைகளை கைல புடிச்சுக்கோ,"

அனிபா ஹஜரத் சொன்னார், "மொத பொண்டாட்டி வேற கல்யாணம் பண்ணிட்டா, இனி புள்ளைகள் மேல அவளுக்கு பாத்தியத கிடையாது ஷரியத்[2]துப்படி".

❍

சாஜிதாவின் ஹாஸ்டல் வார்டன், "சாஜி, சாஜி" என்று கத்தினாள். "சனியனுக்கு எவ்வளவு பெரிய தொண்டை. போ, போய்ப் பாரு," சாஜிதாவைத் துரத்தினாள் விஜி.

"கீழே வா ஒன்னப் பாக்க ஒங்க அப்பா வந்துருக்காரு, பிரின்சிபல் ரூமுல,"

சாஜிக்குத் திகீரென்றது. 'அத்தாவா, எதற்காக வந்திருக்கிறார்' என்று யோசித்தபடி மாடியிலிருந்து கீழிறங்கினாள்.

இது விசிட்டர்ஸ் நேரமும் கிடையாது, என்ன சொல்லி வந்திருப்பார் என்று யோசித்தபடி மெதுவாக நடந்தாள். சுடிதார் துப்பட்டாவைத் தன்னை அறியாமல் தலையில் போட்டுக் கவனமாக முக்காடிட்டுக்கொண்டாள். இத்தனை நாள் கழித்து அத்தாவைப் பார்க்கப் போகிறோம் என்கிற மகிழ்ச்சியும் பரபரப்பும் அம்மா ஏதும் திட்டுவாளா என்கிற கவலையோடு ஒன்று சேர்ந்திருந்தது.

---

2. இஸ்லாமியச் சட்ட விதிகள்

இருந்தாலும் அத்தாவைப் பார்க்கப்போகும் சந்தோஷம்தான் முன்னால் நின்றிருந்தது.

அறையில் குனிந்த தலையோடு அமர்ந்திருந்த அத்தாவைப் பார்த்ததும் கண்களில் கண்ணீர் முட்டிற்று. ரொம்பவும் இளைத்துப் போயிருந்தார். தாடியெல்லாம் வெள்ளை முடி, முன்பைவிட நீளமாகத் தாடி வளர்ந்திருந்தது. வெள்ளை நிறத் தொப்பி ஃபேன் காற்றில் மெதுவாக அசைந்தபடியிருந்தது. இவள் மெதுவாகப் போய் அருகில் நின்றதும் சட்டெனத் தலை நிமிர்ந்தவர், ஆவலாக மகளைத் தழுவிக்கொண்டார். நீண்ட நாளைய ஏக்கம், அவரது அணைப்பில் தெரிந்தது.

இவளுக்குக் கண்ணிலிருந்து கண்ணீர் வழிந்தோட விசும்ப ஆரம்பித்தாள். பிரின்சிபல் மேடம் உடன் இருக்கும்போது அழக் கூடாது என்று நினைத்துக் கட்டுப்படுத்திக்கொள்ள முயன்றாள்.

பிரின்சிபல் ஒரு விதமான சங்கடத்துடன் இவர்களையே பார்த்துக்கொண்டிருந்துவிட்டுச் சொன்னாள், "சரி, நீங்க வெளியே கூட்டிப் போயிட்டு வாங்க, ரெண்டு மணி நேரம்தான் வெளியே இருக்க முடியும், அதுக்கு மேல முடியாது, தயவுசெஞ்சு மறந்துராதிங்க,"

ஹசன் சுயநினைவுக்கு வந்தவனாக, மகளை விடுவித்துவிட்டு கர்ச்சீப்பினால் முகத்தை அழுந்தத் துடைத்தான். "இதோ கிளம்பிட்டோம் மேடம்," என்றபடி இருக்கையிலிருந்து எழுந்தான். இவள் "போயிட்டு வர்றேன் மேடம்," என்று அனுமதி கேட்கும் தொனியில் சொல்லிவிட்டு அறையை விட்டுத் தகப்பனோடு வெளியே வந்தாள்.

ஹசன் காரில் வந்திருந்தான். நீண்ட நாளாயிற்று இந்தக் காரில் ஏறி! அம்மாவோடும் தம்பியோடும் இதே காரில் பயணம் செய்தது நினைவுக்கு வந்தது. முன் சீட்டில் ஏறப்போனவளை, "போய் புர்காவை போட்டுக்கிட்டு வாம்மா," என்ற தந்தையின் குரல் தடுத்தது.

அவளுக்கும் புர்கா போடாதது நினைவுக்குவர, "இதோ வரேன்" என்று சொல்லிவிட்டு வேகமாக ஹாஸ்டலை நோக்கி நடந்தாள்.

மனத்திற்குள் சிறிய பயம் உண்டாகியிருந்தது, என்ன சொல்லப் போகிறாரோ என்று. படிப்பதைப் பற்றி ஏதும் பிரச்சினை செய்தால் என்ன செய்வது என்று யோசித்தாள்.

'அதெல்லாம் அம்மா இருக்கிறாள், பாத்துக்கலாம்,' என்று தனக்குத்தானே சொல்லிக்கொண்டாள். 'பெண்களுக்கான

பள்ளியில்தானே படிக்கிறேன். அதற்கென்ன' என்றும் சமாதானம் செய்துகொண்டாள்.

அந்த ரெஸ்டாரண்டில் கூட்டம் குறைவாக இருந்தது. சனி, ஞாயிறு என்றால் வேறு மாதிரி இருக்கும். முன்பு அத்தா, தம்பி, அம்மாவோடு வந்திருக்கிறாள்.

என்ன பேசுவது என்று புரியாமல் இருவரும் அமர்ந் திருந்தார்கள். “நீ என்னடா சாப்புடுற?” என்றான் ஹசன். அவள் பேசாமல் இருந்ததைப் பார்த்துவிட்டுத் தானே ஆரம்பித்தான். “ஒன்னைய பாக்காம எத்தனை கஷ்டம் தெரியுமா, நீ ஒரு வார்த்தை என்கிட்ட போன்லகூட பேசலையேமா? அத்தா என்னா தப்பு பண்ணிட்டேன், ஒம்மேல எனக்கு எம்புட்டு உசுரு தெரியுமில்ல? நீ எப்ப அந்த வீட்லெருந்து ஸ்கூலுக்குப் போவேனு காத்துக்கிட்டு இருந்தேன்டா, செல்லம். ஒன்னைய பாக்காம பேசாம நரக வேதனை பட்டுட்டேன்டா”.

அவனது கண்களில் வழியத் தயாராக இருக்கும் கண்ணீர் இவளை உருகவைத்தது.

“இல்லெத்தா ... எனக்கும் ஒங்கள பாக்காம இருக்க முடியலத்தா,” தானும் அவனோடு சேர்ந்து கலங்கினாள். அவளது புர்காவிற்குப் பின்னிருக்கும் சின்னஞ்சிறிய விழிகள் கண்ணீரை வெளியேற்றிக்கொண்டிருந்தன. யாரும் பார்க்க முடியாது என்கிற நம்பிக்கையோடு.

நீண்ட நாட்களுக்குப் பிறகான அந்த நாளில் அவள் தனது தகப்பனின் அருகிலிருந்து நல்ல சாப்பாடு ஒன்றைச் சாப்பிட்டுக்கொண்டிருந்தாள். தன்னைச் சுற்றி எல்லா சாபக் குரல்களும் நீங்கிய ஒரு ஆசுவாசத்தோடு அமர்ந்திருந்தாள். தன்னிடமிருந்து விலக்கிவைக்கப்பட்ட தந்தையின் அன்பு மறுபடியும் கிடைத்துவிட்ட நிம்மதியோடு.

அதே சமயத்தில் தன்னைப் பள்ளியிலிருந்து நிறுத்தி மதரஸாவிற்கு அனுப்பிவிடுவாரோ என்கிற பயம் மட்டும் உள்ளே ஓடிக்கொண்டிருந்தது. அது தவிர்க்கவியலாத பயமாகக் கூடவே இருந்து அவளைத் தொந்தரவு செய்தபடியிருக்க அவள், ஹசன் வந்துவிட்டுச் சென்றதை அம்மாவிடமும் நன்னியிடமும் மறைத்துவிடுவதன் அவசியத்தையும் யோசித்தபடி இருந்தாள்.

அவள் பயந்தது போன்று அவன் படிப்பைப் பற்றி வெறுப்பாக ஏதும் பேசாதது மனத்திற்குள் மிகப்பெரிய ஆச்சரியத்தை உண்டுபண்ணியிருந்தது.

அவனுக்குமே தனது மகளின் விருப்பத்திற்கு மாறாக எதையும் செய்துவிடக் கூடாது என்கிற எண்ணத்தை, அம்மாவின் செயல்பாடுகள் தந்திருக்கக்கூடும். அதுவும் நல்லதுதானே என்று நினைத்துக்கொண்டாள். சிறுமியாக இருந்தபோதே 'ஸ்கர்ட் போடக் கூடாது, முகம் மூடிக்கோ, கொலுசு போடாதே' என்றெல்லாம் அதட்டியபடி இருந்தவர். இனி தன்னை முன்பைப்போல, அதட்டி உருட்டி எதையும் சொல்ல மாட்டார் என்கிற நம்பிக்கை உண்டாயிற்று. இத்தனை நாள் பார்க்கக் கிடைக்காத மகளைப் பார்க்கக் கிடைத்த சந்தோஷத்தில் அவன் அமர்ந்திருந்ததை மகிழ்ச்சியோடு கவனித்தாள் சாஜிதா.

தந்தைக்கும் தனக்குமிடையே நீண்ட மனப் போராட்டம் ஒன்று முடிவுக்கு வருவதாகத் தோன்றினாலும், தங்களைவிட இன்னொரு மனைவி அவனுக்கு நேசிப்பதற்கு இருப்பதாக நினைக்கும்போது ஏனோ தாங்கிக்கொள்ளவியலாத, பொறாமை உண்டாயிற்று. அது ஏற்றுக்கொள்ளக்கூடியதாகவே இல்லை. அன்றிரவு அவளது கனவில் தந்தையோடு தானும் தம்பியும் காரில் பயணிப்பதாகக் கனவு கண்டாள். அங்கே அம்மாவோ, அத்தாவின் இரண்டாவது மனைவியோ இல்லை என்பதைச் சற்று சிரத்தையோடு யோசித்தாள்.

21

மூன்று நாட்களுக்கு முன்பாக அனிபா ஹஜரத் மனைவியிடம் ஹசன் சொல்லியனுப்பியிருந்தான்.

"எம் புள்ளைகள இனி நான்தான் பாத்துக்குருவேன், அவளுக்கு எந்த பாத்தியதையுமில்ல, இனி அந்த அபி பயல் எம் மவள கூப்புட ஹாஸ்டலுக்குப் போனான்னா அவன் காலை வெட்டிடுவேன். எம்புள்ளக்கி நான் தகப்பன்காரன் இருக்கப்போ அவன் போயி கூப்பிட, கொள்ளப் போகக் கூடாது" என்று சொல்லியனுப்பியிருந்தான்.

இப்போதெல்லாம் அஷ்ரப் வீட்டிற்கே வருவதில்லை. தனது தகப்பனோடுதான் சுற்றிக் கொண்டிருக்கிறான். அவனுக்குக் காரும் விளையாட்டுச் சாமான்களும் இருந்தால் போதும். சாஜிதாவும் ஹாஸ்டலுக்குப் போன பிறகு வீடு மய்யத்தாங் குழியாகவே மாறிவிட்டிருந்தது. அம்மாவின் முந்திய கூக்குரல்கள் முடிந்துபோய்ப் புதிதான கூக்குரல்கள் கேட்க ஆரம்பித்திருந்தன. சாஜிதாவும் இல்லை என்பதால் இருக்கலாம். அதோடு வீட்டிற்கு வந்தாலே 'அத்தாவோட ஏன் போன' என்று சொல்லி ஆசியாம்மா திட்டுவது அவனுக்குப் பிடிக்கவே யில்லை. இரண்டு நாட்களுக்கு முன்பாக வந்தபோது இரண்டு காதுகளையும் பொத்திக்கொண்டு, "அய்யோ காது வலிக்கிதே" என்று சொல்லிக் கத்திவிட்டுப் போனான். அதன்

பிறகு வந்து எட்டிக்கூடப் பார்க்கவில்லை. மெஹர் ஒரு ஜடமாக மட்டும்தான் வாழ்ந்துகொண்டிருந்தாள். இன்னும் என்ன செய்தால் இந்தக் கூக்குரல் அடங்கும் என்று தெரியவில்லை. அபி தனது வேலைக்காகக் கேரளாவில் எங்கேயோ போய் விட்டான். அவன் ஒரு பிள்ளைப்பூச்சியைப்போலத் தான் உண்டு தனது வேலை உண்டு என்றிருக்கிறான். இவள், அவன் வீட்டில் போய் ஒரு வாரம் தங்கியிருந்தாள். அம்மாவின் தொல்லை தாங்கவியலாமல்தான் சென்றாள். அவன் இவள் வீட்டில் இருப்பதாகவே தெரியாதவனாகத் தனது வேலைகளை அமைத்துக்கொண்டான். ஒருமுறை வீட்டு வேலைக்காரி சாபிரம்மா காதுகளில் கிசுகிசுத்தாள். "இவன் சரியில்லாதவன். அதான் கலியாணம் கட்டாம இருந்தான்." அவளது குரலில் பரிதாபம் தொக்கி நின்றது. இவளுக்கு அது ஒன்றும் பெரிதாகத் தோன்றவில்லை. இவளுக்கு எது குறித்தும் அறிந்துகொள்ள ஆர்வமோ விருப்பமோ இல்லை என்பதனால் அவளது பரிதாபத்தை இவள் பொருட்படுத்தவில்லை.

அம்மாவின் கூக்குரல் ஓய்ந்திருக்கும் என்று நினைத்தது, பெரிய தவறாக இருந்தது. அவளுக்குக் கத்துவதற்குக் காரணம் ஏதேனும் போதுமானதாக இருந்தது. நேற்றிலிருந்து அம்மாவின் குரல் மறுபடி கேட்க ஆரம்பித்திருந்தது.

"அவன் பிள்ளையாமுல்ல, சொல்லியனுப்பியிருக்கான். ரொம்ப புள்ளக மேல அக்கறை; அதுதான் சொல்லாம கொள்ளாம கலியாணம் கட்டி இருக்கான்".

முன்பாவது பிள்ளைகள் இருந்தார்கள், இவளது சத்தத்தைக் கேட்டாலும் கேட்காதது போல் இருக்க. இப்பொழுது பிள்ளைகளும் இல்லை. அஷ்ரபு தெருவில் ஓடியதை ஜன்னல் வழியே பார்த்துவிட்டு அவள் கத்திக் கூப்பிட்டாள். மூன்று நாளாகிற்று இவளது கையால் சாப்பிட்டு. எங்கே, சாப்பிடுகிறானோ தெரியவில்லை. மனம் கலங்கிற்று.

இவள் கல்யாணம் செய்த பிறகுதான் அஷ்ரப் இந்தப் பக்கம் வருவதைக் குறைத்துக்கொள்ள ஆரம்பித்தான். அம்மாவின் பேச்சைக் கேட்டுத் தப்பு செய்துவிட்டேனோ என்று முதல் முறையாக யோசித்துக் கலங்க ஆரம்பித்தாள்.

சாஜி இன்னும் ஹாஸ்டலிலிருந்து ஒருமுறைகூட வீட்டிற்கு வரவில்லை. அவளை அழைத்து வருவதற்கு இனி ஹசன்தான் போகப்போகிறான். குழந்தைகளின் மனத்தை ஏதேனும் சொல்லித் தன்னிடமிருந்து பிரித்துவிடுவானோ என்று பயமாக இருந்தது. என்றாலும் பெண் பிள்ளை அம்மாவைப் புரிந்துகொள்வாள் என்று நினைத்துக்கொண்டாள்.

அம்மா வீட்டில் சரியான சாப்பாடு இல்லாமல் பிள்ளை களின் உடல் நலிந்துபோய்விட்டதை நினைத்துக் கண்ணீர் வழிந்தது. தானும்கூட அரைவாசி உடலாகவே இருப்பதாக யோசித்தாள். உருக்குலைந்து கிடக்கிற தனது உடலைப் பார்க்கவே பிடிக்காமல் போயிற்று. இப்போதெல்லாம் கண்ணாடியைப் பார்ப்பதில்லை. அவ்வளவு அழகாக இருந்த என் முகம்தானா இந்தக் கண்ணாடியில் தெரியும் முகம் என்று அவ்வப்போது யோசிப்பாள்.

எல்லாமும் போய்விட்டது; இனி என்ன நினைத்து என்ன செய்ய என்று மனதைத் தேற்றிக்கொள்ள முயன்றாள்.

இப்போதெல்லாம் பக்கத்து வீட்டிலிருந்தோ எதிர் வீட்டிலிருந்தோ எந்தப் பெண்டுகளும் இங்கே வருவதில்லை. ஏனோ இந்தக் குடும்பம் என்று ஒன்று இருப்பதுபோலவே யோசிப்பதாகத் தெரியவில்லை. ஆசியாவின் கூக்குரலுக்கு அதுவும் ஒரு காரணமாக இருக்கலாம் என்று தோன்றிற்று. முன்பெல்லாம் அனிபா ஹஜ்ரத் மனைவியும் எதிர் வீட்டு பாத்துமாவும் பொழுதுக்கும் இங்கேயேதான் வருவார்கள்.

ஹசன் இப்படி கல்யாணம் பண்ணிப் போயிருக்கக் கூடாது, இந்த பச்சப்பிள்ளை வாழ்க்கையைச் சீரழிச்சுட்டு போயிருக்கக் கூடாது என்று அம்மாவிற்கு எடுப்பெடுத்துவிட்டு அவளைக் கத்தவிட்டுப் பார்த்து ரசிப்பார்கள். அவர்கள் இங்கே வரக் கூடாது என்று இவள் சொல்ல நினைப்பாள். அம்மாவுக்குப் பயந்து சொல்ல மாட்டாள். அவளைத் தூண்டிவிட்டு ரசிக்கும் அவர்களை, அவர்களது நோக்கம் புரியாமல், அவர்களுக்குத்தான் நம்ம குடும்பத்து மேலயும் நம்ம மேலயும் எம்புட்டு அக்கறை என்பாள்.

தனக்கு இரண்டாவது திருமணம் முடிந்த பிறகுதான் அவர்கள் யாரும் வருவதில்லை என்பதை இவளாகவே கவனித்தாள். அம்மாவும்கூட இப்போதெல்லாம் அடுத்த வீட்டுத் திண்ணையில் உட்காரப் போவதில்லை. இவளும் இரண்டு மூன்று முறை கேட்டுப் பார்த்தாள். "நீ என்னாத்துக்கு என்னாட்டம் வீட்டுக்குள்ள கெடக்குற, போயி திண்ணையில ஒக்காந்துட்டு வாயேன் கொஞ்ச நேரத்துக்கு," என்று சொல்லும்போது அவள் சுரத்தேயில்லாமல் 'வேணாம் விடு' என்பாள்.

யாரோ கதவு தட்டும் சத்தம் கேட்டுத் தன் நினைவுகளிலிருந்து விடுபட்ட மெஹருக்கு ஆச்சரியமாக இருந்தது, நம் வீட்டிற்கு யார் வரப்போகிறார்கள் என்று. அம்மா சத்தம் கேட்டும் கேட்காதவள் போல முற்றத்துச் சுவரில் சாய்ந்து அமர்ந்திருந்தாள். மெஹர்

நாற்காலியிலிருந்து எழுந்து அம்மாவைக் கடந்து சென்று வாசல் கதவைத் திறந்தாள்.

பர்வீன் நின்றுகொண்டிருந்தாள். மெஹர், "வா பர்வின்," என்று சொல்லிவிட்டு அவள் வருவதற்காக வழிவிட்டு நின்றாள்.

பர்வினின் முகமும் ஒரு காகிதத்தைப் போல வறண்டு கிடந்தது. தான் மட்டும்தான் இந்த அளவுக்கு உடைந்து போயிருக்கிறோம் என்று எண்ணியிருந்தவளுக்கு, பர்வினின் தோற்றமும் ரொம்பவும் அயர்ச்சியூட்டுவதாக இருந்தது. முகத்தில் வியர்வை வழிந்து முதுமையுற்றவள்போல மாற்றிக் காட்டிற்று. கனத்த பர்தாவின் உள்ளே ஒரு விளக்குமாற்றுக் குச்சியைப் போல ஒடுங்கிக் கிடந்தது உடல். வெவ்வேறு நபர்கள் என்றாலும் தங்கள் இருவருக்குமான பாதையும் ஒன்றுதானே என்கிற எண்ணம் தலை தூக்க, "உள்ள வா," என்றாள்.

முற்றத்துச் சுவரில் சாய்ந்திருந்தபடியே தலையை அசைத்து அவளை வரவேற்கிற ஆசியாவின் தோற்றம் ஒரு சீக்காளியைப் போலிருந்தது.

"என்னாது, ஏன் இப்படி ஒக்காந்துரிக்கீங்க மம்மானி," அணிந்திருந்த பர்தாவைக் கழற்றியபடி அவளது அருகில் சென்று கேட்டாள் பர்வீன். அவள் பர்தாவைக் கழற்றிய விதத்தில் ஒருவித வெறுப்பும் எரிச்சலும் நிறைந்திருந்ததைக் கவனித்தாள் மெஹர்.

பர்வீனின் குரல், தேக்கிவைத்திருந்த துயரத்தை எல்லாம் உடைத்தெறிவதுபோல இருக்க குமுறிக்குமுறி அழ ஆரம்பித்தாள் ஆசியா. முன்பு அவளிடமிருந்த கோபமும் ஆத்திரமும் இன்று புறக்கணிப்பின், அவமானத்தின், இயலாமையின் மிச்சமாக மாறி வெடித்துச் சிதறின.

மூன்று தேய்ந்த உருவங்களாக அந்த வீட்டின் முற்றத்தில் அவர்கள் அமர்ந்திருந்தார்கள்.

யாரும் யாரையும் தேற்றுவதற்கான வார்த்தைகளைத் தேடுவதோ முயற்சிகளை எடுப்பதோ இயலாத காரியமாக, தங்களுக்குள் பீறிட்டெழும் உணர்வுகளைக் கட்டுப்படுத்த முடியுமா என்பதுபோல அமர்ந்திருந்தனர்.

நீண்ட அமைதி அங்கே தனக்கான இருப்பிடத்தைத் தேடி அமர்ந்துகொண்டது. உடைந்து விழுகிற மனத்தின் நிசப்தங்களை அறிந்துகொள்கிற பாவனையில் அவர்களது இருத்தல் அங்கே இருந்தது.

யார் முதலில் பேச்சைத் தொடங்கினால் சரியாக இருக்கும் என்று ஒருவரையொருவர் தீர்க்கமான பார்வைகளால் துளைத்தெடுத்துக்கொண்டிருந்தனர்.

வழக்கம்போல ஆசியா ஆரம்பித்தாள் என்றால், அது பிலாக்கணத்தின் துவக்கமாக மாறும் என்கிற பயம் முகத்தில் மிளிர, அவசரமாக பர்வீன் அங்கிருந்த கனத்த மௌனத்தை உடைத்தாள்.

“நீ என்னத்துக்கு கல்யாணம் பண்ணிக்கிட்ட, ஒனக்கு கிறுக்கு ஏதும் பிடிச்சுக்கிருச்சா,” தீர்க்கமாக, அங்கிருந்த மௌனத்தைத் துளையிட்டது அவளது குரல். இதுவரை அமைதியாக அழுதுகொண்டிருந்த ஆசியா அடிபட்ட விலங்காக மாறி, “ஓஹோ ஒங்கண்ணணுக்கு சப்போர்ட் பண்ண வந்தியோ, வாடிம்மா வா, அதானே பாத்தேன்”. கர்ண கடூரமாய் ஒலிக்கிற குரலில் தோய்ந்து கிடக்கிற இயலாமை பர்வீனைக் கலங்க அடிக்கக் கூடியதாக இருந்தாலும்கூட அதனை மறைத்தவளாக, “நீங்க சும்மா இருக்க மாட்டிங்க செத்த நேரம்; நான் மெஹருகிட்ட கேட்டுக்கிட்டு இருக்கறேன்,” தனது குரல் தனக்கே மூர்க்கமாக ஒலிப்பதை அவதானித்தாள் பர்வீன். இத்தனை கடுமையாகவும் கோபமாகவும் தன்னால் பேச முடியும் என்பதை அன்றுதான் தானே உணர்ந்தவள்போலக் கத்தி முடித்தாள்.

ஓங்கி ஒலித்த அவளது குரல் ஆசியாவின் முகத்திலும் மெஹரின் முகத்திலும் கடுமையான வேகத்துடன் மோதித் தெறித்தது. அக்கடும் குரலின் பின்னிருப்பது ஆத்திரமா அக்கறையா அனுதாபமா என்கிற யூகத்தைக்கூட செய்ய இயலாததொரு மனநிலைக்கு அவர்களிருவரையும் கொண்டுசெல்லக்கூடியதாக அக்குரலின் தன்மை இருந்தது.

நேரமும் காலமும் புலப்படாத சில தருணங்கள் வாழ்க்கையில் என்றாவது நிகழும்; அதனைப் போன்றதொரு தடுமாற்றத்தை அவர்கள் அடைந்திருந்தார்கள்.

அவளது குரலின் கடுமையில் நீண்ட நேரம் அதிர்ந்துபோய் அப்படியே அமர்ந்திருந்தாள் மெஹர். என்ன பதிலை, எப்படிச் சொல்வது என்பது அறியாத திகைப்பில் ஒன்றிப்போயிருந்தாள் அவள்.

எனது தாயாரை ஒப்பாரியிலிருந்து காப்பாற்றவா, இல்லை இந்தச் சிதிலமடைந்த வீட்டின் அழுது வடியும் சுவர்களிலிருந்து தப்பிக்கவா, இல்லை இதுவரை வாழாத வாழ்க்கையின் ஒரு துளியையாவது வாழ முடியும் என்கிற நம்பிக்கையா, இல்லை இது அனைத்துக்கும் மேலாக ஹசனைப் பழிவாங்க மட்டுமேதானா?

ஏதேனும் காரணங்களால் அறியப்படுகிற காரியங்களைப் போல தனது காரியத்திற்கான உண்மையானதொரு காரணம் சொல்லத் தெரியாமல் பர்வீனைக் கட்டியணைத்துக் கதற ஆரம்பித்தாள் மெஹர்.

அந்த அழுகையின் வழியே தான் பெரிய தவறு செய்து விட்டதான ஒப்புதல் வாக்குமூலத்தையும் குற்றவுணர்ச்சியையும் பர்வீனிடம் இடம் பெயர்த்தாள். இவற்றில் ஏதாவது ஒன்றைக் கொண்டு, அம்மாவின் கடும் கோபத்திற்கும் வெறுப்புக்கும் உள்ளாக நேரிடும் என்பதையும் அறிந்திருந்தாள் மெஹர்.

எதையோ செய்ய நினைத்து எதிலேயோ சிக்கிக்கொண்டு விட்டதாக நினைத்துக் கலங்கிய ஆசியாவின் மனம், அந்த தோல்வியைத் தன்னுடையதாக ஏற்றுக்கொள்ள மறுத்தது. ஏற்றுக்கொள்ள நேரும் பட்சத்தில் மெஹருடைய பார்வையில் தான் பெரும்பாவியாக மாறிவிடுவோம் என்று நம்பியது. மெஹருக்கு அழுது முடித்தது போதும் என்றிருந்தது. இனி அழுது என்ன செய்ய? கண்ணீருக்கு மட்டும் ஏன் குறைவே இருப்பதில்லை? அது வற்றவே வற்றாதா என்கிற சிறிய கேள்வியும் அவளது மூளைக்குள் தோன்றிற்று.

அழுததைத் தவிர இந்த ஆறு மாத காலத்தில் வேறு ஏதேனும் செய்தோமா என்ற அலுப்பு மேலிட்டது. இனி வரும் காலங்களில் என்னவெல்லாம் எதிர்கொள்ளப்போகிறோம் என்று தெரியவில்லை. சாஜிதாவின் படிப்பை அவன் என்ன செய்யப் போகிறான் என்று தெரியவில்லை. ஹசன் அஷ்ரப்பை இனி இங்கு வரவிடுவானா என்று புரியவில்லை. பிள்ளைகள் இல்லாமல் எப்படி காலம் போகப்போகிறது? அவனுக்குத் தன்னைப் பழிவாங்க ஒரு சந்தர்ப்பத்தினைத் தந்துவிட்டோமோ என்றிருந்தது.

எல்லாவற்றையும் யோசித்து மண்டையே வெடிக்கும் போலிருந்தது.

“நேத்து ஹசன், சாஜிதா ஸ்கூலுக்குப் போய்ப் பாத்துட்டு வந்தானாம்,” பர்வின் மெதுவாக ஆரம்பித்தாள். “அஷ்ரபை எங்கெயோ டவுன்ல போர்டிங் ஸ்கூல்ல போடப்போறதா அம்மா சொன்னாங்க,” கவலை தோய்ந்திருந்தது பர்வீனின் குரலில். அவளுக்கும்கூடத் தனது துயரத்தை இறக்கிவைத்துவிட வேண்டுமென்கிற தவிப்பு குரலில் கூடியிருந்ததை மெஹர் கவனித்தாள்.

ஹசனுக்குத் தெரியும், மெஹருக்குப் பிள்ளைகள் இல்லாமல் ஒரு பொழுதுகூட இருக்க முடியாது என்று. அதுவும் அஷ்ரப் ஒரு

நேரம் சாப்பிடக் காணோமென்றாலும் துடித்துப்போய்த் தேடித் திரிவாள். இனி பிள்ளைகளை மெஹரிடமிருந்து பிரித்துவிடுவதாக அம்மாவிடம் சொல்லியிருக்கிறான் என்பதைப் பர்வீன் மெஹரிடம் சொல்ல விரும்பவில்லை. இஸ்லாம் சட்டப்படி மெஹர் இனி பிள்ளைகளுக்கு உரிமை கொண்டாட முடியாது. அதைத்தான் அவன் அம்மாவிடம் சொல்லியிருக்கிறான்.

அதிர்ச்சியில் உறைந்துபோயிருந்த மெஹர் கேட்டாள், "அஷ்ரபை ஹாஸ்டலுக்கு அனுப்பப்போறாரா, அந்தப் பச்சைப் பிள்ளையையா?" நம்ப முடியாத தன்மை குறைந்திருந்தது அவளது குரலில். அவன் எதையும் செய்வான் என்கிற உறுதியை அவனோடு வாழ்ந்த அனுபவங்கள் அவளுக்கு வழங்கியிருந்தன.

அதனை வார்த்தைகள் வழியே வேறு யார் சொல்ல முயன்றாலும் அவர்கள் தோற்றுப்போவார்கள். அந்த அளவுக்கு அவள் தனது கடந்த காலங்களின் வழியே அதனைப் பெற்றிருந்தாள்.

"ஏங்கிட்டருந்து பிரிக்கிறேன்னு சொல்லி பச்ச மதலைய பழிவாங்கப்போறானா படுபாவிப் பய," கூக்குரலெடுத்து அழ ஆரம்பித்தாள் மெஹர்.

இடைவிடாத அழுகுரல்களில் பெருகும் கண்ணீரின் வழியே நீந்திக்கொண்டிருப்பது போன்றதொரு நிலைக்கு ஆளாகியிருந்தாள் பர்வீன். ஆசியா எந்த ஒரு அசைவும் இல்லாத வெறித்த பார்வையோடு அமர்ந்திருந்தாள். என்ன சொல்வது என்று யோசிக்கிறாளா இல்லை எப்படி ஆரம்பிப்பது என்று யோசிக்கிறாளா? புரியாதவளாக அமர்ந்திருந்தாள் பர்வீன். தான் என்ன சொல்லி என்ன ஆகப் போகிறது என்கிற தவிப்பு மேலிட, பெருகிய கண்ணீரைத் துடைத்தபடி தனது வீட்டை நோக்கி நடந்தாள். தெருவில் இருள் விழுந்திருந்தது. மஃரிபு தொழுகையை மறந்து இருந்துவிட்டோமே என்கிற உறுத்தலோடு பர்வீன் சென்றாள்.

22

முரண்டு பிடித்தழுத அஷ்ரபைக் கடும் கோபத்துடன் கன்னத்தில் நான்கு அறை விட்டான் ஹசன். ஆத்திரம் அடங்க மறுத்தது. 'ஓடுகாலி முண்டக்கிப் பொறந்தவனே,' கறுவினான். அஷ்ரப் வலியில் துடித்து அழுதுகொண்டிருந்தான். சுபைதா அருகில் அமர்ந்து வேதனையோடு பார்த்துக் கொண்டிருந்தாள்.

மகனது வெறித்தனத்தை ஒன்றும் செய்ய முடியாது என்றாலும் மெதுவாகச் சொன்னாள், "சின்னப் புள்ளதான, அப்படித்தான் வெளயாட்டுப் புத்தியா இருக்கும்; தொழுக போகாட்டி விடு, விவரம் புரிஞ்சா தன்னால தொழுவான். சினிமாவுக்கு எல்லாப் பக்கிகளும்தான போவுது, அவனும் போயிருப்பான். விடுவே."

சமாதானம் செய்வதற்காக முயலும் அவளது தணிந்த குரலை இடைநிறுத்திக் கத்தினான். "நீங்க சும்மா கிடங்க. நான் இபாதத்த[1] கத்துக் குடுக்கறப்போ சைத்தான் மாதிரி ஊடால வந்துக்கிட்டு," என்றவன், "ஏன்டா, இனி சினிமாவுக்குப் போவியா, தொழுக ஒழுங்கா பள்ளிவாசலுக்கு வருவியா," என்று அதட்டினான். "இல்லெத்தா, இனி போகலத்தா," கண்ணீர் வழியும் முகத்தோடு இறைஞ்சினான் அஷ்ரப். முகம் சிவந்திருந்தது. "இனி அவ வீட்டுக்குப் போவியா," இன்னொரு குட்டு தலையில் ஆழமாகப்

1. இறை நம்பிக்கையை வலுப்படுத்துதல்

பதிய ஆவென அலறியவன், "இல்ல, இனி போகல," என்று தரையில் விழுந்து துடித்தான்.

"இன்னும் ஒரு வாரத்துல ஒன்னையக் கொண்டுபோய் ஹாஸ்டல்ல ஸ்தாபிச்சுர்றேன் பாரு."

ஆவேசமாக வீட்டிலிருந்து இறங்கிப் பள்ளிவாசலை நோக்கி நடந்தான். ஊரில் யாரும் தன்னை மதிப்பதில்லை என்பது பெருத்த அவமானமாக இருந்தது. தினமும் காலை சுபுஹு தொழுத கையோடு ஒவ்வொரு தெருவுக்கும் போய் அங்கிருக்கும் கரும்பலகைகளில் அன்றைய ஹதீஸை எழுதுவான். காலை வேளையில் ஆண்கள் நாலுநாலு பேராகச் சேர்ந்து குளக்கரையைப் பார்த்து வாக்கிங் போவார்கள். அவர்களுக்கு இவன் செய்கிற காரியம் உவப்பானதாக இருக்கும் என்பதால் ஒரு நிமிடம் நின்று ஸலாம் சொல்லிவிட்டுச் செல்வார்கள். இப்போதெல்லாம் அவனிடம் நின்று பேசுவதற்கு யோசிக்கிறார்களோ என்று தோன்றிற்று.

எப்போது இரண்டாவது கல்யாணம் செய்தானோ அன்றிலிருந்து அப்படித்தான் நடக்கிறது; என்றாலும் மெஹர் குலா கொடுத்த பிறகும் இப்பொழுது கல்யாணம் கட்டின பிறகும்தான் மிக மோசமாக எல்லோரும் பார்ப்பதுபோல இருந்தது. அதிலும் இளவட்டப் பயலுகள், சில்லுண்டிப் பசங்கள் பார்க்கும் பார்வையும் நடவடிக்கையும் ரொம்பவும்தான் அவமானமாக இருக்கிறது.

ஒரு பொட்டச்சி பாத்து என் மரியாதையைக் குலைச்சுட்டாளே என்று கறுவினான். அவளைச் சும்மா விடக் கூடாது என்று ஆத்திரம் கூடிற்று.

ஆம்பள ஒரு காரியத்த செஞ்சதுக்காக பொம்பளயும் எப்புடி செய்யலாம் என்று நினைக்கும்போதே ரத்தம் கொதித்தது.

நீண்ட நாளைக்குப் பிறகு சாஜிதாவைப் பார்த்ததும், அவள் தன்னிடம் வழக்கம்போல பேசியதும் மனதிற்குக் கொஞ்சம் ஆறுதலாக இருந்தன. ஒளு செய்த கையோடு அஷருக்கு தக்பீர் கட்டினான்; சரியாக வளர்க்காததனால்தானே மெஹர் இத்தனை காரியங்களையும் செய்தாள். 'என் பிள்ளைகளுக்குச் சரியான வழியைக் காட்டி இபாதத்தை ஊட்டு அல்லா' என்று கைகளை உயர்த்தி துஆ கேட்டான்.

இனி சாஜிதாவை மெதுமெதுவாக நல்ல புத்தி சொல்லித் தன்பக்கம் கொண்டுவர வேண்டும், அதற்காக அல்லாவிடம் மனம் விட்டு இரு கை ஏந்தி எவ்வளவு நாள் வேண்டுமானாலும் துஆ கேட்கத் தயாராக இருந்தான்.

ஓடுகாலித் தாய்க்குப் பிறந்தவர்கள் என்கிற பேரைப் பிள்ளைகளுக்குத் தந்துவிட்டாளே என்று மனம் வருந்திக் கலங்கினான். தொழுகை எண்ணற்ற சிந்தனைகளால் சரியாகவே ஓடவில்லை. இபுலீஸு[2] வந்து மனசுக்குள்ள உக்காந்துகிட்டு பல சிந்தனையக் குடுக்குறானே என்று சொல்லித் தொழுகையில் மனத்தைச் செலுத்த முயற்சித்தான்.

தான் சரி என்று நம்பிச் செய்த ஒரு விஷயம் தவறு என்று சமூகம் சொல்லாமல் சொல்கிறதா என்கிற கேள்வி அவனது மண்டைக்குள் சந்தேகமில்லாமல் ஓடிக்கொண்டிருந்தது.

---

2. சைத்தான்

23

எப்படியாவது மெஹருக்கு உதவிசெய்ய வேண்டும் என்று பர்வீனுக்குத் தோன்றிற்று, எப்படி என்றுதான் தெரியவில்லை. அம்மாவிடம் சொன்னாள், "பாவம் அஷ்ரபு சின்னப் புள்ளைய என்னத்துக்கு ஹாஸ்டல்ல போடணும், நீ சொல்லு." சுபைதா சொன்னாள், "அவன்கிட்ட யார் பேசறது? என்னால எல்லாம் முடியாது".

பர்வீன் படுக்கையிலிருந்தபடி ஜன்னல் வழியே தெருவை நோட்டமிட்டாள். வெற்று நினைவுகளால் நிரம்பிய தனது வாழ்க்கையைப் பற்றி யோசிக்க முற்பட்டாள்.

சரியாக மடிப்பு வைக்காத சேலையைப் போல முந்தலும்பிந்தலுமாகக் கலைந்து கிடக்கிறது தெரு. முஸ்லிம் தெருக்களுக்கே உரித்தான குட்டிக் குட்டித் திண்ணைகள் தெருவின் விஸ்தீரணத்தைக் கபளீகரம் செய்திருந்தன. இரண்டு தெரு தள்ளி யிருக்கும் இந்துக்களது தெருவைச் சமயங்களில் பார்த்திருக்கிறாள். அது கோடு கிழித்தாற்போல ஒரே மாதிரியாக நீண்டு விரிந்திருக்கும். பெண்கள் தங்களுக்கு வெளியே அமர்ந்து பேசுவதற்கான குட்டிக் குட்டித் திண்ணைகளுக்கான அவசியம் முஸ்லிம் தெருக்களைப் போல இந்துத் தெருப் பெண்களுக்கு இல்லையோ என்று யோசித்துக்கொள்வாள்.

அம்மா செய்வினை எடுப்பவனைத் தேடிப் போகப்போவதாக நேற்று சொல்லிக்கொண்டிருந்ததை நினைத்துச் சிரித்துக் கொண்டாள். மந்திரத்தில் காய்க்கும் மாங்காயைப் போலத்தான், இந்தச் செய்வினையை எடுத்துவிட்டால் ஒரே நாளில் இந்தக் குடும்பத்தின் எல்லா சிக்கல்களும் விடுபட்டுவிடுமா என்ன, எதை எப்படி விடுவிப்பது என்பது அந்த அல்லாவுக்கே தெரியுமோ, என்னவோ?

நன்னியின் இருமல் சத்தம் கேட்டது. அவள் பாடுதான் தேவலை. கண் தெரியாததனால் கல்யாணமும் நடக்காமல், பிள்ளை குட்டியும் இல்லை. நிம்மதியான வாழ்க்கை. சாப்பாடு, தொழுகை என்று தனது உலகத்தை உருவாக்கிவைத்திருக்கிறாள். ஆச்சரியப்படும் விதமாக இந்த வயதுவரைக்கும் ஒரு நோய் நொடியில்லை. மாத்திரை மருந்து இல்லாமல் ஒரு ஜீவனை இந்தக் காலத்தில் பார்க்க முடியுமா? அம்மாவின் சாப்பாட்டு மேசையில் மாத்திரை மருந்துகள்தான் ஆக்கிரமித்திருக்கும்; அவள் வாங்கி வந்த வரம் என்று அம்மாவை நினைத்துக்கொண்டாள்.

யாருக்குமே நிம்மதி இல்லாத வாழ்க்கை. ஏன் இப்படி நடக்கிறது? அறியாமையினாலா? அது மட்டும்தான் காரணமா? ஊரில் யாருமே இந்த அளவு துயரப்படவில்லையே? நமக்கு மட்டும் ஏன் இப்படி? மண்டை வெடிக்கும் போலிருந்தது பர்வீனுக்கு.

24

ஜமாத் தலைவர் அம்ஜத் கூப்பிட்டு அனுப்பியதாக அனிபா ஹஜரத் வீட்டிற்கு ஒரு பொடியன் வந்து நின்றபோது அவருக்கு வியப்பாக இருந்தது. தன்னை அவர் எதற்காகத் தேடுகிறார் என்பது புதிதாக இருந்தது; என்றாலும் என்ன சங்கதியோ என்று யோசித்தபடியே ஜிப்பாவை எடுத்து மாட்டினார். "என்னாது, தூங்கப்போறேன்னு இப்பதான ஜிப்பாவ கழட்டி மாட்டினீங்க. இப்பொ என்னாத்துக்கு மறுபடி" என வியப்போடு கேட்ட மனைவியிடம், "ஒண்ணுமில்ல அம்ஜத் பாய் கூப்பிட்டு விட்டிருக்கார், போயி என்னான்னு கேட்டுட்டு வரேன்," என்றபடி தலையில் தொப்பியை மாட்டியபடி வெளிக்கதவை நோக்கி நடந்தார். "தாழ்ப்பாள போட்டுக்க, ஆடு கன்னு வீட்டுக்குள்ள வந்து கழிஞ்சுரப் போவுது" என்றபடி வெளியே வந்து அம்ஜத் வீட்டை நோக்கி நடக்க ஆரம்பித்தார்.

அடுத்த தெருதான் என்றாலும் மத்தியான வெயிலில் நடப்பது வெறுப்பாக இருந்தது. 'இந்த மனுஷன் இப்புடியா வெயில் நேரத்துல கூப்பிடுவாரு, வயசான மனுஷன,' எனத் தனக்குள் முனகிக் கொண்டார். தெருவில் ஈ, காக்கைகூட இல்லை. வெயில் அவ்வளவு அனலாகத் தகித்தது.

என்னவாக இருக்கும்? கந்தூரி பற்றி ஏதும் கேட்கப் போகிறாரா? ஒன்றும் புரிபடாத குழப்பம் மிஞ்சிற்று.

மூன்று மாடி உயர்ந்து நிற்கிற அம்ஜத்தின் வீட்டு முன்பாக வந்து நின்றார்; கண் கூசிற்று.

மெதுவாக வராண்டாவில் அடியெடுத்து வைத்தார். நீண்ட வராந்தா முழுக்கவும் கிரானைட் கல்லில் பளபளத்தது. 'பணம் படைச்ச மவராசன்,' என்று மனத்திற்குள் சொல்லிக்கொண்டார்.

அழைப்பு மணியை அடித்துவிட்டுக் காத்திருந்தார். அம்ஜத் வந்து கதவைத் திறந்து, 'அஸ்ஸலாமு அலைக்கும்' என்றார். பதில் ஸலாம் சொல்லியபடி அவரைப் பின்தொடர்ந்து உள்ளே நடந்தார் அனிபா. அம்ஜத் வெறும் பனியனோடுதான் இருந்தார். சாப்பிட்டுவிட்டு உறங்கும் வேளை, அப்படி என்ன அவசர காரியமாக இருக்கும் என்று தன்னைத் தானே கேட்டுக் கொண்டார்.

"ஒக்காருங்க," சோபாவைக் காட்டி உட்காரச் சொல்லிவிட்டு தானும் எதிர்த்தாற்போல அமர்ந்துகொண்டார். விலையுயர்ந்த சோபாவில், கொஞ்சம் தயக்கத்துடனும் பணிவுடனும் அமர்ந்து கொண்டார் அனிபா ஹஜரத். ஓரக்கண்ணால் நோட்டமிட்டு வீட்டின் செல்வச் செழிப்பைக் கணக்கிட முயன்றார்.

அம்ஜத் சுற்றி வளைத்துப் பேச விரும்பவில்லை. அதற்கு நேரமும் இல்லை என்பதால் நேரடியாகவே விஷயத்திற்கு வந்தார். "ஆமா அது என்னா நடக்குது, அந்த ஹசன் பய பொண்டாட்டி குலா குடுத்துட்டு. இப்ப கல்யாணம் கட்டிக்கிச்சாமுல்ல,"

ஒரு ஜமாத் தலைவருக்கு இதெல்லாம் இவ்வளவு தாமதமாகத் தான் தெரிகிறதா என்பதுபோல அவரது முகத்தை நிமிர்த்திப் பார்த்தவர், "ஆமாங்க, அது நடந்து இரண்டு கிழமை ஆச்சே".

"நான் என்னத்த கண்டேன் இந்த கர்மத்தையெல்லாம்? யாபார விசயமா ஊர்ல இல்லாததுனால இப்பத்தான காதுக்கு வந்துச்சு," என்று அலுத்துக்கொண்டார்.

"இப்புடியெல்லாம் நடந்தா ஊரு கெட்டுப்போகாதா, இதெயெல்லாம் நீங்க பெரிய மனுஷங்க பாத்துக்கிட்டுதான் இருந்தீகளா? ஆம்பள அப்படி இப்படித்தான் இருப்பான். நாலு கட்டுவான், பொட்டச்சிகளும் இப்புடிச் செஞ்சுக்கிட்டு இருந்தா, ஊர்ல இது பழக்கத்துக்கு வந்துராதா, இது என்னாது அனாச்சாரம்?" வழுக்கை விழுந்திருந்த முன் தலையில் தனது வலது கையால் மெலிதாக அடித்துக்கொண்டார் அம்ஜத். ஊர் கெட்டுப்போய்விடக் கூடாதே என்கிற கவலை அவரது முகத்தில் தெரிந்தது. ஏற்கனவே சிவந்த முகம் ஆத்திரத்தில் இன்னும் சிவந்து தக்காளிப் பழத்தைப் போல பளபளத்தது.

அனிபா சொன்னார், "இதுக்கு நாம என்னா செய்ய முடியும்? அந்த அம்மா ஆசியா ஒத்தக் கால்ல நின்னுச்சு. கேட்டாக்க பொம்பள ரெண்டாங் கல்யாணம் பண்றது இஸ்லாத்துல இருக்குன்னு சொல்லுது. நான் போக மாட்டேனுட்டேன். நிக்காஹ் ஓத, பக்கத்து ஊர் அஜரத்த கூப்புட்டு பண்ணியிருக்காக," என்றார். நல்ல வேளை தான் போகவில்லை தப்பித்துவிட்டோம் என்கிற மன நிம்மதியோடு அனிபா ஹஜரத் அமர்ந்திருந்தார். தனது மெலிந்த முணுமுணுக்கும் குரல் தனக்கேகூட கேட்டது போலில்லை. அவருக்காவது கேட்டிருக்குமா என்கிற சிறிய சந்தேகமும் கவலையும் முகத்தில் இருந்தன. "அப்புறம், அது எல்லாம் நம்ம ஷரியத் சட்டத்துல உள்ளதுதான. அத நாம என்னா சொல்லித் தடுக்க முடியும்!" தங்களது இயலாமையை யதார்த்தத்தை அம்ஜத்திடம் சொல்லிப் புரியவைக்க முயன்றார் ஹஜரத்.

"அதுக்காக, சட்டம் சொல்ற எல்லாத்தையும் பொட்டச்சிகள செய்ய வுடுறதா? சில விஷயங்கள நாம எதாவது சொல்லி தடுத்துரணும் அசரத்து. இது நாளைக்கி நாலு பேரு பாலோ பண்ணானுவன்னா ஊரு மானம், குடும்ப மானம்லாம் காத்துல பறக்காது? இந்த ஊருல என்னா ஜமாத்து வச்சு நடத்துறானுக, கையாலாகாதவன் ஜமாத்து தலைவருன்னுல்ல பேசுவானுவ," கடுங்கோபமும் இயலாமையும் இணைந்து ஒலிக்கிறது அவரது குரல். கோபத்தில் மேல் மூச்சு கீழ் மூச்சு வாங்கிற்று அவருக்கு.

"ஆமா, அந்த பொட்டப்பய ஹசன் இதையெல்லாம் பாத்துக்கிட்டுதான் இருந்தானா, நாலு அறைவிட்டு, கழுத்த நெறிச்சுக் கொல்லாமயா விட்டான்?"

இதெல்லாம் யதார்த்தத்தில் சாத்தியமில்லை என்பது புரிந்தே அம்ஜத் பேசிக்கொண்டிருப்பதாக அனிபாவுக்குப் புரிந்தது. உச்சஸ்தாயியில் ஒலித்த அம்ஜத்தின் குரல் கேட்டு சமையலறைக்குள்ளிருந்து ஒரு பெண்ணின் தலை அவசரமாக எட்டிப் பார்த்துவிட்டு மறுபடி உள்ளே நுழைந்துகொண்டதை இருவருமே கவனித்தார்கள்.

"சரி சரி, மேற்கொண்டு ஏதாவதுன்னா கூப்புடுறேன்".

நீங்கள் கிளம்புங்கள் என்று சொல்லாமல் சொன்னது அம்ஜத்தின் குரல்.

அவசரமாக சோபாவிலிருந்து எழுந்த அனிபா ஹஜரத், மெதுவாக ஸலாம் சொல்லிவிட்டு வெளிக்கதவை நோக்கி நடந்தார். 'பொசகெட்ட ஆளுக்கு ஜமாத் தலைவர் பதவி வேற, கவுரவத்துக்குப் பதவிய வச்சுக்கிட்டு ஒக்காந்துருக்கானுக.'

வாய்க்குள்ளாக முணுமுணுத்தபடி வீட்டை நோக்கி நடந்தார். 'இதக் கேக்க இந்த வேகா வெயில்ல வயசான மனுஷன வரச் சொல்றானே,' என்று சபித்தார். நீயெல்லாம் ஜமாத் தலைவரா இருந்தா இப்புடித்தான் கண்டதும் நடக்கும் என்றபடி வீட்டை வந்து சேர்ந்தவர், கதவைத் தள்ளித் திறந்தார். மனைவியைக் காணவில்லை, படுத்திருப்பாள் என்றபடி உள்ளே வந்து கதவைச் சாத்தினார். அறைக்குள் நுழைந்து அல்லாஹ்ஹு என்று பெருமூச்சு விட்டபடி ஜிப்பாவைக் கழற்றி ஹேங்கரில் மாட்டிவிட்டுக் கட்டிலுக்கு அருகில் மேசையில் சொம்பிலிருந்த தண்ணீரைக் குடித்தார். தாடியைச் சற்று நேரம் நீவி விட்டபடி கண்களை மூடிக்கொண்டார்.

சிறு வயதில் பார்த்த மெஹரின் முகம் கண்முன்பாகத் தெரிந்தது. நான் பார்க்கப் பிறந்து வளர்ந்த பிள்ளை என்று மனத்திற்குள் சொல்லிக்கொண்டார். நடந்ததையெல்லாம் நினைத்துப்பார்த்தார். எது சரி எது தவறு என்று தெரியவில்லை, எல்லாமே அவசர கதியில் நடந்துவிட்டதுபோல இருந்தது.

தவறு ஹசனிடமிருந்து துவங்கிற்று என்றாலும், பதிலுக்குப் பதில் வேறொரு தவறு நடந்து முடிந்துவிட்டது. யாரைச் சொல்லி நோகவென்று புரியவில்லை. அவரும் தனது மனைவியை இரண்டு மூன்று முறை அனுப்பி புத்தி சொல்லச் சொல்லியிருந்தார்.

ஒருநாள் மாலை வந்து சொன்னாள், "இனி அந்த ஆசியாம்மா கிட்ட போய் பேசச் சொன்னீங்கன்னா நான் பொல்லாதவளா இருப்பேன், சொல்லிப்புட்டேன்".

"என்னமோ, பிச்சை கேக்கப் போனதுமாதிரியில்ல மூஞ்சி, மொகத்தக் காட்டுறா. சும்மா நீ வராதே, எம்மவள இப்பத்தான் ஒருவழியா கலியாணத்துக்கு சம்மதிக்க வச்சிருக்கேன். நீ வந்து கலைச்சு விட்டுட்டுப் போயுராதேங்கறா; கர்மம், தொலையுறாளுக, கலியாணம் நடக்கலன்னா குடும்பத்தோட செத்தே போயிருவாளுக போல."

அதற்குப் பிறகு இவரும் அவளை அங்கே போகச் சொல்ல வில்லை. அல்லாவிட்ட வழி, நஸீபு என்னவோ நடக்கட்டும் என்று இருந்துவிட்டார்.

"எப்ப வந்தீக," அறைக்குள் நுழைந்த சுலையம்மாவுக்கு, என்ன விஷயமாக ஜமாத் தலைவர் கூப்பிட்டிருப்பார் என்கிற ஆர்வம் முகத்தில் தேங்கியிருந்தது. என்றாலும், கணவன் உறங்கட்டும் என்று நினைத்தவளாக, "செத்த படுங்க, நானும் படுக்கறேன்," என்று கட்டிலின் ஓரத்தில் அமர்ந்துகொண்டாள். எண்ணெயில் உப்பிய சீனி அதிரசத்தைப்போல அவளது முகம் கேள்விகளாலும்

ஆர்வத்தினாலும் பொதியப்பட்டிருந்ததை. நினைவூட்டக் ஹஜரத் கவனித்தார், “என்னாத்த படுக்க, அந்த மெஹருப்புள்ளை கதைய நினைச்சா, உம்,” பெருமூச்சொன்றை விட்டார். அவரது நீளமான தாடிக்குள் அடர்த்தியாக மூச்சுக்காற்று நுழைந்து வெளியேறிற்று.

அவரே தொடர்ந்து பேசட்டும் என்பது போல சுலையம்மா, அவர் முகத்தையே பார்த்துக்கொண்டிருந்தாள்.

“அம்ஜத் ரொம்பத்தான் சலிச்சுக்கிர்றாரு, ஊருக்குள்ள கண்டதும் நடக்குன்னு, நான் தடுக்கலையாம். எல்லாம் மெஹரு கலியாணம் பத்திதான், சட்டத்துல இருக்கு, அவுக செய்றாக. இதுல என்னா நம்ப கையில இருக்கு?” ஆத்திரத்தையும் தாண்டிய ஆயாசம் அவரது குரலில் தெரிந்தது.

சுலையம்மாவிற்கும் வருத்தமாக இருந்தது. இப்போதெல்லாம், ஊரில் எந்த பொண்டுகளும் ஆசியாம்மா வீட்டில் ஒரு தொடர்பும் வைத்துக்கொள்வதில்லை. அக்குடும்பத்தைப் பற்றி எவ்வளவு கெட்ட வார்த்தைகள் திட்ட முடியுமோ, திட்டுகிறார்கள். இவளே காதில் கேட்டுக்கொண்டுதான் இருக்கிறாள்.

“அம்ஜத் பாய் கேக்கறாரு, எல்லாம் முடிஞ்சதுக்கப்புறம், அந்தப் பய ரெண்டாங் கலியாணம் கட்டிக்கிட்டு வந்து நின்னப்ப கூப்புட்டு அவனை கண்டிச்சு புதுசா வந்தவள ஓட்டிவிட்டுருந்தா இம்புட்டுத் தூரத்துக்கு வந்துருக்குமா? இல்லெ மெஹரு குலா கேட்டு நின்னாளே அப்ப அத தடுத்து நிறுத்தியிருந்தா இப்படி ஆயிருக்குமா? இப்ப வந்து நியாயம் கேட்டு என்னா பிரயோசனம். இந்தாளுக்கு எல்லாம் நாட்டாமை பதவி வேற.”

நிஜமான அக்கறையோடும் ஆயாசத்தோடும் ஒலித்த அவரது குரல், இயலாமையால் துவண்டு கிடந்தது. “எல்லாம் அவன் செயல், படுங்க” என்றபடி தானும் படுக்கையில் சாய்ந்து கொண்டாள். படுக்கைக்கு மேலே சுழலும் மின் விசிறியிலிருந்து வெப்பக் காற்று உடலின்மீது படர்ந்துகொண்டிருந்தது.

25

சுபைதா இன்று ஹசனுக்குத் தெரியாமல் செய்வினை எடுப்பதற்காக, எங்கேயோ போகிறதாகச் சொன்னாள். அம்மாவின் கூடப் பிறந்த மாமு ஒருத்தர் கிராமத்தில் இருக்கிறார். ஆமினா நன்னியின் தம்பி. அவரே செய்வினை எடுப்பது பற்றியெல்லாம் தெரிந்தவராம். அவர் மூலமாக யாரையோ பார்க்கப் போகிறாளாம்.

பர்வீன் சொன்னாள், "இது மட்டும் ஓம் மகனுக்குத் தெரிஞ்சா, நீ உயிரோட மிஞ்ச மாட்ட".

சுபைதாவிற்கு மகன்மீது பயம் இருந்தாலும், அதையும் தாண்டிய கோபம் இருந்தது. அவன் செய்த காரியத்தினால்தான் இன்றைக்கு இந்த சீரழிவு என்று யோசித்தபடி பதில் சொல்லாமல் இருந்தாள்.

பர்வீன், வீட்டு ஜன்னலின் வழியே பார்த்துக் கொண்டிருந்தாள். தூரத்தில் எங்கோ, இரண்டு பறவைகள் ஒன்றை ஒன்று பின்தொடர்ந்து பறந்து கொண்டிருந்தன. வானம், மஞ்சள் நிறம் பூண்டிருந்தது. பார்ப்பதற்கே ரம்மியமாக இருந்தது. இதுபோன்ற சமயங்களில்தான் மனம் சற்றேனும் நெகிழ்கிறது.

உடல் தனது தேவைகளை எல்லாத் தருணத்திலும் மறைத்துக்கொள்வதில்லை என்பதை வானமும் அதன் நிறமும் உணர்த்தின.

அவள் இந்த மனநிலையிலிருந்து தன்னை விடுவித்துக்கொள்ள முயன்றாள்.

அது ஒன்றும் கடினமான காரியமில்லை இவளுக்கு. வழக்கமான ஒரு விஷயம் என்பதனால், தன்னைக் கட்டுப்படுத்திக் கொண்டு, சிந்தனையை வேறு எதன் மீதாவது திருப்பிவிட நினைத்தவளாக, அம்மா சந்திக்கச் சென்றிருக்கும் சிக்கந்தர் மாமுவைப் பற்றி யோசித்தாள். ஆமினா நன்னியின் தம்பி.

இவளுக்குப் பத்து வயதிருக்கும். ஒருநாள் வீடே அல்லோகல்லோலப்பட்டது. அப்பொழுதுதான் பள்ளிக்கூடத்திலிருந்து திரும்பியிருந்தாள்.

அம்மா சொன்னாள், "எங்க சிக்கந்தர் மாமு வர்றாரு. போ, போயி நல்ல உடுப்பு எடுத்துப் போட்டுக்க, முகம் கழுவி பவுடர் போடு," சந்தோஷம் பொங்கி வழிந்தது முகத்தில். அம்மா எப்போதாவதுதான் சிரிப்பாள் அல்லது சந்தோஷமாக இருப்பாள். இன்று அவளது சிரிப்பு இவளையும் தொற்றிக் கொண்டாலும் இவளுக்குப் புரியவில்லை, யார் அது என்று. நன்னி கட்டிலில் புதுப்புடவை உடுத்திக் கைவிரல்களில் எல்லா மோதிரங்களையும் அணிந்து, கழுத்து நிறைய நகை போட்டு கம்பீரமாக அமர்ந்திருந்தாள். அடுப்படியில் விதவிதமான பலகாரங்களின் மணம் கமகமத்தது. ஹசன் பழங்களைப் பை நிறைய கொண்டுவந்து ஹாலில் கிடந்த வயர் நாற்காலியில் கொட்டிவிட்டான்.

இவள் நன்னியிடம் மெதுவாகப் போய் அமர்ந்துகொண்டு கேட்டாள், "யாரது சிக்கந்தர் மாமு நன்னி?" என்றாள் "வந்துட்டியாடா, செல்லம்," ஆசையாக அழைத்தவள் கைகளை நீட்டி இவளைத் தொட்டு அருகில் அமர்த்திக்கொண்டு சொன்னாள், "என் தம்பிதான், பதினஞ்சு வயசா இருக்கும்போது திடீர்னு ஓடிப்போயிட்டான். எங்க போனான், ஏன் போனான், எதுக்குப் போனான்னு யாருக்கும் தெரியாது. பாகிஸ்தான் போய்ட்டான்னு யாரோ சொன்னாக. யாராச்சும் அங்கே இங்கே பாத்தேன்னு சொல்லுவானுக, ஆனா அவன்கிட்டருந்து ஒரு தகவலும் இல்ல. 35 வருஷம் கழித்து நேத்தி வரைக்கும் ஒண்ணுந் தெரியாது.

"நாங்களும் கேக்காத துஆ இல்ல, அல்லா இன்னைக்கு எங்க துஆவ கபுல்[1] ஆக்கிட்டான்.

"இன்னக்கி வரேன்னு தகவல் வந்துச்சு, அந்தமான்ல இருந்து வரானாம், என்னான்டு இருக்கானோ, எப்புடி இருக்கானோ, நான்தான் கண்ணு இல்லாத கபோதி என்னான்டு பாக்கறது" என்று சொல்லிப் பெருமூச்சு விட்டாள்.

---

1. நிறைவேற்றம்

வீட்டில் எது தெரிய வேண்டுமென்றாலும் நன்னியிடம் கேட்டால் போதும், அவள் சரியாகப் பதில் சொல்வாள். தன்னை மதித்து யாரும் பேசாதபோது தேடி வந்து பேசும் யாரையும் அவ்வளவு சுலபத்தில் விட்டுவிட மாட்டாள். பெரும்பாலான தருணங்களில் பர்வீனுக்கு நன்னிதான் எல்லாமும். இவளது எந்தக் கேள்விக்கும் அவளிடம் பதில் இல்லாமல் இருந்ததில்லை. தனது கதைகளில், இட்டுக்கட்டி இவளைக் குஷிப்படுத்துவதற்கு அவள் யோசித்ததேயில்லை. பர்வீனைச் சந்தோஷப்படுத்துவதும் திருப்திப்படுத்துவதும் மட்டும்தான் தன் வேலை என்பது போலிருக்கும் அவள் இவளுக்குப் பதில் சொல்கிற விதம். ஹசனும் அம்மாவும் நன்னி அளந்துவிடுகிற கதைகளை, கள்ளப் புன்னகையுடன் வாய்மூடி ரசிப்பார்கள்.

அவர்கள் யாராவது தன்னைக் கேலி செய்கிறார்கள் என்பது தெரிந்தால் தொலைந்தார்கள். கத்தித்தீர்த்துவிடுவாள்; கோபம் அப்படி வரும். அம்மா நன்னிக்குப் பயந்து நடுங்குவதைப் பார்த்து பர்வீனுக்குச் சிரிப்பு பொத்துக்கொண்டு வரும். அம்மாவைப் பயத்தோடு பார்ப்பதற்காகவே அவள் தினமும் நன்னியிடம் எதையாவது கேட்டுக்கொண்டிருப்பாள். நன்னி சொல்கிற எந்த விஷயமும் அம்மாவுக்குப் பிடிக்காது; ஆனால், அதனை மறுக்க முடியாமல் வாய்க்குள்ளேயே எதையாவது முணுமுணுத்துக் கொண்டிருப்பாள்.

பர்வீனுக்கு அது ரொம்பவும் பிடிக்கும்.

பர்வீனுக்கு ஆர்வம் கூடிப்போயிருந்தது. அந்தமானிலிருந்து ஒரு விருந்தாளியும் வீட்டிற்கு வரப்போகிறார். அந்தமான் என்றால் என்ன, அது எப்படியும் பெரிய ஊர்போல. அதுதான் அம்மா பரபரப்பாக இருக்கிறாள். அவர் எப்படியிருப்பார், என்ன ட்ரெஸ் போட்டிருப்பார் என்றெல்லாம் கற்பனை செய்து பார்த்தாள். சினிமாவில் வரும் கமல், ரஜினி மாதிரி பேண்ட் சர்ட்தான் நிச்சயம் போட்டிருப்பார். அவளது எல்லாக் கேள்விகளுக்கும் நன்னி தெளிவாகப் பதில் சொன்னாள். வருபவர் வெளிநாட்டிலிருந்து வருகிறார் என்பதால் பிளேனில்தான் வந்து சென்னையில் இறங்கியிருப்பார். வீட்டிற்கு என்ன வாங்கி வருவார் என்று புரியவில்லை. ஹசனிடம் கேட்டாள். அவன் சொன்னான், “தெரியலடி, அந்த ஜப்பார் அத்தா சிங்கப்பூர்ல இருந்து வந்தப்போ வெளிநாட்டு பேனா, சாக்லேட்லாம் வாங்கி வந்தாருல்ல, அது மாதிரி இவரும் வாங்கியாருவார் பாரு.”

அதற்குப் பிறகு, அவள் ஒரு நொடிகூடத் தாமதிக்கவில்லை. வெளிநாட்டிலிருந்து ஐயா வரப்போகும்போது இப்படி பட்டிக்காடாட்டம் நிற்கக் கூடாது என்று தனக்குள் முடிவெடுத்தவளாக ஓடிப்போய் நோன்புக்கு எடுத்த மஞ்சள் கலர்

ஸ்கர்ட்டையும் ஜார்ஜெட் பிளவுசையும் போட்டுக்கொண்டாள். முகம் பார்க்கும் கண்ணாடியில் எம்பிக் குதித்து முழுத் தோற்றமும் காணக் கிடைக்கிறதா என்று பார்க்க முயன்றாள். லக்ஸ் சோப்பு கரையக்கரைய முகம் கழுவி, பவுடர் போட்டுக்கொண்டு தனக்குத்தானே தலைவாரிக் குதிரைவால் கொண்டை போட்டுக் கொண்டாள். அம்மா ரொம்பவே பரபரப்பாக ஓடிக்கொண் டிருந்தாள். நேரம் நெருங்கிக்கொண்டிருந்தது. ஒரு தட்டில் ஆரத்தி கரைத்துத் தயாராக வைத்திருந்தாள்.

இவள் ஆசையாக "ஏம்மா நான் ஆரத்தி எடுக்கட்டுமா" என்று கேட்டபோது, "அதெல்லாம் வேணாம் நாந்தான் எடுப்பேன்" என்று சொல்லிவிட்டாள்.

இவளுக்கு ரொம்பவே ஏமாற்றமாக இருந்தது. வெளிநாட்டி லிருந்து வரும் ஐயாவுக்கு முதன்முதலாகத் தான் ஆரத்தி எடுத்தால் அவர் தன்னைக் கவனித்துப் பார்ப்பார் என்று ஆசையாக இருந்தது. அம்மா மறுத்தது வருத்தத்தை உண்டுபண்ணிற்று. அது முகத்தில் பிரதிபலித்ததை மறைப்பதற்காக, சற்றுத் தள்ளியிருந்த தூணோரம் சாய்ந்து அமர்ந்துகொண்டாள். இவள் மனதில் என்ன நினைத்தாலும் முகம் காட்டிக்கொடுத்துவிடும். அம்மா உடனே கேட்பாள், "என்ன மூஞ்சிய தூக்கி வச்சுக்கிட்ட. மூஞ்சியே அசிங்கமா காட்டுது. ஏற்கனவே பெரிய உதடு தொங்கிப் போச்சு பாரு. இனிமே கோபப்படாத."

இன்று அதற்கு இடம் தரக் கூடாது என்று நினைத்தாள். நல்ல நாளும் அதுவுமாக, மூஞ்சியை உம்மென்று வைத்துக்கொண்டால் அம்மாவுக்குப் பிடிக்காது. முக அழகும் கெட்டுப் போய்விடும்.

அஸர் தொழுகை முடிந்த பிறகுதான் ஐயா வந்தார். பள்ளிவாசலில் தொழுகை முடித்த கையோடு நேராக வீட்டுக்கு வந்தார். அம்மா முன்வாசலில் நின்று ஆரத்தி எடுத்துக் கொண்டிருக்க, இவள் வேகமாக ஓடிப் போய் அவளுக்கு அருகில் நின்று அவரைப் பார்த்தாள். நீண்டு வளர்ந்த நெட்டையான மனிதர். ஜிப்பாவும் பைஜாமாவும் அணிந்திருந்தார். அடர்த்தியான வெண்ணிறம் கலந்த தாடி, முகத்தில் பெரும்பாலான பகுதிகளை மறைத்திருந்தது. கையில் சின்னஞ்சிறிய கைப்பை மட்டும் வைத்திருந்தார். அவரது தாடி 'பட்டணத்தில் பூதம்' படத்தில் வந்த பூதத்தின் தாடியை இவளுக்கு நினைவூட்டிற்று.

ஆரத்தி எடுத்த பிறகு அம்மாவைக் கையிரண்டையும் பிடித்து ஸலாம் சொன்னார். பிறகு அம்மாவோடு சேர்ந்து வீட்டிற்குள் நுழைந்தார். ஆமினா நன்னியின் அருகில் அமர்ந்து கட்டி அணைத்துக்கொண்டு முஸாபா[2] செய்தார்.

2. ஆதரவாகக் கையைப் பற்றிக்கொள்வது.

பர்வினின் முகம் ஏமாற்றத்தில் கறுத்துப்போயிற்று. நாகரிகமான உடையில் ஒருவரை எதிர்பார்த்து ஏமாந்து போனது போல உணர்ந்தாள். அவருக்கு அருகில் போகும் எண்ணம் கரைந்துபோய்விட, ஓரத்தில் ஒதுங்கி நின்று இரும்புத் தூணைக் கட்டிப்பிடித்துக்கொண்டாள். அஜரத்தைப் பார்ப்பது போல இருந்தது. இவர் எப்படி வெளிநாட்டில் இருந்தார் என்று யோசித்துக்கொண்டிருந்தாள். சற்று நேரம் கழித்து "சுபைதா இது யாரு," என்று இவளைக் காட்டிக் கேட்டார்.

அம்மா சொன்னாள், "எம்மவ, பர்வினு".

அவர் இரு கை நீட்டி "இங்கே ஓடியா" என்றார். தயக்கத்துடன் வேண்டா வெறுப்பாக அவரை நோக்கி நகர்ந்து சென்றாள். அவர் இவளது தலையில் கைவைத்து 'அல்ஹம்துல்லா' என்று சொல்லியபொழுது அவரது உடம்பிலிருந்து அத்தர் வீச்சம் மூச்சுமுட்டவைக்க, அவள் அங்கிருந்து சென்று அறைக்குள் நுழைந்துகொண்டாள்.

இரண்டு நாள் அவருக்கான விருந்துகள் வீட்டில் நடந்து கொண்டேயிருந்தன. அவர் ஒவ்வொரு கதையாக, ஆமினா நன்னியிடமும் சுபைதாவிடமும் சொல்லிக்கொண்டிருந்தார். அந்தமானுக்குச் சென்றதையும் சென்னையில் இருந்ததையும் விலாவாரியாகச் சொல்லிக்கொண்டிருந்தார்.

இவளுக்கு ஒரே ஒரு விஷயம் மட்டும்தான் சுவாரஸ்யமாக இருந்தது. அவர் நிறைய மந்திரங்கள் செய்து நிறையப்பேரைக் குணப்படுத்தியிருக்கிறாராம். குறிப்பாக, நடிகர் அசோகனின் மகனுக்குக் கால் நடக்க முடியாமல் இருந்ததாகவும், இவரது மாந்திரீகத்தின் மூலம் அதனைச் சரிசெய்து கொடுத்ததாகவும், அசோகன் படத்தில் இருப்பதுபோல அல்ல, மிகமிக நல்ல மனிதர் என்றும் சொன்னார்.

இவளுக்கு அந்த ஒரு விஷயம் போதுமானதாக இருந்தது. பள்ளித் தோழிகளிடம் சொல்லிக்கொள்ளலாம், 'எங்க ஐயாவுக்கு அசோகனை நல்லாத் தெரியும், அவர் வீட்டிற்கெல்லாம் போயிருக்கிறாராம்' என்று.

இன்று அந்த சிக்கந்தர் ஐயாவைத் தேடித்தான் அவரது கிராமத்திற்குச் சென்றிருந்தாள் சுபைதா.

நீண்ட பெருமூச்சு விட்டாள் பர்வீன். அம்மாவின் நம்பிக்கைக்குக் குறுக்கே நிற்க விரும்பவில்லை அவள்.

26

அஷ்ரப் ஹாஸ்டலுக்குப் போய்விட்டான். மெஹரிடம் சொல்லிக்கொள்ளவில்லை. ஹசன் சொல்ல விட்டிருக்க மாட்டான் என்று தெரியும். இவளுக்குத் தன்னைப் பழிவாங்குவதற்காக ஹசன் செய்கிற காரியம் பிள்ளைகளைப் பிரிப்பதுதான் என்று புரிந்தது. பிள்ளையைப் பிரிந்து எப்படி வாழ்வது என்று தெரியவில்லை. யாரிடம் போய் நியாயம் கேட்பது?

அழுது அழுது கண்களும் தொண்டையும் வறண்டுவிட்டன. அவள் அழுகையையோ கதறலையோ காது கொடுத்துக் கேட்பதற்கு யாரும் தயாராக இல்லை.

யாரிடம் சொன்னால் சரியாக இருக்கும் என்றும் புரியவில்லை. பர்வீன் சொன்னாள், "அந்த முட்டாள்கிட்ட யாரு பேசுவாக, கேக்க மாட்டான்".

அம்மா மறுபடியும் தன் புலம்பலை ஆரம்பித்து விட்டாள். தீரவே தீராத துயர் நிறைந்த இடத்தில் வந்து நின்றுவிட்டதுபோல இருந்தது. இனி எந்தக் காலத்திற்கும் சந்தோஷம் என்பதே இல்லை என்பது மட்டும் உறுதியாகத் தெரிந்தது.

தான் பெற்ற பிள்ளைகளைப் பிரித்து தன்னைத் தவிக்கவிட வேண்டும் என்கிற ஹசனின் நோக்கம் தாங்கவியலாத வேதனையை உண்டு பண்ணிற்று.

இனி அவனை யாராலும் தடுக்க முடியாது என்பது புரிந்தது. என்ன இருந்தாலும் தான் பெரிய தவறு செய்துவிட்டோமோ என்று திகீரென்றது.

பிள்ளைகளைப் பிரிந்து எப்படி உயிர் வாழ்வது? நினைக்கும் போதே உயிர் போவது போலிருந்தது. ஆனால் என்ன செய்வது என்றும் புரியவில்லை. சாஜி அவ்வப்போது போனில் பேசுவாள் என்றாலும், அஷ்ரப் தன்னை விட்டுப் போனதுதான் ஈடுசெய்யவியலாத விஷயமாக இருந்தது. அவனுக்கு இன்றும்கூடத் தானாகச் சாப்பிடத் தெரியாது, குளிக்கத் தெரியாது. டாக்டர் சொன்னார், குழந்தைகள் ரொம்பவே பலவீனமாக இருப்பதாக. சின்ன வயதில் திருமணம் செய்து கொடுத்ததற்காக அம்மாவைக் கடுமையாகத் திட்டியதும் நினைவுக்கு வந்தது.

விட்டத்தை வெறித்திருந்து வெறித்திருந்துதான் மிச்ச நாட்கள் போகப்போகிறதா என்று யோசித்தவள், எழுந்து நின்று தனது புர்கா எங்கிருக்கிறது என்று தேடத் தொடங்கினாள்.

ஆறு மாத காலமாக ஒரே வீடு நாலு சுவர் தாண்டி எங்கேயும் வெளியே போகவேயில்லை. ஒரே ஒரு வாரம் அபி வீட்டிற்குச் சென்றுவிட்டு வந்தது தவிர. அது எங்கே போயிற்று என்று தெரியாததால், அவசரமாக அம்மாவின் துப்பட்டியைத் தேடினாள். மச்சு அறைக் கொடியில் கிடந்த துப்பட்டியை எடுத்துப் போட்டுக்கொண்டு, தெருவில் இறங்கி அனிபா அஜரத் வீட்டை நோக்கி நடந்தாள். இரவு 9 மணி தெருவில் யாரும் இல்லை என்பதே நிம்மதியாக இருந்தது. அம்மாவிற்குத் தெரியாமல்தான் கிளம்பினாள். அவள் உள்ளறைக்குள் தனக்குள்ளாகவே புலம்பியபடி படுத்திருந்தாள்.

வானத்தில் நிலவு இல்லை. விளக்குகள் எரியாமல் இருண்டு கிடந்தது தெரு. அதுவும் வசதியாகத்தான் இருந்தது. இப்போதெல்லாம் பிறர் கண்ணில் படுவதற்கே வெட்கமாக இருக்கிறது.

அனிபா ஹஜரத் வீட்டை நெருங்கியவள், கதவை மெதுவாகத் தட்டினாள். கதவு தட்டும் சத்தம் கேட்டு, யாராவது பக்கத்து வீட்டிலிருந்து பார்த்துவிடக்கூடும் என்று கவலையாக இருந்தது. தெரு நாய் ஒன்று நொண்டியபடி இவளைக் கடந்து ஓடியது. காற்றில்லாத தெருவில் புழுக்கம் நிறைந்து கிடந்தது.

“யாரது?” என்றபடி சுலையம்மா வருகிற சத்தம் கேட்டு, “தொறங்க நான்தான்” என்றாள். பேரைச் சொல்வதற்கு ஏனோ தயக்கமாக இருந்தது. பக்கத்தில் யார் வீட்டிற்கும் சத்தம் கேட்கக் கூடாது என்பதில் கவனமாக இருந்தாள்.

கதவைத் திறந்த சுலையம்மா வயதான தன் கண்களைச் சுருக்கி "யாரு, மெஹரா?" என்றாள். "ஆமா குப்பி," என்றாள். "உள்ள வா," கதவை அகலத் திறந்து இவள் உள்ளே வர வழிவிட்டாள். இந்த நேரத்தில் எதற்காக வந்திருக்கிறாள் என்கிற கேள்வியும் யோசனையும் அவளது முகத்தில் தெரிந்தது.

"மாமு இருக்காகளா," என்றபடி உள்ளே நுழைந்து தயங்கியபடி நின்றாள். "இருக்காக, வா உள்ளார" என்றவள், "என்னங்க இங்கெ வாங்க; மெஹரு வந்துருக்கு," என்று உள்ளறையை நோக்கிச் சத்தம் கொடுத்துவிட்டு, "வா, உக்காரு," என்று பாயை எடுத்து விரித்தாள். உள்ளறையிலிருந்து கூடத்துக்கு வந்த அனிபா, ஒரு நிமிடம் மெஹரைப் பார்த்து அமைதியாக நின்றார். அவருக்கு ஒன்றும் புரியவில்லை. "என்னம்மா, இந்நேரத்துல" என்றார்.

எலும்பும் தோலுமான அவளது தோற்றம் அவரது மனத்தை உருக்கக்கூடியதாக இருந்தது. இதுவரை சுலையம்மா சொல்லியதை வைத்துத்தான் அவளது உருக்குலைந்த தோற்றத்தை அவர் கற்பனைசெய்துவைத்திருந்தார். ஆனால் இன்றைக்கு நேரில் பார்க்கும்போதுதான் தெரிந்தது, எவ்வளவு மோசம் என்று.

"எம் புள்ளைய கொண்டுபோய் எங்கியோ சேத்து விட்டுட்டாரு. எங்கிட்டக்கூட பேச விடாம அவன வச்சுருக்காரு. நீங்க சொல்லி என்கிட்ட எம்புள்ளைய குடுக்கச் சொல்லுங்க. பெத்த வயிறு எரியுது, பச்ச புள்ள," என்று கதறிக் கதறி அழ ஆரம்பித்தாள். அனிபா அமைதியாக அமர்ந்திருந்தார். அவருக்கு என்ன சொல்வது என்று புரியவில்லை.

"இவகிட்டருந்து புள்ளைய பிரிக்கிறேன்னு சொல்லி ஹாஸ்டல்ல போட்டு புள்ளை ஒடம்பைக் கெடுக்குது அந்த மூதேவி, சைத்தான்" ஆத்திரத்தோடு ஹசனைத் திட்டினாள் சுலையம்மா.

"அவன் ஒழுங்காத்தான் இருந்தான் சுலையம்மா. இந்தப் புள்ள ரெண்டாவது கலியாணம் முடிச்சால்ல, வீம்பு வந்துருச்சு. நம்ம சட்டத்துலயும் பிள்ளை தகப்பனுக்குன்னு இருக்கா. அதான் என்னத்தப் பண்ண? அவன்கிட்ட யாரு பேசுனாலும் அவன் ஆயிரம் சட்டம், ஹதீஸ¬, ஷரியத்து பேசுவான். நாம என்ன செய்ய?" இயலாமையுடன் ஒலித்தது ஹஜரத்தின் குரல். அந்த வீட்டின் வராந்தாவில் அரைகுறை வெளிச்சத்தில் ஒரு பிச்சைக்காரியைப் போலக் கையேந்திக் கண்ணீர் உகுத்தபடி அமர்ந்திருந்தாள் மெஹர். தனது கனவுகளைப் பறித்ததுபோல, தூக்கத்தைப் பறித்ததுபோல உணர்ந்தாள். இவரை விட்டுவிட்டு வேறு யாரால் தன் பிள்ளையை மீட்டுத்தர முடியும் என்கிற

கவலை ஈரலைக் கவ்விப் பிடிக்க, சேலையில் வாய் பொத்திக் கேவிக்கேவி அழ ஆரம்பித்தாள்.

அவளது அழுகை கேட்பவர்களது இதயத்தையே நொறுக்குவதாக இருக்க, அனிபா ஹஜரத், "சபுர் செய்மா, அல்லாகிட்ட கையேந்து," என்று சொல்லி அவளை அமைதிப்படுத்த முயன்று தோற்றார். சுலையம்மா என்ன செய்வது என்று தெரியாமல் மவுனமாக அமர்ந்திருந்தாள்.

முற்றத்தில் விழுந்து கிடந்த இருள், ஒட்டுமொத்தமாக மெஹரின் முகத்தின் மீது குவிந்து விழுந்திருப்பதைக் கண்டு மனம் வெம்பினாள்.

அந்த வீட்டிலிருந்து எப்படி கிளம்புவது என்று தெரியாமல் அமர்ந்திருந்தாள் மெஹர். அவளை எப்படி வீட்டுக்கு அனுப்புவது என்கிற கவலையோடு சுலையம்மா வெறித்துப் பார்த்துக்கொண்டிருந்தாள். வழி அறியாத கன்றைப்போல அவளது இருத்தல் பீதியூட்டிற்று.

27

பர்வீன், அம்மாவின் வருகைக்காகக் காத் திருந்தாள்; என்ன செய்கிறாள் இன்னும் என்று தெரியவில்லை. விடிகாலையில் போனது, இன்னும் வந்து சேரவில்லை. தனியே போகவில்லை. கூட ஆள் கூட்டித்தான் போயிருக்கிறாள் என்பதால் பயமாக இல்லை. சர்க்கரை, ரத்த அழுத்தம், உப்பு என்று எல்லா நோயும் இருப்பதனால் தனியாக எங்கேயும் அனுப்புவதில்லை. 'ஆமாம் எங்கே போகப் போகிறாள். ஊரைத் தாண்டிப் போக என்ன இருக்கிறது,' என்று சலித்துக்கொண்டாள்.

அஷ்ரபு எப்படி இருக்கிறானோ என்று கவலையாக இருந்தது. ஊருக்குப் போகும்போது சொல்லிவிட்டுப் போக வந்திருந்தான். அம்மா அனுப்பியிருந்தாள். அழுதுஅழுது கண்கள் வீங்கிக் கிடந்தன. "எனக்குப் போக புடிக்கவேயில்ல, குப்பி நீங்களாச்சும் அத்தாட்ட சொல்லுங்க," என்று கண்ணீர்விட்டான். அவனைக் கட்டிப்பிடித்து இவளும் கண்ணீர் சிந்தினாள். ஒடிசலான தேகம், எலும்பும்தோலுமாக உடம்பு வெடவெடத்துக் கொண்டிருந்தது. வீம்புக்காகவேனும் இந்தப் பிள்ளையைக் கதறவைக்கும் சகோதரனின்மீது வெறுப்பு கூடிற்று. 'அவனை யாரால் அடக்க முடியும், அல்லாதான் புத்தியைத் தர வேண்டும்'.

அழும் குழந்தைக்கு என்ன சொல்லித் தைரியம் கொடுப்பது என்று புரியாமல் முதுகைத் தடவிக் கொடுத்தபடியிருந்தாள். அவன் வயதுக்குரிய உடல் வாகு இல்லை. ஒரு நிமிடம்கூட பிள்ளையைத் தனியேவிட மாட்டாள் மெஹர். சாப்பாடு சாப்பிடவே அலும்புபிடிப்பவனை ஒவ்வொரு நேரமும் ஊட்டாமல் விட மாட்டாள். இவள் திட்டுவாள். "ஊட்டாதே, போட்டுவை. அவனா சாப்பிடுவான்," என்று. அவள் அதைக் காதிலேயே வாங்க மாட்டாள். அவளை விட்டுப் பிரிக்க வேண்டும் என்கிற ஒரே காரணத்திற்காக எங்கோ தொலை தூரத்திற்குப் பிள்ளையை அனுப்பும் அவனது மன வக்கிரத்தைத் தாங்கிக்கொள்ள முடியவில்லை. ஆனால் என்ன செய்வது என்றுதான் புரியவில்லை. இனி தடுப்பது இயலாத காரியம் என்பதால், குழந்தைக்கு அங்கு செல்வதற்கான தைரியத்தைத் தர முயன்றாள். அவனைச் சமாதானம் செய்ய முடியாமல் தடுமாறிக்கொண்டிருந்தவளை, "அந்த பாழாப் போனவனுக்கு போன் போட்டுக் குடு. நான் காறிக்கிட்டு துப்புறேன்," என்றாள் நன்னி.

இத்தனை காலத்திற்குப் பிறகு முதன்முறையாக நன்னியின் கோபத்தைப் பார்த்து அதிர்ந்துதான் போனாள். அவளுக்கும் இத்தனை கோபம் வருமளவுக்கு, அவனது செயல் இருந்தது. "அம்மாகிட்ட போய் சொல்லிட்டுப் போம்மா" என்று அவனது காதில் மெதுவாகச் சொன்னாள். "இல்லெ அத்தா அடிப்பாரு; இனிமே அங்கே போகக் கூடாதுன்னு சொல்லிருக்காரு; அடிச்சுட்டாரு," என்று வரிசையாகப் புகார் சொன்ன குழந்தையைப் பார்த்து இதயம் வெடிக்கும்போல இருந்தது. "கொஞ்ச நாள்தானேடா, படிச்சுட்டு ஊருக்கு வாங்க, சரியா" என்று அவனைத் தட்டிக்கொடுத்து முத்தம் கொடுத்து அனுப்பிவைத்தாள்.

என்ன நடக்கிறது என்று புரியாத மயக்க நிலை உண்டாகச் சுவர் மீது சாய்ந்தமர்ந்து அம்மாவின் வருகைக்காகக் காத்திருந்தாள். அம்மாவின் வருகை மௌனமானதொரு ராகத்தைப் போல நிகழ்ந்தது. கையிலிருந்த துணிப்பையை முற்றத்து ஆட்டுரலின் மீது வைத்துவிட்டு அணிந்திருந்த வெள்ளை நிறத் துப்பட்டியை கழற்றிக் கொடியில் போட்டாள். வேர்த்து வழியும் முகத்தைச் சேலை முந்தானையில் அழுத்தித் துடைத்தாள். ஒரு வார்த்தையும் பேசாமல் கக்கூசிற்குள் நுழைந்து கதவைத் தாளிட்டாள்.

பர்வீன் அவளது நடவடிக்கைகளை மௌனமாக எதிர்கொண்டாள். வழக்கமான பரபரப்பு ஏதுமின்றி அவளது செயல்பாடுகள் நிகழ்ந்ததை மோசமானதொரு செய்தியாகப்

புரிந்துகொண்டாள். அதுதான் இப்போதைக்குச் சாத்தியமாக இருந்தது.

அம்மா வெளியே வரட்டும் என்பதற்காக அமைதியாகக் காத்திருந்தாள். கக்கூசிலிருந்து வந்தவள் குளியலறைக்குள் போய் ஒளு செய்ய ஆரம்பித்தாள். ஒளு செய்யும் விதத்தில் ஏதோ அமைதி நிலவிற்று.

இவள் அம்மாவின் செயல்பாடுகளை உற்று நோக்கியவாறு அமர்ந்திருந்தாள். அவளின் தோற்றம் நிறைய மாறியிருந்ததைக் கவனித்தாள். முன்பெல்லாம், நடையில் ஏதோ துடுக்குத்தனம் வயதையும் தாண்டியதாக இருக்கும். அது முதுமையை மறைக்கக் கூடியதாகவும் இருக்கும. இன்று அந்த துடுக்குத்தனமும் பரபரப்பும் குறைந்துபோய் ஒடுங்கிப் போயிருந்தாள். தன் வாயிலிருந்து ஏதும் வார்த்தைகள் வராது என்பதுபோல வாயை இறுகப் பூட்டியிருந்தாள்.

“ஏன் ஒண்ணும் பேச மாட்டேங்கற? என்னா சொன்னாரு சிக்கந்தர் ஐயா? சாப்பிட்டியா, டீ போட்டுத் தரவா?” இடைவெளி விடாமல் தொடர்ச்சியாகக் கேள்விகளைக் கேட்டு ஏதேனும் ஒரு பதிலை எதிர்பார்த்துக் காத்திருந்தாள் பர்வீன்.

“ஒண்ணும் வேணாம், பால்கித்தாபு[1] பாத்துருக்கு. பெறகு சொல்றேன்”, என்றவள் தக்பீர் கட்டித் தொழ ஆரம்பித்தாள்.

பர்வீனுக்கு ஏனோ அம்மாவின் அதிகப்படியான மௌனமும் கவலையும் மனக்கஷ்டத்தைத் தந்தன, தனது வீட்டை நோக்கி நடக்க ஆரம்பித்தாள், நாளைக்கு மறுபடி வரும்போது அவள் எதையாவது சொல்லக்கூடும் என்கிற நம்பிக்கையோடு.

சாயங்கால நேரத்திலும் தெருவில் வெப்பக்காற்று முகத்தில் அறைந்து சென்றது.

1. தீவினைகள் நீங்கச் செய்யும் சடங்கு.

28

அஷ்ரபின் குரலைக் கேட்டு இரண்டு மாதங்கள் ஆகிவிட்டன. மெஹருக்குப் பைத்தியம் பிடித்து விடும்போலத் தலைக்குள் கிர்ரென்று ஒருவலி இருந்துகொண்டே இருக்கிறது. ஒரு நாளைக்கு மூன்று சாரிடான் மாத்திரை சாப்பிட்டு வயிறு புண்ணானதுதான் மிச்சம். சாப்பிடாமல் கிடந்ததில் வயிற்றுப் புண் அதிகமாகி அவ்வப்போது வலி இம்சையாக இருந்துகொண்டிருந்தது.

சுலையம்மா ஒருமுறை சொன்னாள், "இனி நீ அபிபுல்லாவ சாஜிதாவை கூப்பிட ஸ்கூலுக்கு அனுப்பாதே, வயசுக்கு வந்த புள்ள, ஹசன் கொண்டு போவானாம்."

இப்போதெல்லாம் அவன்தான் மகளைப் பார்க்க மாதத்திற்கு இரண்டு முறை ஹாஸ்டலுக்குப் போகிறான். ஒருமுறை விடுமுறைக்கு ஊருக்குக் கூட்டி வரும்போது சுபைதாவின் வீட்டில்தான் மகளை இருக்க வைத்தான். சாஜி அவனுக்குத் தெரியாமல் சுபைதாவிடம் அனுமதி பெற்றுத்தான் மெஹரைப் பார்க்க வந்தாள்.

மகளைப் பார்த்ததும் கண்ணீர் விட்டு அழுதாள் மெஹர். உடம்பு இளைத்தும் கறுத்தும் அடையாளம் மாறிப்போயிருந்தாள். உடல் முழுக்க கொசு கடித்த தழும்புகளும் சிக்குப்பிடித்த தலையும் பேனும். அவளது அழுகை நிற்க நீண்ட நேரம் ஆயிற்று.

ஏனோ சாஜிதா ரொம்பவே இறுக்கமாக இருந்தாள். தனக்குள்ளாகவே பேசிக்கொள்கிற பறவையைப் போல, தன் பாட்டிற்கு அமர்ந்திருந்தாள்.

அப்பறவையின் மொழியறியாத குழந்தையைப் போல மெஹர் தடுமாறிக்கொண்டிருந்தாள். ஏன் இப்படி அமைதியாக இருக்கிறாள் என்பது புரியாத தவிப்பு முகத்தில் தேங்கியிருக்க, மகளையே உற்றுப் பார்த்தபடி அமர்ந்திருந்தாள்.

ஆசியாவின் குரல் வழக்கம்போலத் தன் பிலாக்கணத்தைத் தொடர்ந்துகொண்டிருந்தது. "அந்த நாசமாப் போனவன் இந்த புள்ளைகள பிரிச்சுவச்சு எம்மவள சித்ரவதைப் படுத்துறானே, அல்லா நீ கேக்க மாட்டியா," என்றபடி, எண்ணெய் பாட்டிலை எடுத்துவந்து சாஜிதாவின் தலைப் பின்னலை அவிழ்த்துத் தேய்த்துவிட ஆரம்பித்தாள்.

"நீ சாப்புடுறியா, இல்ல பட்டினி கெடக்குறியா, இப்புடி கழுக்கழுவா போயிட்டியேடியம்மா," என்று பேத்தியிடம் கேட்டவள் கண்ணீர் வழிந்தோடத் தலைவார ஆரம்பித்தாள்.

மெஹருக்கு ஏதோ ஒன்று புரிந்தது. பிள்ளையின் மனத்தில் தன் மீதான வெறுப்பு குடியேறியிருக்கிறது என்பதை மகளின் அழுத்தமான பார்வையினாலும் முகபாவனைகளினாலும் புரிந்துகொண்டாள். களங்கமற்ற பால் வெள்ளை நிறம் கொண்ட மகளது முகம் இருண்டு கிடந்தது. நீள்வட்ட முகம் ஒடுக்கம் விழுந்து இன்னும்கூட நீளமாகக் காட்சி தந்தது.

தகப்பன் சொல்லித்தந்த விஷயங்களின் தாக்கம் அவளது சிந்தனையில் செயல்பாடுகளில் வெளிப்படுவதாக யோசித்தாள் மெஹர். கடும் குழப்பத்தையும் தீராத வருத்தத்தையும் அவளது கண்களில் காண்பதாகத் தான் நம்புவது தனது கற்பனையா, இல்லை நிஜமா என்று மனச்சோர்வு அடைந்தாள். "ஏண்டாம்மா தம்பிகூடப் பேசுனியா," மிகவும் தயக்கத்துடன் ஒலிக்கிற மெஹரின் குரல் கழிவிரக்கத்தினை எதிர்நோக்கியதாக இருக்கிறது.

"உம்... பேசுனேன். நல்லாதான் இருக்கானாம். அப்பப்போ அழுகறானாம். இப்பொ பரவாயில்லை, இருந்துக்குவான்," பெரியமனுஷியாட்டம் ஒலிக்கிறது குரல்.

"ஒழுங்கா சாப்புடுறானா, எளச்சுப்போயிட்டானா, தெம்பாருக்கானா", தவிப்புடன் பரபரக்கிறது மெஹரின் உடைந்த குரல்.

"தெரியல. நானா பாத்தேன். அத்தா சொன்னாரு எளச்சுதான் இருக்கானாம், சாப்பிட மாட்டேன்றானாம்".

மனாமியங்கள் 119

சாஜிதா விலை உயர்ந்த சுடிதார் அணிந்திருந்தாள். புத்தம் புதிய கல்வைத்த புர்கா போட்டு வந்திருந்தாள். கையில் உயர் தரமான கடிகாரம், செருப்பு என்று அவளுக்கு விருப்பமானவை களை ஹசன் வாங்கித் தந்திருந்தான். ஆறு மாதத்திற்கும் மேலாக பிள்ளையைத் தகப்பனுடைய அன்புக்கு ஏங்கவைத்துவிட்டது தவறு என்று யோசித்த மெஹர், இப்போதாவது தகப்பனும் பொண்ணும் உறவாடினால் சரி என்று நினைத்து திருப்தி அடைந்தாள். மகளும் பிரிந்திருந்தால் அந்த ரெண்டாவது பெண்டாட்டிக்கு சந்தோஷமாகப் போய்விடும் என்று மனத்தின் ஓரத்தில் ஓர் எண்ணம் தோன்றி இம்சித்தது.

ஆனால் சாஜிதாவின் மனதை, ஏதோ சொல்லிக் கெடுத்து விட்டானோ என்பதுதான் பயமாக இருந்தது. அவள் பழகும் விதத்தில் ஒரு விதமான விலகலை முதன்முறையாக இவளால் உணரமுடிந்தது. அவளது இயல்புக்கு மாறானதாக அதை யோசித்தாள் மெஹர்.

"அம்மாடி எம்புட்டு முடி கொட்டுது, ஒழுங்கா தலை சீவி சுத்தமா இருக்கறதில்லையா?" பேத்தியைப் பார்த்து அக்கறையாகக் கேட்ட ஆசியாம்மா பேன் சீப்பை எடுத்துத் தரையில் விரித்திருந்த வெள்ளைநிறத் துணியொன்றில் பேனை வழித்துக் கொட்ட ஆரம்பித்தாள்.

தன்னைச் சுற்றி நடக்கும் எதைப் பற்றியும் கவனிக்காதவளாக இருந்தாள் சாஜி. விட்டேத்தியான முகமும் அலைபாய்கிற கண்களும் நிச்சயமாக அவளது நடவடிக்கைகளில் பெரிய வித்தியாசத்தை உணர்த்தத்தான் செய்தது.

கூடவே சாஜிதாவின் கண்கள் வீட்டின் அறைகளைக் தயக்கத்துடன் நோட்டமிட்டபடி இருப்பதையும் கவனித்தாள் மெஹர். அந்த தயக்கத்திற்கும் நோட்டமிடுதலுக்கும் காரணம் புரிந்தவளாக, "அபி கேரளாவுக்கு யாவாரத்துக்குப் போயிட்டாரு," என்றாள். அந்த வார்த்தைகளைச் சொல்லி முடிப்பதற்குள் அவமானத்தினால் உடல் சுருங்கிப்போய்விட்டாள். உடல் கூனிக் குறுகி அப்படியே கரைந்து போய்விடக்கூடாதா காற்றோடு காற்றாக என்றிருந்தது.

அமைதியாக இருந்தாலும்கூடப் பேத்தியின் முன்பாக மகள் அவமானத்தினாலும் கூச்சத்தினாலும் வெட்கித் தலைகுனிவதை பார்த்துப் பெருத்த குற்றவுணர்ச்சிக்கு ஆளாகினாள் ஆசியா. முதல்முறையாக தான் தன் மகளுக்கு எவ்வளவு பெரிய துன்பத்தை உருவாக்கித் தந்துவிட்டோம் என்று மனம் கலங்கினாள்.

இத்தனை நாட்களாகத் தன் மகளுக்கு ஒரு மாற்று வாழ்க்கையை உருவாக்கித் தந்ததாக நினைத்தது எத்தனை பெரிய அபத்தம் என்று அதிர்ச்சியுடன் அமர்ந்திருந்தாள்.

சாஜிதா, அம்மாவின் ஒடுங்கிய கன்னங்களையும் குழி விழுந்த கண்களையும் ஒரு நிமிடம் நிமிர்ந்து பார்த்துவிட்டுப் பார்வையைத் தாழ்த்தினாள். கழுத்தில் கிடந்த கறுப்பு மணி அவளை ஏதோ செய்வதுபோல உணர்ந்தவள், சட்டெனத் தலையைக் குனிந்து கொண்டாள்.

'நான்தான் தப்புச் செஞ்சேன். புள்ளை பொண்டாட்டிய விட்டுட்டுக் கலியாணம் பண்ணிட்டேன். உங்கம்மா என்னா செஞ்சா பிள்ளைகளை விட்டுட்டு கல்யாணம் பண்ணிட்டாளே, இது நாயமா?'

தந்தையின் குரல் காதில் ரீங்கரித்தது. மனம் முழுக்க வெறுப்பு மட்டும்தான் பரவிக் கிடந்தது. இன்று மாலை பள்ளித் தோழிகள் தன்னைப் பார்க்க வருவார்கள் இவள் வந்திருப்பது தெரிந்து. அவர்களது முகத்தில் எப்படி விழிப்பது என்று அவமானமாக இருந்தது. இங்கிருந்து உடனேயே போய்விட வேண்டும் என்று விரும்பினாள் சாஜி.

மூவரின் மனதிலும் ஓடிக்கொண்டிருந்த பல்வேறு விதமான எண்ணங்களின் ஊடாக இரவு நெருங்கிக்கொண்டிருந்தது.

அம்மாவின் முகத்தில் முதன்முதலாகத் தான் கவனிக்கிற குற்றவுணர்வு தாளவியலாத துன்பமாகத் தைத்தது மெஹரை. நடந்தவற்றிற்கெல்லாம் அவள் மட்டும்தான் காரணம் என்கிற குற்றவுணர்வை அவளுக்குத் தருவதன் வழியே மிகப் பெரிய துக்கத்தை அவ்விடத்தில் உருவாக்க மெஹர் தயாராக இல்லை. உண்மைதான். அம்மாவின் வற்புறுத்தலும் இரைஞ்சல்களும் மிரட்டல்களும் நெருக்கடிகளும் பழிவாங்கும் ஆக்ரோஷமும்தான் தன்னை இம்முடிவை நோக்கித் தள்ளின என்று அவளுக்குப் புரிந்தாலும், தனக்கும் அதில் பங்கிருப்பதை மெஹர் மறுக்கத் தயாராக இல்லை.

இந்த வீட்டிலிருந்தும் அம்மாவின் அழுகைகளிலிருந்தும் எங்கேயாவது தப்பித்து ஓட வேண்டும் என்கிற எண்ணமும், ஹசனைப் பழிவாங்க வேண்டும்; அவமானப்படுத்த வேண்டும் என்கிற எண்ணமும் தனக்கு இருந்ததை அவளால் ஒப்புக் கொள்ளாமல் இருக்க முடியவில்லை.

அம்மாவின் புலம்பல்கள் தந்த நெருக்கடிகளும் தன்னை அந்த முடிவை நோக்கி ஓட வைத்தன என்பதுதான் உண்மை

என்றாலும், அம்மாவிற்குத் தான் எந்த வகையிலும் குற்றவுணர்ச்சியைத் தரக் கூடாது என்று விரும்பினாள். நடந்த விஷயங்களிலெல்லாம் தனக்கும் மிகப் பெரிய பங்கு இருக்கிறது என்பதை அம்மா நம்ப வேண்டும் என்று விரும்பினாள்.

தனக்காக மட்டுமே வாழ்ந்துகொண்டிருக்கிற அம்மாவிற்குத் தான் எந்த வகையிலும் துன்பத்தையோ சுமையையோ குற்றவுணர்ச்சியையோ தந்துவிடக் கூடாது என்பதில் உறுதி கொண்டாள்.

இன்று தான் அஷ்ரப்பைப் பிரிந்து வாழ்வதற்கும் சாஜிதாவின் கூர்மையான விழிகளுக்குப் பதில் சொல்ல முடியாமல் உட்கார்ந்திருப்பதற்கும் அம்மாதான் காரணம் என்பதைத் தனக்குத்தானே மறக்கவும் மறுக்கவும் இயலுமா என்கிற சிந்தனையில் உறைந்துபோயிருந்தாள் மெஹர். சாஜிதாவுக்குப் பிடிக்குமே என்று ஆசையாகச் சமைத்திருந்த குஸ்கா சோறும் கறிக் குருமாவும் ஆறிக்கொண்டிருந்தது.

29

பர்வீன் முகத்தில் வழிந்த வியர்வையைச் சேலை முந்தானையை வைத்துத் துடைத்தெடுத்தாள். விரல்களின் வழியே உடலின் அந்தரங்கப் பகுதிகளையும் மார்புகளையும் தடவி உணர்வுகளைத் தூண்டிவிட முயன்றாள். இறுக்கிய தொடைகளுக்குள்ளாகக் கனலும் வெப்பத்தைச் சுடும் மூச்சின் வழியே வெளியேற்ற முனைந்தவள், உச்சகட்ட உணர்வுகளுக்கு உள்ளாக, ஆழமான பெருமூச்சொன்றினை வெளிப்படுத்தினாள். உடல் தொப்பலாக நனைந்து கிடந்தது; என்றாலும் மனமும் உடலும் லேசாகியதுபோல் உணர்ந்தாள். இன்னும் எத்தனை வருடங்களுக்குத் தனக்குத் தானே இன்பமூட்டிக்கொள்கிற அவசியம் இருக்கும் என்று தெரியவில்லை. நன்னியைப் போல வயசாக வேண்டும் இந்த ஆசாபாசங்கள் விட்டுப் போவதற்கு என்று நினைத்துக்கொண்டாள்.

இந்தத் துன்பத்தின் வலி தன்னைவிட நன்னிக்கு நன்றாகவே தெரியும். நானாவது கொஞ்ச காலம் ஆண் ஒருவரோடு அவனது அருகில் இருந்திருக்கிறேன்; அவளுக்கு அப்படி ஒரு விஷயமே வாழ்க்கையில் நடக்கவில்லை என்பதை எண்ணவே பாவமாக இருந்தது.

ரஹீமினால் எல்லாமும் முடியும். ஒரு கட்டத்தில் அவனால் இயலாமல் போகும்போது அவன் மிகப் பெரிய அவமானத்தை அடைவான். ஒரு முறை கடுமையாக மறுபடிமறுபடி முயன்று பார்த்துச்

சோர்ந்தவனாகத் திரும்பிப் படுத்துக்கொண்டான். அவனது முகத்தில் ஒரு விதமான இறுக்கம் நிறைந்துவிட்டிருந்தது. கூனிக் குறுகிப் போய்ப் படுத்திருந்தவனை, ஆதரவாக அணைத்தபடி இவள் சொன்னாள், "வருத்தப்படாதிங்க, டாக்டர்கிட்ட கேக்கலாம்",அவளது யதார்த்தமான வார்த்தைகள் அவனைக் கடும் சீற்றத்துக்குள்ளாக்கப் போதுமானதாக இருந்தன. "பொத்து வாய, ஊருக்கெல்லாம் போய் விருந்து வச்சுச் சொல்லிட்டு வா, நல்லாயிருக்கும்".

இவளுக்குப் புரியவேயில்லை, எதற்காக இத்தனை ஆத்திரப்படுகிறான் என்று. அவள் ஒன்றும் வேண்டுமென்று ஏதும் சொல்லவில்லையே, ஏதோ பிரச்னை டாக்டரிடம் போகலாம் என்று சொன்னது என்ன தவறு? சற்று முன் அன்போடும் ஆசையோடும் உடலெல்லாம் தழுவி முத்தமிட்டுக் காதல் வார்த்தைகள் சொன்னவன், ஒரே நிமிடத்தில் எப்படி இவ்வளவு கோபத்தையும் சீற்றத்தையும் காட்டுகிறான்?

தனது இயலாமையைத் தெரிந்துகொண்டதனால் மதிக்கமாட்டாளோ அல்லது மற்றவர்களிடம் ஏதேனும் ஒரு சந்தர்ப்பத்தில் சொல்லிவிடுவாளோ என்கிற பயம் காரணமாக இருக்குமோ என்று நினைத்தாள்.

அதன்பிறகு, ஒரு சில சந்தர்ப்பங்களில் மறுபடியும் முயற்சி செய்து தோல்வியுற்ற பிறகு, அவன் ஒரேயடியாக தன்னிடமிருந்து விலகிச் சென்றதை நினைத்துக்கொண்டாள் பர்வீன்.

யாரோ செய்த தவறு, எதன் பொருட்டோ நடந்துவிட்ட ஒரு காரியத்திற்காகத் தன் வாழ்க்கை சீரழிந்துவிட்டது எப்படி நியாயமாக இருக்க முடியும்? ரஹீம் நிச்சயமாகத் தெரிந்தே தன்னை மணமுடித்திருக்க மாட்டான். அவனுக்குத் திருமணத்திற்கு முன்பாக எந்த அனுபவமும் இருந்திருக்காது. அப்படி இருந்திருந்தால் இன்னொரு முறை தனது மனைவியிடம் அவமானப்படுவானா என்றிருந்தது.

என்றாலும், தெரிந்தேகூட இந்த திருமணத்தைத் தாய் தந்தையின் வற்புறுத்தலுக்காகச் செய்துவிட்டானோ? என்ன காரணமோ இவளது வாழ்க்கை முடிந்துவிட்டது. இன்னொருவனுக்கு இரண்டாம் தாரமாக வாழ்க்கைப்பட்டு அவனது பிள்ளைகுட்டிகளை வளர்த்துக்கொண்டு அந்த வயதானவனிடம் வாழ்வதைவிட இப்படித் தனித்து இருப்பது லகுவாக இருந்தது. எப்போதாவது தாங்க முடியாத இரவுகளில் தன்னைத்தானே புணர்ந்துகொள்வது போதுமானதாக இருந்தது

அவளுக்கு. ஒரு சில சாப்பாட்டு வகைகளைச் சாப்பிடாமல் தவிர்ப்பது பற்றி நன்னி சொல்லித் தந்திருந்தாள்.

எதிர் வீட்டுச் சந்திலிருந்து நாய் குரைக்கும் சத்தம் காதில் கேட்டது, இரவு பனிரெண்டு மணிக்கு யார் நடமாடித் திரிகிறார்கள், நாய் குரைக்கிறதே என்று யோசித்தாள். யாராவது சினிமாவுக்குப் போய்விட்டு வருவார்கள் என்று நினைத்துக் கொண்டாள். எதிர் வீட்டு சலாம் வீட்டிற்கு வருவதைச் சன்னல் வழியே பார்த்தாள். அவனுக்கு இவள்மீது பிரியம் இருப்பது தெரியும், அவனது மனைவிக்குத் தெரியாமல் அவ்வப்போது நோட்டம் விட்டுப் பார்ப்பான். அதனாலேயே அவனைக் காணாததுபோல இருந்துகொள்வாள், பலவற்றையும் நினைத்து மனதைக் குழப்பிக்கொண்டவள் உறங்க முயன்றாள்.

மனாமியங்கள்

30

ஹசனுக்குக் காலையிலிருந்தே ஆத்திரம் தலைக்குள் ஓடிக்கொண்டிருந்தது. என்ன செய்தால் அடங்கும் என்று தெரியவில்லை. பள்ளிவாசல் பொட்டிக்கடை சபி, “என்ன மச்சான் ஊருக்குத் தான் உபதேசமா? இபாதத்து, ஷரியத்து, ஹதிஸு என்னன்னெல்லாம் சொல்வீக” என்று நாக்கைப் பிடுங்குவது மாதிரி ஒரு வார்த்தை கேட்டான்.

அம்மா, எங்கேயோ போய் செய்வினை எடுக்கப் போனாளாம், அதைத்தான் சொல்லிக் கிண்டல் செய்தான்.

ஒரு வார்த்தைக்குள் ஓராயிரம் அர்த்தங்களை வைத்துத்தான் அவன் கேட்டான். ‘என்ன உன் பொண்டாட்டி இன்னொரு கலியாணம் பண்ணிட்டுப் போனவதானே’ என்று கேட்காமல் கேட்பதாகவும் இருந்தது.

ஒருமுறை சபியின் தங்கை பக்கத்து வீட்டு காஜாவோடு ராத்திரியில் வீட்டுத் தொண்டுக்குள் நின்று சும்மா பேசிக்கொண்டிருந்ததை, நீண்ட நாள் திட்டமிட்டுக் கையும் களவுமாகப் பிடித்துக் கடுமையாகக் கண்டித்துப் பள்ளிவாசலில் பைசல்வரை கொண்டு சென்றான் ஹசன். அது சபியின் மனத்தில் தீராத ஆத்திரத்தை உருவாக்கியிருந்தது.

“ஊரைப் பாதுகாக்குறாராம். அம்மா செய்வினை எடுக்க மந்திரவாதிகிட்ட போறா, தடுக்க முடியல,” நக்கலடித்தான் சபி. ஹசனைக் கடுப்பேற்றுவதற்கான

நல்ல சந்தர்ப்பத்தை விடுவதற்கு அவன் தயாராக இல்லை. தனது கிண்டலை, முகபாவத்தின் வழியேயும் ஏற்ற இறக்கமான குரலின் வழியேயும் முன் வைத்தான். கடையில் இன்னும் நான்கைந்து பேர் நின்றுகொண்டு டீ குடித்துக்கொண்டிருந்தார்கள். அவர்களது முழுக் கவனத்தையும் தன்மீது ஈர்த்துவிடுகிற முயற்சி அவனது குரலில் இருந்தது. தெருவில் போய்க்கொண்டிருந்த நாய் ஒன்று, இவனது எகத்தாளமான குரல் கேட்டு ஒரு நிமிடம் நின்று தனது செம்பழுப்புக் கண்களால் உற்றுப் பார்த்துவிட்டுச் சென்றது.

அவன் அம்மாவைப் பற்றிச் சொன்னது உண்மையா பொய்யா என்று தெரியாமல் ஒரு நிமிடம் யோசித்த ஹசன், கடும் கோபத்திற்குள்ளாகி, "யாருடா சொன்னது? நிருபிக்கறியா?" என்று எகிறிக் குதித்து அடிக்கப் பாய்ந்தான்.

"உம், கூடப்போனது யாரு எங்க மம்மானி இல்ல, போயி உங்கம்மாவ கேட்டுட்டு என்கிட்ட வா". ஹசனின் கைகளைத் தடுத்து அவனை எக்கித் தள்ளிவிட்ட சபி, அடுத்த வேலையைப் பார்க்கப் போனான். பெட்டிக் கடையின் கயிற்றில் கோக்கும் பெப்சியும் வாழைப்பழமும் கயிற்றில் தொங்கிக்கொண்டிருந்தன.

"என்னடா சொன்ன புழுத்தி? இது மட்டும் பொய்யா இருந்துச்சுன்னு வச்சுக்க, ஒன் சங்க அறுக்கறண்டா," கடும் சீற்றத்துடன் துள்ளி எழுந்தான் ஹசன். அவனது உடல் துடித்துக் கொண்டிருந்தது. விருட்டென்று நகர்ந்தவன் கடைக்கு வெளியே நின்றுகொண்டிருந்த டிவிஎஸ் 50ஐ ஸ்டார்ட் செய்து வீட்டை நோக்கி வண்டியைச் செலுத்தினான். உண்மையாகத்தான் இருக்குமோ, இப்படி நிச்சயமாகச் சொல்லப் பயப்படுவானே, மனம் கொந்தளித்தது. எல்லாவற்றையும் இழந்துவிட்டதொரு நடுக்கம் உடலில் எழும்பிற்று. 'அம்மாவுக்கு ஏன் இப்படி புத்தி போயிற்று; இது உண்மையாக இருந்தா நான் அவளை என்ன செய்ய முடியும்? ஊரே ஏற்கனவே தெரிந்து கிடக்கிறது. இந்த அசிங்கத்தை எங்கு கொண்டு தொலைக்க' என்றெல்லாம் தனக்குள்ளாகப் புலம்பியபடி வீட்டின் முன்பாக வண்டியை நிறுத்தினான். இறங்கி வேகமாக வீட்டிற்குள் நுழைந்தவன் சுபைதா தொழுதுகொண்டிருப்பதைப் பார்த்து அப்படியே ஒரு நிமிடம் அமைதியாக ஒதுங்கி வாசற் கதவோரம் சாய்ந்து கொண்டு நின்றான்.

சுபைதா சலாம் கொடுத்தபடி அவனை நிமிர்ந்து பார்த்து "அஸ்ஸலாமு அலைக்கும். என்னத்தா," என்றாள். "ஒண்ணுமில்ல தொழுது முடிங்க," என்றான். அவனது முகத்தில் தெரிந்த கோபம் அடிவயிற்றைக் கலக்கிற்று. "முடிச்சுட்டேன் வா, வந்து உக்காரு," என்று சோபாவைக் காட்டினாள்.

“நீங்க செய்வினை எடுக்கப் போனீங்களா?” ஒரே வாக்கியத்தில் அவளிடம் நேருக்கு நேராகக் கேட்டான். அவள் பயந்தது நடந்துவிட்டது என்று அதிர்ச்சியடைந்தவள், என்ன பதில் சொல்வது என்று தெரியாமல் சில நொடிகள் விழித்து, “சும்மாதான் போனேன், அது என்னா வந்து ...” ஒவ்வொரு வார்த்தையும் உடைந்து வந்து விழுகிறது.

“நீ என்னத்துக்கு தொழுகுற, காபிர். அல்லாவுக்கு இணை வச்சுட்டு ஒனக்கென்னா தொழுக வேண்டிக் கிடக்கு, சைத்தான் சைத்தான்”. கர்ண கொடூரமாக ஒலித்தது அவனது குரல்.

‘எதிர்க்க நின்று பேசப் பயப்படுகிற கண்ட நாயெல்லாம் இன்னைக்கு என்னை எதிர்த்துப் பேசுது; என்னைப் பிடித்துத் தள்ளி விடுது’ மனம் அவமானத்தில் புழுங்கிற்று. தனது மரியாதை, கவுரவம் எல்லாம் இப்படி காற்றோடு போய்விட்டதை நினைத்து உள்ளுக்குள் புழுங்கியவனாக அம்மாவையே பார்த்தபடி நின்றுகொண்டிருந்தான் ஹசன். இடது கையைத் தாடிக்குள் விட்டு நீவியபடி பதற்றத்தைக் குறைக்க முயன்றவனாக, “நான் ஊருக்கெல்லாம் ஹதீது சொல்றேன், சைத்தானிடமிருந்து வெலகி இருங்கன்னு. என் வீட்டுலயே இபுலீஸ வச்சுக்கிட்டு, ஷிர்க் வேணாம்னு பொழுதுக்கும் பயான் செய்றேன்.”

அவனது சத்தத்தில் ஒரு நிமிடம் அரண்டவள் பக்கத்து வீட்டில் யாருக்கும் தெரிந்துவிடக் கூடாது என்று பயந்தபடி எழுந்து வேகமாக ஜன்னல் கதவுகளையும் வாசற்கதவையும் சாத்தினாள்.

“என்ன கதவ சாத்துற, ஒம் மானம், எம் மானம் எல்லாம் சந்தி சிரிக்குது, போய் கடைவீதில பாரு,” காட்டுக் கத்தலாக இருக்கிறது அவனது குரல்.

மேலும் குரலை உயர்த்தி, தான் தனது அம்மாவையே திட்டுவது வெளி உலகத்திற்குத் தெரிய வேண்டும் என்று விரும்பியவன் போலிருந்தது அவனது செயல். தன்னைத் தவிர வேறு யாராவதாக இருந்தால் இந்நேரம் அடித்திருப்பான் போல! அவனது கோபத்தின் தன்மை அத்தனை கொடூரமாக இருந்தைக் கவனித்த சுபைதா சொன்னாள், “ஆமா போனேன்; நானுந்தான் கால்ல நகம் மொளைச்ச நாளா, படாத துன்பம் பட்டுக்கிட்டுருக்கேன். தொழுகாத நாளில்ல, கையேந்தாத நாளில்ல. எங்குடும்பத்த சுத்திச்சுத்தி அடிக்கிறான் அந்த அல்லா நாயன். எப்புடியாச்சும் ஒரு நல்ல வழி கிடைக்காதான்டு போயிட்டு வந்தேன், அதுக்கென்னாங்கற,” திருப்பி அடிக்கிறது சுபைதாவின் குரல்.

128 சல்மா

கண்களில் வழியும் கண்ணீரின் வழியே தனது மகனது கோபத்தைக் கரைத்துவிடலாம் என்று சிறிய நப்பாசை அவளது மனத்தின் ஓரத்தில் ஓடிக்கொண்டிருந்தது.

“போ, போயி கோயில் கோயிலாக் கேளு, சாமிகளுக்கிட்ட கேளு. அல்லாட்டக் கேட்டு நடக்கல, நீயாச்சும் பண்ணிக்குடு சாமின்னு கேட்க வேண்டியதுதானே. ஜென்மம், அறிவு வேணாம், அல்லாவுக்கு இணை வைக்கலாமா? போச்சு; நீ இத்தனை வருஷம் சேத்துவச்ச நன்மை, தொழுக, இபாதத்து எல்லாமும் போச்சு, நீ நரகத்துக்குத்தான் போவ.”

அவனது குரலின் ஒலி கூடிக்கொண்டிருந்தது. பக்கத்து வீடுகளுக்குத் தெரியக் கூடாது என்று முதலில் விரும்பியவள், பக்கத்து வீடுகளுக்கும் இவன் திட்டுவது தெரிய வேண்டும் என்று விரும்பினாள். தனது மகனின் விருப்பத்திற்கு மாறாகத் தான் செய்வினை எடுக்கப் போனது ஊருக்குத் தெரியட்டும் என்று விரும்பினாள். அப்பொழுதுதான் அவன் தினமும் ஊருக்குள் பயான் சொல்வதோ தப்லீக் ஜமாத்தில் செல்வதோ எப்போதும்போல செய்ய முடியும். இல்லையென்றால் ஊர் அவனைக் கிண்டலும் கேலியும் செய்யும்; அவமானத்தில் அவனும் முடங்கிப்போய்விடுவான் என்று நினைத்துக்கொண்டாள். ஒரு தாயின் இடத்திலிருந்து அவள் இப்படி யோசித்தாள்.

“இந்த உலகத்துல வாழ்றது வாழ்க்கை இல்லன்னு அல்லாஹ் சொல்லியிருக்கான். மறுமையில நாம சொர்க்கத்துல வாழுறதுதான் முக்கியம். இந்த வாழ்க்கை முக்கியமில்ல. எல்லா விதமான துன்பத்தையும் சோதனையையும் என் மக்களுக்கு இந்த உலகத்துல குடுப்பேன், அதையெல்லாம் தாண்டி யாரு ஈமானோட இருக்காகளோ அவுக மட்டும்தான் சொர்க்கத்துக்குப் போக முடியும்னு அல்லா சொல்றான். இந்த துன்பம் எல்லாம் அவன் ஒனக்கு வைக்கிற பரிட்சை, புரிஞ்சிக்கோ”.

நீண்ட பிரசங்கத்தைக் கர்ண கடூரமான குரலில் நிகழ்த்தி முடித்தான் அவன். படபடத்த குரலும் கோபத்தில் சிவந்த முகமும் வேர்த்துக் கொட்டிய உடலுமாக அவனைப் பார்க்கவே சுபைதாவுக்குக் கவலையாக இருந்தது. மனத்தில், ‘இந்த உலகத்துல எம்புட்டோ பேரு நிம்மதியா இருக்காகளே, அது மட்டும் என்ன என்று எண்ணம் ஓடிற்று; என்றாலும் அதைச் சொல்லிவிடக் கூடாது’ என்கிற நினைப்பில் மௌனமாக அமர்ந்திருந்தாள்.

இவனுடைய புடுங்குதல் தாங்க முடியாமல்தான் மெஹர் தப்பித்து ஓடிவிட்டாள் என்று ஒரு கணம் மனத்தில் தோன்றிற்று. என்றாலும், உடனே அந்த எண்ணத்தை விரிவாக யோசித்தாள்.

‘ஒரு நல்ல நாள், கெட்ட நாள் இல்லை. பாத்திஹா ஓதக் கூடாது, சபுர் கழிவுக்கு வெளியே போகக் கூடாது, சினிமா பார்க்கக் கூடாது, தெருவுல நிக்கக் கூடாது, வீட்ட விட்டு வெளியே போனா புர்காவுல கண்ணுகூடத் தெரியக்கூடாது. லிப்ஸ்டிக் போடக் கூடாது. நல்ல விதமா சோடிக்கக் கூடாது, டிவி பார்க்கக் கூடாது, பக்கத்து வீட்டுப் பொண்டுகளோட தர்காவுக்கு போகக் கூடாது, வெளிநாட்டுச் சேலை கட்டக் கூடாது, நிரோத் போடக் கூடாது, புள்ளைய கழிக்கக் கூடாது, கர்ப்பத்தடை பண்ணக் கூடாது.’

“அல்லாஹு,” பெருமூச்சொன்றை விட்டு நிமிர்ந்தாள் சுபைதா. “சரி போனது போயாச்சு, வந்தாச்சு, இப்ப என்னா செய்யணும்னு சொல்ற?” ஒண்ணுமே பிரச்சனை இல்லாத மாதிரி சாவகாசமாகக் கேட்டவளிடம், “என் மானம் மரியாத போச்சே, இனி எவன் எம் பேச்ச கேட்பான்? போயி ஓங்கம்மாகிட்ட சொல்லிட்டுவான்னுல்ல சொல்லுவான்”.

சுபைதா சொன்னாள், “சொல்லுறவுகள எங்கிட்ட வரச் சொல்லு; நான் பதில் சொல்றேன். எந்தப் பய மவனா இருந்தாலும் வரச் சொல்லு, அவனவன் வீட்டுக் கூதில வெள்ளம் போறத பாக்க சொல்றேன்.” அம்மா வாயிலிருந்து கெட்ட வார்த்தை வந்ததை ஜீரணிக்க முடியாதவனாக இதற்கு மேல் இங்கிருக்கக் கூடாது என்று நினைத்தவனாக, விருட்டென்று எழுந்துபோனான் ஹசன். அவனது வண்டியின் சத்தம் மெதுவாகக் காற்றில் கரைந்துபோன பிறகு, “மானம் மரியாதையா? அதுதான் எப்பவே போயிருச்சே. இன்னுமா இருக்குன்னு நெனைக்கிற,” விரக்தியாக தனக்குள்ளாக சொல்லிக்கொண்டவள், குரானை எடுத்துவைத்து ஓத ஆரம்பித்தாள். தனக்கு எந்த வழியிலாவது நிம்மதி கிடைத்தால் அது போதும்; கண்டவனும் என்கிட்ட எந்தக் கட்டுப்பாடும் சொல்லி வரக் கூடாது. மனதிற்குள் முணுமுணுத்தவளாக தியான மனநிலையோடு அவள் ஓதிக்கொண்டிருந்தாள்.

31

ஆமினா தன் தலைமாட்டில் இருந்த தண்ணீர்ச் சொம்பை மெதுவாக, மிக மெதுவாகத் தடவித்தடவிக் கண்டுபிடித்துக் கவனமாக எடுத்து பிஸ்மில்லா[1] சொல்லிக் குடித்தாள்.

ஊர் ஒரு அரவமுமின்றி ஒடுங்கிக் கிடந்தது. வெளியில் இருளா வெளிச்சமா பகலா என்பதைச் சத்தங்களாலும் உணர்வுகளாலும் அறியத் தொடங்கி 70 வருடங்களாகிவிட்டன. இன்னும் எத்தனை காலம் ஓடுமோ தெரியாது என்று பெருமூச்சுவிட்டாள். இன்னும் ஒரு பல்கூட விழவில்லை, தலைமுடியும் பெரிதாகக் குறையவில்லை. தலை முக்காட்டை இழுத்துவிட்டுத் தலைமுடியை உச்சியெடுத்து கடைசி வரை தடவிப் பார்த்தாள் பர்வீன். "ஒன் முடி பெரிசா நரைக்கக்கூட இல்ல நன்னி," என்று சொல்லும் போது பெருமையாக இருக்கும். எல்லாம் இருந்து என்ன செய்ய என்று யோசித்தாள்.

தன்னைச் சுற்றி நடக்கும் எல்லாக் காரியங் களையும் புலன்களாலும் நினைவுகளாலும் அறிந்து கொள்கிற தன்மைகூட இன்றும் குறையாமல் இருப்பதாக நம்பினாள். அதனாலேயே தன் வாழ்க்கையின் எல்லாக் காலங்களிலும் தன்னைச் சுற்றி நடந்து முடிந்த, நடந்துகொண்டிருக்கிற எல்லாக் காரியங்களையும் தனக்குள் உள்வாங்கிச் சேகரித்து

---

1. ஒரு செயலை இறைவனின் பெயரால் ஆரம்பம் செய்வது.

வைத்திருக்கிறாள். தெருவில் நடந்து செல்கிற ஆட்டின் கால்களின் அதிர்வுகளை வைத்து, ஒரு கால் ஊனம் என்பதுவரை அவளது புலன்களில் வந்து சேர்ந்துவிடுகிறது.

அந்தத் தெருவின் ஒவ்வொருவருடைய நடையையும் வைத்து அது யார் என்று பெயர் சொல்லி அழைக்கும் அளவுக்கு அவளுக்கு அத்துப்படி.

தன்னைப் போலவே ஒரு வாழ்க்கையை வாழ்ந்து கொண்டிருக்கிற பேத்தி பர்வீனின் ஒவ்வொரு செயலுக்கும் பெருமூச்சுக்கும் தன்னுடைய அகராதியில் இருந்தே ஒரு அர்த்தத்தை எடுத்துக்கொள்ள முடிகிறது அவளுக்கு.

ஐம்பது வருடங்களுக்கு முன்பாக, எது கடந்து செல்ல முடியாததாகித் தன்னைத் துன்புறுத்தியதோ, அதுவே பேத்திக்கும் வாய்த்திருப்பது தாங்கவியலாத வேதனையாக இருந்தது.

தன்னுடைய காலத்தில் ஒரு பிரச்னையுமில்லை. கண் தெரியாது. வீட்டுமூலையில் போடும் சோத்தைச் சாப்பிட்டுக் கொண்டிருந்தால் போதும். இவளுடைய காலம் அது மாதிரி யில்லை. டிவியும் புத்தகமும் சினிமாவும் எல்லாவற்றையும் பார்த்துக்கொண்டு எப்படித்தான் இருக்கிறாளோ என்று நினைத்துக் கவலைப்பட்டாள். எல்லாம் காலம் என்று பெருமூச்சு விட்டாள்.

இளம் பருவத்தில் தூக்கம் வராத பொழுதுகளில் தன் உடலைத் தானே தொட்டுப் பார்க்கிற ஆசை வரும்போதெல்லாம் யாரும் பார்க்கிறார்களா என்பதை அறிந்துகொள்ள முடியாத நிலையில் தனது ஆசைகளை, வேட்கைகளை மறைத்துக்கொள்ள ரொம்பவும் பிரயாசைப்படுவாள். குளிப்பதற்குக் கதவில்லாத கொல்லைக்குள் இருக்கும் கொஞ்ச நேரம், சோப்புப் போடுகிற பாவனையில் முலைகளைத் தொட்டுப் பார்த்துக்கொள்வாள். தன் உடலின்மீது அவளுக்கே தீராத வேட்கை வரும். யாராவது ஆணின் கைகளில் இந்த உடலைக் கிடத்தினால் எப்படி இருக்கும் என்று கற்பனை செய்துகொள்வாள்.

கொல்லைக்குக் கதவு கிடையாது என்பதனால், சாக்குத் துணியைத்தான் திரையாகப் போட்டுத் தொங்கவிட்டிருப்பார்கள். உள்ளே தண்ணீர் விழும் சத்தம் கேட்காவிட்டால் ஆளில்லை என்று நினைத்து யாரேனும் வந்துவிடுவார்கள் என்பதனால், தண்ணீர் விழும் சத்தத்தை உருவாக்கியபடியேதான் அவள் தன் உடம்பைக் கழுவிக்கொள்வாள்.

ஒருநாள் குளித்துக் கொண்டிருந்தவளை யாரோ உள்ளே நுழைந்து சட்டென அணைத்துக்கொண்டு வாயில் வாய் வைத்து

முத்தமிட்டதும் அதிர்ந்துபோனாள். மொத்தமாக ஒருசில நிமிடம் ஒரு ஆணின் மூர்க்கமான கைகளுக்குள் அவளது உடல் இருந்தது.

நிமிடங்களில் சட்டென அவளை விட்டுவிட்டு அவ்வுருவம் மறைந்துபோயிற்று. அவள் அதிர்ச்சியில் நின்றாள் என்பதைவிட மகிழ்ச்சியில் உறைந்துபோய் நின்றாள். யாராக இருக்கும் என்கிற கேள்வியும் அந்தத் தழுவலில் கிடைத்த இன்பமும் ஒன்றிணைந்து அவளை உறைய வைத்திருந்தன.

அவள் அன்றிலிருந்து 'யார்' என்கிற கேள்வியைக் கேட்ட படியே இருந்தாள். கண்டுபிடிக்கவே முடியவில்லை. பால் ஊற்ற வரும் முருகனா, தோட்டக்காரன் பழனியா, பக்கத்துவீட்டு அஜிஸா? ஒரு முடிவுக்கும வர முடியவில்லை.

கைகளின் முரட்டுத்தனத்தை வைத்து அது யாரோ ஒரு குடியானவனின் கைதான் என்பதை முடிவு செய்தாள். அம்மாவிடம் அன்று யாரெல்லாம் வீட்டிற்கு வந்தார்கள் என்கிற கேள்வியைக் கேட்டுக்கேட்டு அவள் சொன்ன பதிலில் திருப்தியிழந்துவிட்டாள் என்றுதான் சொல்ல வேண்டும்.

அந்தக் கை, அந்த உடல் யாருடையதாக இருந்தாலும், அது மறுபடியும் தனக்கு வேண்டும் என்று காத்திருந்தாள். ஒவ்வொரு முறையும் கொல்லையில் குளிக்கும்போதும் அவள் அக்கைகளுக்காகக் கொஞ்ச நேரமாவது காத்திருந்து பார்த்தாள். பயத்தில் விலகி ஓடிய அவ்வுடல் பிறகு என்றைக்குமே வரவில்லை. மீதிக் காலத்திற்கும் இவளுக்குத் தன் கைகள்தான் போதுமானதாக இருந்தது.

கண் மட்டும்தான் குறைச்சல். வேறொன்றுமில்லை என்றாலும், மணமுடிக்க யாரும் வரவேயில்லை.

நான்தான் கட்டாந்தரையாகப் போனேன், என் பிள்ளைக்கும் இப்படி ஒரு நசீபா என்று பர்வீனை நினைத்து விசனப்பட்டாள். மறுபடியும் ஒருத்தன்கிட்டப் போயி அடிமையா கெடந்து சாகறதுக்கு இந்த வாழ்க்கையே போதும் என்று சமாதானம் செய்துகொண்டாள்.

ஒரு சில இரவுகளில் பர்வினின் அறையிலிருந்து எழும் பெருமூச்சும் படுக்கையில் புரளும் இருப்பற்ற தன்மையும் அவளோடு சேர்த்து இவளையும் உறங்கவிடாமல் செய்தபடி இருக்கும்.

32

"இங்கியே இருந்தாக்க பயித்தியம் பிடிச்சுடும் புள்ளைங்கள நினைச்சு. பேசாம கேரளாவுக்கு கூட்டிப் போறேன். எங்கூட அனுப்பிவைங்க, கொஞ்சம் மனசு மாறட்டும்."

அபியின் கோரிக்கை சரியாகத்தான் இருந்தது ஆசியாவுக்கு. ஒரு ஆறு மாதம் அங்கிருந்துவிட்டு வந்தால் போதும், கவலைகளை மறந்து என்று யோசித்தவள், மகளின் நிலை குத்திய பார்வையையும் கண்ணீரோடிய விழிகளையும் பார்த்துப் பேசுவதற்குப் பயந்தாள்.

"ஏத்தா நீ கேட்டுப் பாரு, எனக்குப் பயமா இருக்கு," என்றாள்.

"நானா," என்று தயங்கியவன், "இல்லெ நீங்களே கேட்டுக்கங்க," என்று பயந்து ஒதுங்கினான்.

பித்துப்பிடித்தவளாக இப்படியே இருந்தாள், என்றால் பயித்தியம் ஆவதற்கு வாய்ப்பிருக்கிறது என்று கவலைபட்டாள் ஆசியா. நான் செய்த தவறுக்கு என் புள்ளை பைத்தியமா போயிடும் போல, என்று தனக்குள்ளாக அழுதுபுலம்பினாள் ஆசியா.

அபி அமைதியாக அவளையே பார்த்துக்கொண் டிருந்தான். இவள் ஏன் எப்பொழுதும் அழுதுகொண்டும்

புலம்பிக்கொண்டுமிருக்கிறாள். அப்படி என்னதான் இவளது மனநிலையில் பிரச்சினை என்று யோசித்தான். அவன் பார்த்த எல்லா நாளுமே இப்படியே அழுது புலம்பிச் சாபமிட்டபடிதான் ஆசியாவை இவன் பார்த்திருக்கிறான்.

அபிபுல்லாவுடைய குப்பி பாத்திமா இவனிடம் சொன்னாள், “அவ இருக்காளே ஆசியா, அவ ஒரு லூசு, அவ கூடவே இருந்தான்னா மெஹருக்கு கூடிய சீக்கிரம் புத்தி பேதலிச்சிடும். அவள ஒங்கூட கூட்டிட்டுப் போயிரு, பாவம்”.

மெஹர் முன்பைவிட இன்னும் ஒட்டிப்போயிருந்தாள். அவளது வெறித்த கண்களில் உயிரே இல்லை. இவனுக்குப் பாவமாக இருந்தது. இவனுக்கும் திருமணத்தில் பெரிதாக விருப்பமேயில்லை; ஏதோ உதவியாக இருக்கும் என்று நினைத்துத்தான் ஒப்புக்கொண்டான். ஆனால் அது இன்னும் மோசமான நிலைக்குப் போய்விட்டது. ஹசன் பிள்ளைகளைத் தன் கையில் பிடித்துக்கொண்டு இவளை இந்த அளவு சித்திரவதைக்குக் கொண்டுவந்துவிட்டான். இவனுக்கேகூட ஹசனை நினைத்துப் பயம்தான், ஏதாவது சந்தர்ப்பம் கிடைத்தால் அடிப்பானோ என்று.

ஆசியம்மா மகளது அருகில் போய் அமர்ந்துகொண்டு சொன்னாள், “ஏண்டாம்மா, அபிகூட கொஞ்ச நாள் கேரளாவுல இருந்துட்டு வாயேன். ஒரு ஆறு மாசத்துக்கு. அதுக்குள்ள பிள்ளைகள எப்புடியாச்சும் பஞ்சாயத்துப் பேசி கூப்புட்டுக்கலாம். இங்கெயே கெடந்து அழுது என்னா பண்ணப் போற?”

மெஹர் அமைதியாக அம்மாவின் பக்கம் திரும்பினாள். இவளோடு இருக்கும் ஒவ்வொரு நாளுமே நரக வேதனையை ஊட்டிக்கொண்டிருக்கிறாள். ஒருவேளை அல்லாவே பார்த்து அம்மாவிடமிருந்து பிரித்து அனுப்புகிறானோ என்று நினைத்துக்கொண்டாள்.

அவனோடு போக வேண்டும் என்பதுதான் பிடிக்கவில்லை. அவனோடு போனால், சாஜிதாவும் அஷ்ரபும் மனதில் என்ன நினைப்பார்கள் என்று கவலை உண்டாயிற்று. ஆனால் எப்படி இங்கே இருந்து காலத்தை ஓட்டுவது என்றும் புரியவில்லை. ஊரில் ஒட்டுமொத்தமாக விலக்கிவைக்காத குறையாக யாரும் இவர்களோடு பேசுவதில்லை. வீட்டிற்கு வருவதில்லை. ஒருவிதமான வெறுப்பு ஆசியம்மாவின்மீது ஊர் முழுக்க உருவாகியிருந்தது. லூசு என்று ஆளாளுக்கு ஒரு பெயரில் கூப்பிட்டுக்கொள்கிறார்களாம். சுலையம்மா வந்து சொல்லிக் கொண்டிருந்தாள்.

‘இருந்தாலும் பொட்டச்சிக்கு இம்புட்டு போட்டி ஆகாதும்மா,’ போகிறபோக்கில் சொல்லிவிட்டுச் சென்றாள் சுலையம்மா.

தான் மட்டுமல்ல; அம்மாவும்தான் வீட்டிற்குள் இருக்கிறாள். யாருடைய வீட்டு விசேஷத்திற்கும் கல்யாணம் காட்சிக்கும் அவள் போவதில்லை.

யார் முன்பும் நிற்பதற்கும் பேசுவதற்குமான அருகதையே இல்லாமல் போய்விட்டதாக உணர்ந்தாள். அழுகை பொங்கிக் கொண்டு வந்தது. பிள்ளைகள் என்ன நினைப்பார்கள் என்றும், அம்மா தனியே என்ன செய்வாள் என்றும் யோசித்து மண்டை வெடித்தது.

“நீ போயிடு, சாஜிதா லீவுக்கு வருமுல்ல, அப்போ வந்துடு, அஷ்ரப் லீவுல வாறப்போவும் இங்கே வந்துரு” மகளது தயக்கத்தைத் தனது வார்த்தைகளால் போக்குவதற்கு முயற்சி செய்தாள் ஆசியா. தினமும் மெஹர் வயதுப் பொண்டுகள் இரண்டுபேர் பார்க்க வருவதாக வந்து உட்கார்ந்து அவளைத் தூண்டிவிட்டுப் போகிறார்கள். “எப்புடி புள்ளைகள விட்டுட்டு இருக்கற. ஒருநாள்கூட விட்டுட்டு இருக்கமாட்டியே.”

அவர்கள் வராமல் இருப்பதற்கும் வர வேண்டாம் என்று சொல்வதற்கும் வழியேதுமில்லை. என்ன செய்தாவது அபியோடு அனுப்பிவைப்போம் என்று முடிவெடுத்தாள்.

அன்றே சாஜிதாவை ஸ்கூல் தொலைபேசியில் கூப்பிட்டு, தம்பி போனதிலிருந்து அம்மாவின் உடம்புக்கு முடியாமல் போய்விட்டது என்றும், வைத்தியத்திற்குக் கேரளாவிற்கு அபி கூட்டிப்போகலாமா என்று கேட்பதாகவும் சொன்னாள். சாஜி போனிலேயே அழுது கண்ணீர்விட்டாள். அம்மாவிடம் பேச வேண்டும் என்று கேட்டாள். ஆசியாம்மா சொன்னாள், “நீ கவலைப்படாதே தங்கம். அம்மா ஒடம்பு சரியானதும் வருவா அடுத்த வாரம் ஒனக்குப் பேசுவா,” என்று தொலைபேசியைத் துண்டித்தாள்.

மெஹர் கேரளாவிற்குப் பயணித்ததும் அம்மாவின் முடிவுப்படிதான் நடந்தது. கண்ணூரில் சிறியதாக ரெடிமேட் கடை வைத்திருந்தான். அவன் குடியிருந்த அபார்ட்மெண்டில் முழுக்க படித்த மலையாளிப் பெண்கள் இருந்தார்கள். வேலைக்குப் போகும் பெண்கள்; ஸ்கூட்டி கார் ஓட்டுபவர்கள்; ஜீன்ஸ், சர்ட் போட்டிருந்தார்கள். ஆங்கிலத்திலேயே பேசினார்கள். விதவிதமாகத் தலைமுடியை வெட்டிவைத்திருந்தார்கள்.

இவளுக்கு எல்லாமே புதிதாக இருந்தன. முதல்முறையாக புர்கா போடாமல் கடைவீதிக்கு அபி கூட்டிப்போனான். சினிமாவுக்குப் போனார்கள். பக்கத்து வீட்டு ரோசி, கிரிஜாவிடம் சொல்லி வெளியில் போகும்போது இவளையும் கூட்டிப்போகச் சொன்னான்.

இவளுக்குத் தான் வெளியில் செல்வதைவிட பெண்களைப் பார்த்துக்கொண்டேயிருப்பது மிகவும் பிடித்திருந்தது. அவர்கள் பேசும் ஆங்கிலம்போல யாரும் பேசி இவள் பார்த்ததில்லை. சுதந்திரமாக உலவும் பெண்களைப் பார்த்துப்பார்த்து ஏக்கமா யிருந்தது. இங்கே யாரும் யாரையும் கவனித்துக்கொண்டிருப்பது இல்லை என்பதே ஆறுதலாக இருந்தது. தன்னைப் பற்றி யாருக்குமே எதுவும் தெரியாது என்பது அவ்வளவு நிம்மதி. தனது வாழ்க்கையை இப்பெண்களது வாழ்க்கையோடு ஒப்பிட்டுப் பார்த்துக்கொண்டார்.

அப்பொழுதுதான் ஹசன் இபாதத் என்கிற பெயரில் என்னவெல்லாம் செய்யச் சொல்லிக் கொடுத்திருந்தான் என்று விளங்கிக்கொள்ள முயன்றாள்.

டவுனில் பிறந்திருந்தால் நானும்கூட இப்பெண்களைப் போல இருந்திருக்கலாமே என்று யோசிப்பாள். அவர்கள் ஆங்கிலத்தில் பேசிக்கொள்பவர்கள் என்பதனால் அவர்களுடன் பேச முடியாது. ஆனால் தாழ்வுணர்ச்சியினால் அவர்கள் அருகே நிற்பதற்கும் பயமாக இருந்தது.

அவனுக்கு இவளது விருப்பப்படி நடந்துகொள்வதில் பிரச்சினையேதுமில்லை. அவளைத் தொடக்கூடாது என்று சொன்னதே கூட, நல்லதுதான் என்று நினைத்துக்கொண்டான். அவளிடமிருந்து கொஞ்சம் நகைகளை மட்டும் வாங்கிக்கொண்டு வியாபாரத்தைக் கவனித்தான்.

என்றாலும் தினமும் இரவு தூங்கும்போது "குழந்தைகளைத் திசைக்கொன்றாக அனுப்பிவிட்டு நானொரு திசையில் இருக்கிறேனே" என்று சொல்லி அழுதுகொண்டிருப்பாள்.

சாஜியிடம் போனில் பேசும்போது லீவு விடும்போது வருவதாகச் சொல்லிவிட்டு இருவருமாக அழுவார்கள்.

எந்தச் சாப்பாடு சமைத்தாலும், 'பிள்ளைகளைப் பட்டினி யாகப் போட்டுட்டு நான் இங்கே யாருக்கோ சமைக்கிறேனே' என்பாள்.

வீடு கண்ணீரால் மூழ்கியது. ஆரம்பத்தில் நகரத்துப் பெண்களைப் பார்த்துத் தன் வாழ்க்கையை ஒப்பிட்டு ஏங்கியவள்,

தன் மகள் படித்து இதேபோல வேலைக்குப் போக வேண்டும் என்கிற கனவுகளை உருவாக்கிக்கொண்டாள்.

என்றாலும், அழுகைச் சத்தம் கேட்காத ஓர் இரவுகூட இருந்ததேயில்லை. அபிக்குச் சலிப்பூட்டும் வகையில் அவளது புலம்பல்கள் நீடித்துக் கொண்டிருந்தபோது, "ஒருமுறை இம்புட்டு தூரம் புள்ளைக மேல பிரியம் வச்சுக்கிட்டு பின்ன என்னத்துக்கு கலியாணம் பண்ணிக்கிட்ட?" என்றான் காட்டமாக. இவள் அமைதியாகச் சொன்னாள், "அவனை பழி வாங்கணும்னுதான்".

அதன்பிறகு அவன் அவளிடம் எந்தக் கேள்வியையும் கேட்பதில்லை. இதுபோன்ற பதில்களைக் கேட்பதற்கும் அவன் தயாராக இல்லை.

33

காரில் ஊரை நோக்கி வந்துகொண்டிருந்தாள் சாஜிதா. ஹசன் மூர்க்கத்தனத்துடன் காரை ஓட்டிக்கொண்டிருந்தான். டைபாயிடு காய்ச்சலில் உடல் துவண்டு கிடந்தது. டாக்டரிடம் காட்டிவிட்டு வீட்டிற்குச் சென்றுகொண்டிருந்தார்கள். ஒரு வாரம் ஓய்வு எடுத்துவிட்டு வரலாம் என்று எண்ணினாள். திடீரெனக் கிளம்புவதால் அம்மாவுக்கோ நன்னிக்கோ தெரியாது. அத்தாவுடன் இருக்கும்போது போன் பேச முடியாது. ஊருக்குப் போன பிறகு பேசிக்கொள்ளலாம் என்று நினைத்துக்கொண்டாள்.

உடம்பெல்லாம் கடுமையாக வலித்தது. சோர்வாக இருந்தது. ஹாஸ்டல் சாப்பாடு உடம்பை ரொம்பவும் சக்கையாக்கி வைத்திருந்தது. காலையிலிருந்து மருத்துவமனையில் காத்திருந்து பரிசோதனைகள் எடுத்து டாக்டரைப் பார்த்துவிட்டு வருவதற்குள் உடம்பு துவண்டு விழுந்தது. இந்தச் சமயத்தில் அம்மாவுடன் இருக்க முடியாதா என்று ஏக்கமாக இருந்தது. ஆனால் அவனிடம் சொல்ல முடியாது. கொன்றேவிடுவான். உடம்பு முடியாத பிள்ளைக்குத் தாயோடு இருக்க வேண்டும் என்று தோன்றத்தானே செய்யும் என்பதைக்கூட அவனது மூர்க்கக் குணத்தினால் புரிந்துகொள்ள முடியாது. சின்னச்சின்ன விருப்பங்களைக்கூட நிறைவேற்றிக் கொள்ள அம்மா எப்படியெல்லாம் இவனிடம் கெஞ்சியிருக்கிறாள் என்பதை இந்தச் சமயத்தில் நினைத்து துக்கம்கொண்டாள்.

சொன்னால் கொன்றேவிடுவான். 'காலையிலிருந்து ஆஸ்பத்திரியில் காத்துக் கிடந்து கார்ல கூட்டிட்டுத் திரியுறது நான். உனக்கு அந்த ஓடுகாலி வேணுமா' என்பான். அந்த வார்த்தைகளையும் அவன் சொல்கிற விதத்தையும் கற்பனையில் யோசிக்கும்போதே ஜீரணிக்க முடியாது என்பதால் கண்களை மூடித் தூங்குவதற்கு முயற்சி செய்தாள்.

"அந்த ஓடுகாலி எங்க இருக்கான்னு தெரியுமா, புதுப்புருஷனோட கேரளாவுல,"

அவனது கடூரமான குரல் காதை அடைத்தது. இனி தூங்குவது முடியாத காரியம். அம்மாவைத் திட்ட ஆரம்பித்தால் நிறுத்தவே மாட்டார். வீடு போய்ச்சேரும் வரை இதைத்தான் கேட்டு முடிக்க வேண்டும். கவலையாக இருந்தது. ஜன்னல் வழியே நீண்ட சாலைகளையும் எதிர்ப்படுகிற வாகனங்களையும் வெறித்துப் பார்க்க ஆரம்பித்தாள் சாஜிதா.

அம்மாவோடு இருக்கும் நேரங்களில் இவரைப் பற்றிய புகார்களையும் சாபங்களையும் இவரோடு இருக்கும்போது அம்மாவைப் பற்றிய திட்டுகளையும் கேட்டுக்கொண்டேயிருக்க வேண்டியிருக்கும். இப்போதெல்லாம் இவர்கள் இருவரையுமே பார்க்காமல் இருக்க முடிந்தாலே நன்றாக இருக்கிறது. ஹாஸ்டலில் சாப்பாடு சரியில்லை, வசதியில்லை என்றாலும்கூட இரண்டு நாள் விடுமுறை கிடைக்கும்போதெல்லாம் அங்கே தங்கியிருப்பதே நிம்மதி.

அஷ்ரப் விளையாட்டுத்தனமாக இருக்கிறான் என்றுதான் முதலில் நினைத்துக்கொண்டிருந்தாள். ஆனால், ஒருநாள் அவன் சொன்னான், "எனக்கு இவங்க ரெண்டு பேர் கிட்டேயும் இருக்கவே முடியலடி, எப்பொப் பாத்தாலும் புலம்பிக்கிட்டு, திட்டிக்கிட்டு நிம்மதியேயில்ல. சனியனா இருக்கு."

தம்பியின் நினைவு வந்தது. அவனுக்கு ஹாஸ்டலுக்குப் போக விருப்பமில்ல, அத்தாவின் பிடிவாதத்தில்தான் வேறு வழியின்றிப் போனான்.

"இவங்க ரெண்டு பேரும் தப்புப் பண்ணிட்டு நம்ப ரெண்டு பேரையும் ஹாஸ்டலுக்கு அனுப்புறானுக, மெண்டலுக," ஒருமுறை சொல்லி அலுத்துக்கொண்டான்.

இவளுக்கும் கூட மனத்தின் ஒரு ஓரத்தில் வலித்துக் கொண்டிருந்தது. இன்னும் எத்தனை காலத்திற்கு இப்படி ஒரு நிலைமை என்று தெரியவில்லை. முடிவேயில்லை என்றுதான் தோன்றிற்று. அத்தாவின் வசைச் சத்தம் காதில் விழவேயில்லை. தன் பாட்டிற்கு இவள் சிந்தனைகளில் ஆழ்ந்துபோயிருந்தாள். பின்

சீட்டில் அமர்ந்திருந்தது நல்லதாக இருந்தது. அவனுக்கு இவள் கேட்கிறாளா என்பது குறித்து ஒரு கவலையுமில்லை. கேட்கிறாள் என்கிற நம்பிக்கையில் சலசலவெனப் பேசி, திட்டிக்கொட்டிக் கொண்டிருந்தான். புர்காவிற்குள் அவனையறியாதபடி காதில் ஹெட்செட் போட்டு வைத்திருந்தாள்.

அம்மாவை வெறுக்க வேண்டும், அவளோடு பேசக் கூடாது, அவள் பிள்ளைகளைத் தெருவில் விட்டுவிட்டுப் போனவள். இதுதான் அவன் சொல்லும் விஷயமாக இருக்கும்.

இதைக் கேட்டுக் கேட்டுக் காது வலித்தது. இதை விட்டால் பிள்ளைகளோடு பேசுவதற்கு வேறு ஏதும் விஷயமே இல்லையா என்று எண்ணிப் பார்த்தாள். மற்ற வீடுகளில் அத்தா, அம்மா, பிள்ளைகளோடு என்ன பேசுவார்கள் என்று அறிந்துகொள்ள விரும்பினாள். நாளை ஊரில் இருக்கும்போது ஷப்னமிடம் கேட்க வேண்டும் என்று யோசித்துக்கொண்டாள்.

ஊரை நெருங்கியபோது வெயில் தடித்திருந்தது. ஊரை நெருங்கிவிட்டோம் என்பதைச் சாலையோரக் கான்வென்ட் பள்ளி உறுதி செய்தது. இவள் அங்கேதான் படித்தாள். மிக அழகான பள்ளிக்கூடம். மலையும் மரங்களும் சுற்றியிருக்கும் வயற்காடுகளும் இவளுக்கு மிகவும் பிடிக்கும்.

சுபைதா நன்னியின் வீட்டு முன்பாக காரை நிறுத்தியவன் "இறங்கு," என்றான். உடல் ரொம்பவே சோர்வாக இருந்தது. கஷ்டப்பட்டு இறங்கினாள்.

காரிலிருந்து பையையும் பழங்களையும் எடுத்துக் கீழே வைத்தவன், "மருந்து மாத்திரையை ஒழுங்கா சாப்பிடு," என்று சொல்லிவிட்டு, காரை எடுத்துக்கொண்டு கிளம்பிப்போனான். என்ன வந்தது இவருக்கு, வீட்டிற்குள் வரவில்லை என்பது புரியாமல், மெதுவாக நடந்து வீட்டிற்குள் நுழைந்தாள். சுபைதா நன்னி கட்டிலில் படுத்துக் கிடந்தாள். அவளது உப்பிய வயிறு சிறு குன்றைப் போல உயர்ந்து கிடந்தது. இவளைப் பார்த்ததும் "வாம்மா, எப்புடி இருக்க" என்றபடி எழுந்து அமர்ந்து அவிழ்ந்து கிடந்த கைப்பிடியளவு வெளுத்த முடியைக் கொண்டையாகக் கட்டினாள்.

"ஸலாம் நன்னி," என்றவள், "நல்லாயிருக்கேன். அத்தாவோட தான் வந்தேன், அவரு ஏன் உள்ளே வரல?" என்றபடி புர்காவைக் கழற்றிவிட்டு சோபாவில் சாய்ந்து படுத்தாள்.

சுபைதா பதில் ஏதும் சொல்லவில்லை. அன்றைக்கு வந்து கத்திவிட்டுப் போனவன்தான் இதுவரைக்கும் வந்து எட்டிப் பார்க்கவில்லை. அவனது கோபம் குறையட்டும் என்று இவளும்

கூப்பிடவில்லை. 'என் மனதுக்கு தோணியதைத்தானே செய்தேன், அவனை என்ன பண்ணினேன்,' என்று தன்னைத்தானே சமாதானம் செய்துகொண்டாலும் ஊருக்குள் மகன் செய்கிற வேலைகளுக்கு மாற்றான ஒரு காரியத்தைத் தான் செய்தது தவறுதானோ என்கிற உறுத்தல் இருக்கத்தான் செய்தது. ஊரில் அவனை இனி யார் மதிப்பார்கள்? அவன் படும் அவமானத்திற்குத் தானும் ஒரு காரணமாக இருந்துவிட்டோமே என்றிருந்தது.

நீண்ட பெருமூச்சின் வழியே அந்த விஷயத்தை விட்டுவிட நினைத்தவளாக சாஜியின் அருகில் வந்து அமர்ந்து, கழுத்தையும் நெற்றியையும் தொட்டுப்பார்த்தாள். "காய்ச்சல் இப்ப இல்ல," மெதுவாக முனகியவள், அப்படியே சோபாவில் சாய்ந்து படுத்து தூங்க முயற்சித்தாள். குறுகிக் கிடக்கிற அவளது உடலைப் பார்த்து சுபைதாவிற்குப் பரிதாபமாக இருந்தது. 'ஒரு வயசுக்கு வந்த பிள்ளை எப்படி திடகாத்திரமா இருக்கணும், சவலைப் பிள்ளைய மாதிரியில்ல கெடக்குது' என்று வாய்விட்டுப் புலம்பியபடி, சாஜிதாவின் பையை எடுத்துப் போய் அறைக்குள் வைத்தாள்.

காலையிலேயே விஜி வந்து அறையைக் கூட்டிப் பெருக்கிச் சுத்தம் செய்துவிட்டுப் போயிருந்தாள். கட்டிலில் புது விரிப்பை எடுத்து விரித்தவள், "யா அல்லா" என்றபடி சாஜிதாவை எழுப்பி அறைக்குள் சென்று படுக்கச் சொன்னாள்.

'குருவிக் கூட்டைப் போலிருந்த குடும்பம் இப்படி சிதறிப் போய்விட்டதற்கு அல்லாவை நோகாமல் என்ன பண்ண,' என்று தான் செய்வினை எடுக்கப் போனதை நியாயப்படுத்திக் கொண்டாள்.

திடீரென, தன்னையுமறியாமல் 'அவுசாரி முண்டை நாசமாப் போக' என்று ஹசனின் இரண்டாவது மனைவியைச் சாபமிட்டாள். 'லூசு முண்டைக' என்று ஆசியாவையும் மெஹரையும் திட்டித்தீர்த்தாள்.

யாரைத் திட்டியும் ஒரு பிரயோசனமும் இல்லை; இதை உணர்ந்தும் உணராதவளாக, பைத்தியக்காரிபோல வசைபாடிக் கொண்டிருந்தாள். அன்றைய இரவு முடியுமட்டும் அவை நிற்கவில்லை.

34

“சேச்சி பேரென்னா”, தமிழும் மலையாளமும் கலந்த மொழியில் கிரிஜா, மெஹரிடம் கேட்டுச் சிரித்தாள். “மெஹருன்னிசா,” தயக்கத்துடன் சொல்லியபடி ஹாலில் சரிந்து கிடந்த ரெடிமேடு துணிகளை ஒன்றின்மீது ஒன்றாக அடுக்க முற்பட்டாள். கிரிஜா, ஹாலில் சோபாவில் அமர்ந்திருந்தபடி இவளிடம், “என்னா படிச்சிருக்க, வேலைக்குப் போகலாம் இல்ல?” என்றாள். என்ன கேட்கிறாள் என்று பாதி புரிந்து பாதி புரியவில்லை. “ஆறாம் வகுப்பு,” என்று சொல்லியபடி இரண்டு கைகளையும் விரித்து விரல்களாலும் காட்டி உறுதிப்படுத்தினாள். ஏனோ வெட்கமாக இருந்தது. கேவலமாகத்தான் நினைப்பாள் என்று தெரிந்தது.

“ஓ, அதுசரி, அப்ப ஹவுஸ் வைஃப்தான்,” என்று சொல்லிச் சிரித்தவள், “நம்ம வீட்டுக்கு சேச்சி வரணும்,” தன் நெஞ்சில் கை வைத்து இவளுக்குப் புரியும் விதமாகச் சைகை காட்டியவள், “வரேன்” என்றபடி கிளம்பிப் போனாள். சரி என்பதுபோல தலையசைத்தாள் மெஹர்.

கிரிஜா ஸ்கர்ட்டும் மேல் சட்டையும் போட்டிருந்தாள். இவள் வயதுதான் இருக்கும். ஆனால் உடையும் மேக்கப்பும் கவலையற்ற முகமும் வயதைக் குறைத்துக் காட்டின. அவளைப் பார்த்த பிறகு தன்னைக் கண்ணாடியில் பார்த்துகொள்ளும்போதெல்லாம்

வயதானது போன்ற தனது தோற்றம் வெறுப்பூட்டுவதாக. தனது முகத்தில் இருந்த பழைய களையும் அழகும் போய் எத்தனையோ காலமாகிவிட்டது. பட்டிக்காட்டு மூஞ்சி அப்படியே தெரிந்தது. அதைப் பற்றிக் கவலைப்படுகிற நிலையிலும் அவள் இல்லை.

வாழ்க்கை போய்விட்டது, பிள்ளைகள் போய்விட்டனர், இனி என்ன மிச்சமிருக்கிறது யோசிப்பதற்கு. அஷ்ரபின் முகம் பூச்சியைப் போல கண் முன் ஆடிற்று. துக்கம் தொண்டையை அடைக்க, கண்களிலிருந்து கண்ணீர் கொட்டிற்று.

அரைப் பரீட்சை லீவில் ஊருக்கு வந்திருந்தபொழுது, இவளும் ஊரில் போய்க் காத்திருந்தாள், பிள்ளைகள் வருவார்கள் என்று. சாஜிதா மட்டும்தான் வந்தாள். அஷ்ரப், சுபைதா நன்னி வீட்டில்தான் இருந்தான். சாஜிதா கூப்பிட்டதற்கும் அவன் வர மாட்டேன் என்று சொல்லிவிட்டானாம்.

மெஹர் தினமும் சாயங்கால நேரத்தில் கதவோரத்தில் நின்றுகொண்டு காத்திருப்பாள். தினமும் தெருவில்தான் அவன் சைக்கிள் விட்டுத் திரிவதாக சாஜி சொல்லியிருந்தாள். தூரத்தில் அவன் வரும்போதே பார்த்துவிட்டு வீட்டை நெருங்கும்போது ஓடிப்போய் சைக்கிளை மறிப்பாள். அவன் பயத்தில் நெளிவான். அத்தாவுக்குத் தெரிந்தால் திட்டுவார் என்கிற பயம்.

“வாம்மா வீட்டுக்கு அம்மாகிட்ட,” என்று கட்டிப்பிடித்து இழுப்பாள். “ஊகூம் அப்புறம் வரேன்,” என்று பிடிவாதமாக மறுத்துவிட்டு சைக்கிளை ஓட்டியபடி சென்றுவிடுவான். தெருவே இதை வேடிக்கை பார்ப்பதைப் பார்த்து அவமானமாக இருக்கும். ஒரு குற்றவாளியைப் போல, தெருப் பெண்களது பார்வை இவள்மீது பதிவதைத் தாங்க முடியாமல் அப்படியே வீட்டிற்குள் நுழைந்துகொள்வாள்.

இவளது அழுகையைப் பார்த்துவிட்டு சாஜி சொல்வாள், “விடுமா அவனை, பயந்தாங்கோளி. அவரு மிரட்டி வச்சுருக்காரு.”

அடிவயிறு பற்றி எரிவதுபோல இருந்தது. இன்னும் இரண்டு மாதமிருக்கிறது முழுப் பரீட்சை விடுமுறைக்கு. இதுவரை எப்படி இந்த உயிர் போகாமல் இருக்கிறது என்றே புரியவில்லை. அம்மாவிடமும் சாஜியிடமும் போன்பேசி நாளாகிவிட்டது. போன் பில் நிறைய வருகிறது என்று அடிக்கடி பேசுவதில்லை. பக்கத்து ஊராக இருந்தால் பரவாயில்லை. ரோமிங். நிறைய பில் வரும் என்று அபி வாரம் ஒரு நாள் சில நிமிடம் மட்டும்தான் பேசலாம் என்று சொல்லிவிட்டான்.

அவனுக்கு இங்கே பெரிய வருமானம் ஏதுமில்லை. ஏதோ வரவுக்கும் செலவுக்கும் சரியாக இருப்பதாகச் சொல்லிக்

கொண்டிருந்தான். ரோஸியும் கிரிஜாவும் அவ்வப்போது நேரம் கிடைக்கும்போது வந்து பால்கனியில் அமர்ந்துகொண்டு அரட்டை அடிப்பார்கள்.

இவள் தூரத்திலிருந்துகொண்டு ஜன்னல் வழியே அவர்களைப் பார்த்துக்கொண்டிருப்பாள். அந்த அபார்ட்மெண்டின் மூலை படியிலிருக்கும் வீடு இவர்களுடையது. நான்காவது, ஐந்தாவது வீடு அவர்களுடையது. ரோஸியின் மாடர்ன் உடைகளும் பாப் கட்டிங்கும் நுனி நாக்கு ஆங்கிலமும் பார்த்துப் பொறாமைப் படாமல் இருக்க முடியாது. கிரிஸ்டியன்ஸ் என்பதால் தொடைதெரிய உடை போட்டுக்கொள்கிறார்கள் என்று நினைத்துக்கொள்வாள்.

'நாம் கேரளாவிலாவது பிறந்திருக்கலாம்; முஸ்லிம் பெண்கள் படிப்பதற்கு வாய்ப்பிருந்திருக்கும்' என்று சமயங்களில் நினைப்பு ஓடும். இத்தனை கவலையிலும் இதை நினைத்துக்கொள்கிற தன் புத்தியை நினைத்துத் தன்னைத்தானே கடிந்துகொள்வாள்.

தன்னைத் தவிர இந்த உலகத்தில் எல்லோரும் நிம்மதி யாக இருக்கிறார்கள் என்பதுபோல இருந்தது. யார் சிரித்துப் பேசினாலும், நன்றாக உடை உடுத்தியிருந்தாலும் டிவி பார்த்துக் கொண்டிருந்தாலும் அவர்கள் தன்னைவிட சந்தோஷமாக இருக்கிறார்கள் என்று தோன்ற ஆரம்பித்திருந்தது. அவர்களோடு ஒப்பிட்டுப் பார்த்துத் தனது கவலைகளைப் பெருக்கிக்கொள்வதும் அழுவதும் முன்பைவிட கூடியிருந்தது. 'அவர்களைப் போல நானும் பெண்தானே? எனக்கு மட்டும் ஏன் இத்தனை மோசமான வாழ்க்கை?' ஒப்பிட்டுப் பார்ப்பதற்கான எண்ணற்ற காரணங்கள் கூடிக்கொண்டிருந்தன.

ஹசன் தன்னை விட்டுவிட்டுப் போய்விட்டான் என்கிற காரணத்திற்காக, வாழ்க்கை முடிந்துபோய்விட்டது என்று அழுததற்காக, கண்ணீர் விட்டதற்காக வருந்தினாள். இப்படி யெல்லாம் உலகத்தில் பெண்கள் தனியாக சுதந்திரமாக, சந்தோஷமாக வாழ்கிறார்களே, அது ஏன் தனக்குக் கிடைக்க வில்லை என்கிற கேள்வியும் துக்கமும் அதிகரித்தபடியிருந்ததை யோசிக்க முயன்றாள்.

முதன்முறையாக உலகத்தைப் பார்க்கவும் புரிந்துகொள்ளவும் முயல்கிற குழந்தையின் கேள்விகளைப் போன்ற வியப்பு நிறைந்த விழிகளால் அவள் தன்னைச் சுற்றியும் இருந்த உலகத்தைப் பார்த்துக்கொண்டிருந்தாள். அவனோடு தான் இழந்த வாழ்க்கை ஒன்றுமில்லை என்பதையும், ஹசனோடு தான் இழந்த வாழ்க்கைக்காக அழுததை நினைத்து வருத்தமும்

ஏற்பட்டன. அவனைப் பழிவாங்குவதற்காகச் செய்துகொண்ட திருமணம் எத்தனை அபத்தமும் முட்டாள்தனமும் நிறைந்தது என்கிற வெறுப்பும் தன்மீதே விழுந்து இம்சிப்பதை ஒவ்வொரு நாளும் ஒவ்வொரு நொடியும் அனுபவிக்க ஆரம்பித்தாள். குழந்தைகளின் பிரிவு தருகிற துக்கத்தையும் வேதனையையும் சமன் செய்வதற்கோ புறக்கணிப்பதற்கோ எந்த முகாந்திரமும் இருப்பதாகத் தெரியவில்லை. நீண்ட பெருமூச்சொன்றின் வழியே ஜன்னலிலிருந்து தெரியும் தெருவை அமைதியாகப் பார்த்துக்கொண்டிருந்தாள். இருட்டத் துவங்காத மாலை நேரம், நீண்டு வளர்ந்த மரமொன்று கிளை விரித்துக் கிடந்தது. சின்னஞ்சிறிய பெட்டிக்கடையொன்றில் டீ கெட்டிலில் கொதிக்கும் ஆவி மேலேறிக் கொண்டிருந்தது. டீக்கடை பெஞ்சில் அங்கொன்றும் இங்கொன்றுமாக, நின்றுகொண்டும் உட்கார்ந்து கொண்டுமிருந்தார்கள் சிலர். இவளுக்கு அங்குள்ள ஆண்களை ஏனோ பார்க்கப் பிடிக்கவில்லை. முகஜாடையே நன்றாக இல்லை. வேட்டியும் பனியனும் மீசையும்... நம்ம ஊர் ஆம்பளைகளைவிட மோசம் என்று நினைத்துக்கொண்டாள்.

திடீரென அடித்த காற்றில் தெருவிலிருந்த குப்பைகள் மேல் நோக்கி உயர்ந்தன. உயரப் பறந்த காகிதம் ஒன்று அஷ்ரப் விடுகிற பட்டத்தை நினைவூட்டிற்று.

ஏதாவது சமைக்க வேண்டும் என்பது ஞாபகம் வந்தது. பிள்ளைகளுக்குச் சமைத்துத் தராமல், யாரோ ஒருவருக்குச் சமைக்க வேண்டும் என்கிற நினைப்பே கடும் வெறுப்பைத் தர, தொழுவதற்கான நேரம் நெருங்கிவிட்டதை நினைத்துக் கொண்டாள்.

35

உள்ளூர் வங்கியில் பர்வினும் நபிஸாவும் சுய உதவிக் குழுவின் தலைவர், செயலாளர் என்று பதிந்து வங்கிக் கணக்கு ஆரம்பித்துவிட்டார்கள். இனி எதையாவது செய்ய வேண்டியதுதான். எத்தனை நாட்கள்தான் வீட்டிற்குள்ளிருந்து முட்டைபோடுவது என்று நினைத்துக்கொண்டாள். ஒரு நாள் இருவருமாகப் போய் டவுனிலிருக்கும் பி.ஓ.வைப் பார்க்கச் சென்றார்கள். மாவட்ட ஆட்சியர் அலுவலகத்தின் பக்கவாட்டில்தான் அந்தப் புதிய அலுவலகம் இருந்தது. அவர்கள் அவரது அழைப்புக்காக வெளியில் காத்திருந்தார்கள். பர்வினுக்கு அங்கிருந்த சமூக நலத்துறை அதிகாரி வனஜாவைத் தெரியும். காத்திருந்த நேரம், பழைய நினைவுகளை அவள் மனத்தில் தோண்டி எடுக்கப் போதுமானதாக இருந்தது. ஒருநாள் ரஹீம் அவளைக்
கொண்டுபே ... ம்மா வீட்டில் விட்டுவிட்டு அடுத்த
வாரம் ... த்துப் போவதாகச் சொல்லிவிட்டுப்
போ ... வரவேயில்லை. இவள் இரண்டு
மூ ... ன் செய்தபோது அவன் போனை
எ ... மனார் மாமியாரும் போனை
... ரிய சந்தேகத்தை உண்டுபண்ண,
... தகக் கிளம்பிப் போனார்கள்.

... பின்புறமும் பூட்டி இருந்தது.
... அழைப்பு மணியை

அடித்தபோது முன் ஜன்னல் கதவை யாரோ திறந்து பார்த்து விட்டுச் சட்டென மூடிய சத்தம் கேட்டது. இவர்கள் ஒன்றும் புரியாமல் நின்றார்கள்.

நேரம் ஐந்து மணி ஆகியிருந்தது. மதியம் சாப்பிட்டு விட்டுத்தான் கிளம்பியிருந்தார்கள். அம்மா திரும்பிப்போவதற்காக டாக்சியை எடுத்து வந்திருந்தாள். சுட்டு எடுத்து வந்திருந்த முறுக்குப் பாத்திரங்கள் கைகளில் கனத்தன. தெருவில் இருந்த பக்கத்து வீட்டு, எதிர் வீட்டுப் பெண்கள் எட்டிப் பார்த்துவிட்டு வீட்டிற்குள் சென்றார்கள். இவள் ஒன்றும் புரியாமல் மறுபடி அழைப்பு மணியை அழுத்தினாள்; பதில் இல்லை.

சற்றுத் தொலைவில் மோட்டார் சைக்கிளில் ஒரு பெண் போலீஸின் தலை தெரிந்தது. அம்மாவும் இவளும் ஒருவரை ஒருவர் ஒன்றும் புரியாமல் பார்த்துக்கொண்டார்கள். அந்த பெண் போலீஸ் வீட்டு முகப்புக்கருகில் வந்து நின்று, “ஏம்மா நீங்க வீட்டுக்குள்ள போக முடியாது. கெளம்புங்க, கெளம்புங்க,” என்று விரட்டவும் பர்வீனுக்கு ஆத்திரம் உண்டாயிற்று. “நான் என் வீட்டுக்கு வந்துருக்கேன். நீ யாரு என்னைய வெரட்ட,” என்று சத்தமிட்டாள்.

அதற்குள்ளாகத் தெருவில் ஒவ்வொரு வீட்டின் ஜன்னல், கதவுகளின் வழியேயும் கண்கள் தங்களைப் பார்த்துக் கொண்டிருப்பதைக் கவனித்தாள் பர்வின்.

சுபைதாவிற்கு அழுகை முட்டிற்று; என்ன நடக்கிறது என்பது புரியாத நிலையில் அப்படியே நின்றுகொண்டிருந்தாள். உடல் நடுங்கிக்கொண்டிருந்தது.

“உங்க மாமனாருதாம்மா என்னைய அனுப்புனாரு, ஏதோ பிரச்னையாம், பேசிக்கிட்டு வரலாம்னு போகச் சொன்னாரு.” ஒரு நொடியில் இவளுக்கு எல்லாம் புரிந்தது. இவளைத் துரத்துவதற்கான காரணம். இனி இவள் வேண்டாம் என்று அந்தக் குடும்பம் தீர்மானித்துவிட்டது.

வாழ்க்கையில் ஒட்டுமொத்த அவ [illegible] யும் அன்று அவள் அடைந்தாள். இனி இதுபோல அ [illegible] யாராலும் எதன் பொருட்டும் தர முடியாது என்ட [illegible] வயிற்றில் கனன்று எரிந்தது கோபம்.

உடல் வற்றி ஒடுங்கியிருந்த அந்தப் [illegible] ளையும் எதிர் வீட்டு ஜன்னலில் ஒளிந்தி [illegible] சின் கண்களையும் அடுத்தடுத்த வீடு [illegible] ம் தங்களை உற்று நோக்குபவர்க [illegible] ர்.

அந்தப் பெண் கான்ஸ்டபிளின் கண்களில் ஒரு விதமான பேராசை மின்னியதை அவளால் காண முடிந்தது.

தனது வீட்டில் ஜன்னலின் ஓட்டை வழியே உற்று நோக்குகிற அவளுக்குப் பழக்கமான விழிகளையும் ஒருமுறை நின்று நிதானித்துப் பார்த்துவிட்டு, அடிவயிற்றிலிருந்து எக்கிச் சில தூஷணையான வார்த்தைகளைச் சொன்னாள். தெருவிலுள்ள சுவர்களின் காதிலும் விழட்டும் என்கிற எண்ணத்தில் அவ்வாறு ஓங்கிச் சொல்லியவள், சீறும் பார்வையை மாடி ஜன்னலை நோக்கி வெற்றிப் பெருமிதத்தோடு வீசிவிட்டு டாக்ஸியில் அம்மாவின் கையைப் பிடித்தபடி ஏறினாள்.

வீடு திருமபும்வரை அம்மாவிற்கு அதிர்ச்சியில் பேச்சும் வரவில்லை, கவலையில் அழுகையும் வரவில்லை. முழுப பயணத்தையும் மௌனத்தின் துணையோடுதான் அவர்கள் கடந்தார்கள்.

ஜமாத்தில் பேசி வெட்டிக்கொள்ளச் சொன்னபோது, நகைகளை எல்லாம் பர்வீன் ஏற்கனவே தன்னோடு கொண்டுபோய் விட்டதாகக் கூசாமல் பொய் சொன்னாள் மாமியார். ரஹீமும் அதையே திரும்பச் சொன்னான்.

சுய உதவிக் குழுவின் தலைவியாக இருந்த ஜெனிபர், பர்வினைச் சமூகநலத் துறைக்கு அழைத்துவந்து புகார் கொடுக்க வைத்தாள்.

நீண்ட விசாரணை, அலைச்சல், எல்லாமும் முடிந்து நகையைத் திரும்பப் பெற முடிந்தது.

எத்தனை காலம் அலைச்சலும் மன உலைச்சலுமாக காலம் ஓடிற்று? நினைத்துப்பார்க்கவே மனச்சோர்வாக இருந்தது. இத்தனை தூரம் தன்னை அவமதித்தவளைப் பழிவாங்க வேண்டும் என்பதற்காக, அவனும் அவனது குடும்பமும் எத்தனை நாள் அலைய வைத்திருப்பார்கள். அம்மா சொன்னாள், 'போலீஸ் கம்ப்ளெயிண்ட் எல்லாம் வேணாம், ஜமாத்ல பேசி வாங்கலாம்,' என்று.

சமூகநலத் துறை அதிகாரிகள் தந்த நம்பிக்கையில், அவள் வரதட்சணை வழக்கைக் கொடுத்துதான் நகைகளை வாங்கினாள்.

"நீங்க உள்ள போங்க," என்கிற பியூனின் குரலைக் கேட்டுத் தன் நினைவுக்கு வந்தவள், நபிஸாவுடன் சேர்ந்து பி.ஓ.வின் அறைக்குள் நுழைந்தாள். பி.ஓ. இளம்வயதுக்காரராக இருந்தார்.

இவர்களைப் பார்த்ததும், "உக்காருங்கம்மா என்ன விஷயம்?" என்று பரிவோடு கேட்டார். மாநிறம்; வசீகரமாக இருந்தார்.

நல்ல உயரம்கூட, நேர்த்தியான உடை பார்ப்பவர்களைச் சட்டென கவனிக்கவைப்பதாக இருந்தது.

அந்த அறை மிகப் பெரியதாக, புத்தம் புதிதாக இருந்தது. மிக நேர்த்தியாக அடுக்கப்பட்டிருந்த கோப்புகளும் அழகு சாதனப் பொருட்களுமாக டேபிள் பளபளத்தது. அவர்களுக்கு ஏனோ உட்கார்வதற்குத் தயக்கமாக இருந்தது. நபிஸாதான் பேச்சை ஆரம்பித்தாள். "சார் நாங்க எங்க ஊர்ல சுய உதவிக் குழுவுல, நிறைய குரூப்போட ஜாயின்ட் பண்ணி பேங்க்ல லோன் போட்டுருக்கோம். கொஞ்சம் ட்ரெயினிங் தேவைப்படுது, எங்க ஊர்ல ட்ரெயினிங் ஏற்பாடு செய்து தரணும்." படபடவென்று மனப்பாடம் செய்து ஒப்பிப்பதுபோல சொன்னாள்.

பர்தா அணிந்திருக்கும் இரண்டு முஸ்லிம் பெண்கள் துணிச்சலாக வந்து பயிற்சி ஏற்பாடு செய்துதரக் கேட்டது அவரை வியப்பில் ஆழ்த்தியிருக்க வேண்டும்; அவர், அமைதியாக இவர்களையே பார்த்தவராக, "உக்காருங்க," என்றார். அது கட்டளையிடுவது போல இருந்தது. பெல் அடித்து பியூனை வரச் சொல்லிவிட்டு, "எந்த ஊர்னு சொன்னிங்க?" என்றார். இந்தச் சமயத்தில் இருவரும் அவசரமாக அமர்ந்துகொண்டார்கள். நபிஸா மறுபடியும் ஊர்ப் பெயரைச் சொன்னதும், "ஓ. அங்கெ வந்திருக்கேன். ஆனா ஓங்க ஊர்ல நிறைய பொண்ணுகளுக்கு சின்ன வயசுல திருமணம் செய்வாங்க இல்ல, கேள்விப்பட்டிருக்கேன். கலெக்டர் அடிக்கடி பேசியிருக்கார்" என்றார். இவர்கள் மௌனமாக அமர்ந்திருந்தார்கள்.

கதவைத் திறந்து எட்டிப் பார்த்த பியூனிடம், "ரெண்டு டீ" என்று சொன்னார். என்ன சொல்வது என்று புரியாத மனநிலையில் இருவரும் அமர்ந்திருந்தார்கள். அவர் தங்களுக்காக டீ சொல்லியது வேறு ஆச்சரியமாக இருந்தது. சற்று நேரம் திகைப்பில் ஆழ்ந்துபோய் அமர்ந்திருந்தவர்களை மறுபடி அவரது குரல் கலைத்தது.

"குழந்தை திருமணம், இளம் வயது திருமணம் எல்லாம் குற்றங்கறது கிராமத்துல இருக்கற உங்களுக்குத் தெரியறதில்ல. விழிப்புணர்வு இல்லை. தடுக்கறதுன்னா உங்களபோல இருக்கறவங்களாலதான் முடியும். ஏன்னா தகவல் கிடைக்காம நாங்க வந்து நிக்க முடியாது இல்ல," என்று தன் அனுபவங்களால் ஊரை நினைவுகூர்ந்தார்.

இவர்கள் இருவரும் என்ன பதில் சொல்ல என்று புரியாதவர்களாக அமர்ந்திருந்தார்கள். பர்வினுக்குக் காரணமே இல்லாமல் அவரது அறைக்கு வெளியே பதிக்கப்பட்டிருந்த

பெயர்ப் பலகையில் பார்த்த அவரது பெயர் நினைவுக்கு வந்தது. தட்சணாமூர்த்தி. பேரைப் பார்த்ததும் வயதானவராக இருப்பார் என்று நினைத்ததும் நினைவுக்கு வந்தது. இவர் பற்றிச் சிறப்பாகச் செயல்படுகிறார் என்று யாரோ பேங்கில் இருந்தபோது சொன்னதும் நினைவுக்கு வந்தது. இவர்கள் முன்பாக மிக பவ்யமாக டீ கோப்பைகளை வைத்துவிட்டுப் போனான் ஒருவன். அவனது கண்களில் வியப்பு தெரிந்தது. பர்வீனுக்கு அந்த அதிகாரியின் சூட்சுமம் லேசாகப் புரிந்தது போல இருந்தது. தனது அணுகுமுறையின் மூலமாக இவர்களை அப்ரூவராக மாற்றுவதற்கான முயற்சியாகத் தன் முன்பாக இருந்த டீயைப் பார்த்தாள். அது சரியோ தவறோ அவளுக்கு அவரைப் பிடித்திருந்தது. முகத்திரையற்ற தனது முகத்தினை அவர் கவனிக்கிறார் என்பதும் பிடித்திருந்தது.

இவர்களது அமைதியை ஆமோதிப்பாக எடுத்துக்கொண்டவர், "டீ சாப்பிடுங்க," என்றார் பரிவாக.

அவர்கள் டீ சாப்பிடும்போது, அவரது கண்கள் தன் முகத்தையே பார்த்துக்கொண்டிருப்பதை, ஓரக்கண்களால் கவனித்தபடி இருந்தாள் பர்வின். நீண்ட காலத்திற்குப் பிறகு, உடலில் ஒரு விதமான பதற்றமும் கிளர்ச்சியும் உண்டாவதை அவளால் உணர முடிந்தது. அது அவளுக்கு மிகவும் பிடித்திருந்தது. இதுவரைக்கும் இது போன்றதொரு உணர்வு தனக்குள் உண்டாகியிருக்கிறதா என்று யோசித்தபடி, அவரது கண்களை நேரில் சந்திக்கக் கூச்சப்பட்டவளாகத் தலையைக் குனிந்துகொண்டாள். "நீங்க போயிட்டு உங்க பிடிஓ ஆபீஸ்ல அவர பாருங்க நான் சொன்னேன்னு; ட்ரெயினிங் அவர் ஏற்பாடு செய்வார். இதுதான் என்னோட போன் நம்பர். குழந்தை திருமணம் ஏதும் நடக்கப்போகுதுன்னா உடனே கூப்பிடுங்க, உங்க பேர் வெளிய வராது," விசிட்டிங் கார்டை ஆளுக்கொன்றாகத் தந்தார். அறையை விட்டு வெளியில் வந்த அவர்கள் ஆட்சியர் அலுவலகத்தைத் தாண்டியபோது, பெண் கலெக்டர் காரிலிருந்து இறங்கி மிடுக்காக நடந்து செல்வதைப் பார்த்தார்கள். சிவப்புக் கொண்டை வைத்த காரும் கலெக்டரின் காட்டன் புடவையும் கம்பீர நடையும் அவளைத் திடீரென சோகத்தில் ஆழ்த்தின.

'நமக்கெல்லாம் இப்படி வாழ்க்கை வராதா,' என்று ஏக்கமாக இருந்தது பர்வீனுக்கு. தலை குனிந்து அணிந்திருந்த கறுப்பு நிற பர்தாவைப் பார்த்தாள். அடிக்கும் மதியவெயிலில் வேர்த்துக் கொட்டிற்று. கலெக்டரம்மாவின் விறைப்பான காட்டன் சேலையையும் தனது புர்காவையும் மனம் ஒப்பிட்டுப் பார்த்தது.

தனது வாழ்நாளில் முதல்முறையாகக் கிராமத்தில் பிறந்ததற்காக வருத்தப்பட்டாள். தான் படிக்காமல் போனதற்குக் காரணமான ஊரை நினைத்துத் துக்கம் தொண்டைக்குள் அடைக்க, 'கேடு கெட்ட ஊரு,' என்று தனக்குள் சொல்லிக்கொண்டாள்.

நபிஸா அவள் பாட்டுக்கு ஆட்சியர் அலுவலகத்தை நோட்டமிட்டபடி நடந்துகொண்டிருந்தாள். "ஏன் பர்வினு, நம்ம ஊர்ல நடக்குற கல்யாணம் எல்லாமே, 15,16 வயசுலதான் நடக்குது. இதுல எத்தினி கலியாணத்த தகவல் சொல்லி நிறுத்துறதாம், ஊர்ல நம்மள கொன்னே போட்டுருவானுக," என்று சொல்லிச் சிரித்தவள், "நமக்கு வந்த வாழ்க்கையப் பாரு பிஓ ஆபீஸ்ல டீயெல்லாம் குடுக்கறானுக".

"சுயஉதவிக் குழுன்னா ஒரு மரியாததான். அதுவும் துலுக்கப் பொம்பளைக குழு வச்சுருக்காகன்னா, அரசாங்கத்துக்கு ஆச்சரியமாத்தான் இருக்கும்." பெருமைப்பட்டுக் கொண்டாள் நபிஸா. அவளுக்கு மனசெல்லாம் பெருமிதம் நிறைந்து வழிந்துகொண்டிருந்தது. பர்வீனுக்கு, இன்னும் அவனது நிலைத்த பார்வையைக் கடந்துவர இயலாமல் இருந்தது. அவனது நேர்த்தியான உடையும் தோற்றமும் மனதை ஏதோ செய்து கொண்டிருந்தன. வாழ்க்கையில் முதல்முறையாகத் தன்னைச் சலனப்படுத்தக்கூடியதொரு ஆணைச் சந்தித்திருக்கிறாள். தன் நினைவுகளில் காதலிப்பதற்கு ஒரு ஆணின் உருவத்தை அடைந்து விட்டதாகத் திருப்தியும் சந்தோஷமும் கொண்டாள். அன்றைய தினம், ஒரு வகையில் உபயோகமாகக் கழிந்ததை நினைத்து நபிஸாவுக்கும் அல்லாவிற்கும் நன்றி சொல்லிக்கொண்டாள். மனதின் ஓரத்தில் கலெக்டரின் தோற்றமும் நினைவும் தொந்தரவு செய்யாமலும் இல்லை.

அவர்கள் ஆட்டோவில் ஏறி பஸ்நிலையம் நோக்கிப் பயணித்தபோது, அன்றைய மத்தியான வெயில் ரொம்பவும் இதமாக இருப்பதாகக் கற்பனை செய்துகொண்டாள் பர்வீன்.

36

சாஜிதாவுக்கு அம்மா உடனிருக்க வேண்டும் என்று விருப்பமாக இருந்தது. நாவெல்லாம் வறட்சியும் உடல் முழுக்கப் பலவீனமும் அம்மாவை வேண்டின. அவள் மடியில் தலைவைத்துப் படுத்துக்கொண்டால் நன்றாக இருக்கும் என்று ஏங்கியது மனம்.

பனிக்காலத்தில் தேங்காய் எண்ணெய் பாட்டிலுக்குள் உறைந்துவிடுவதைப்போல வீட்டின் அறைக்குள்ளேயே அழுத்தமாக உறைந்து கிடந்தாள் சாஜிதா. சுபைதா நன்னியின் கவனிப்போ அத்தாவின் அன்போ போதுமானதாக இல்லை.

எவருடைய அன்பும் அரவணைப்பும் அம்மாவுடையதுபோல இல்லை. ஒரே வெறுப்பாக இருந்தது. அம்மாவும் தானும் தம்பியும் அத்தாவும் ஒன்றாகப் படுத்திருந்த அறையில் யாருமே இல்லை தன்னைத் தவிர. ஆளுக்கொரு திசையில் எங்கெங்கோ போய்விட்டார்கள். அவளுக்கு ஒட்டுமொத்த ஆத்திரமும் தகப்பன்மேல் உண்டாகிற்று. தனது சுயநலத்திற்காக அவர் செய்த திருமணத்தை மட்டும் அவளால் ஏற்றுக்கொள்ள முடியவில்லை. அம்மாவின் வீம்பும் கோபமும் பழிவாங்குதலும் ஏனோ ஒரு வகையில் பிடித்திருந்தது. ஒரு மோசமான விஷயம், பிள்ளைகளை ஒரு நிமிடம் யோசித்திருக்கலாம். அம்மாவின் காதுகள் இப்பொழுது எப்படியிருக்கும் என்று யோசித்தாள். ஆசியா நன்னியின் கூக்குரல் இல்லாமல் அமைதியாக இருக்கும்.

கண்டிப்பாக ஓய்வாகத்தான் இருக்கும். அதில் சந்தேகம் ஏதும் வரவில்லை. காலையிலிருந்தே சாப்பிடாதது வயிற்றை ஏதோ செய்தது. சாப்பிடப் பிடிக்காமல் குமட்டிக் கொண்டிருந்தது. மூன்று முறை சுபைதா நன்னி “சாப்பிடும்மா” என்று சொல்லிவிட்டுப் போனாள். உடைகஞ்சியும் பருப்புத் துவையலும் காய்ந்து கிடந்தன.

அம்மாவிடம் போன்செய்து பேசலாம் என்றால் எப்படிப் பேசுவது என்று தெரியவில்லை. அத்தாவின் போனில் பேச முடியாது. ஆசியா நன்னி இந்நேரம் சொல்லியிருப்பாள். அம்மாவும் அழுதுகொண்டிருக்கக்கூடும். கொஞ்சமாவது உடம்பில் தெம்பு வந்திருந்தால், ஆசியா வீட்டிலிருந்து போன் பேசலாம்; ஆனால் அதற்கும் வழியில்லாமல் இருந்தது. சற்று நேரம் கண்மூடிப் படுத்து அம்மாவின் நெருக்கத்தை, ஸ்பரிசத்தை மனத்திற்குள் கொண்டுவர நினைத்தாள். பக்கத்துவீட்டு, அடுத்த வீட்டுப் பெண்கள் எல்லோரும் வந்து பார்த்துவிட்டுப் போனார்கள். “தாயிருந்தும் இப்புடி தன்னால கஷ்டப்படுதேம்மா இந்த வயசுக்கு வந்த புள்ள, அனாதையாட்டம்” என்று பரிதாபத்தையும் அம்மா மீதான கோபத்தையும் காட்டிவிட்டுப் போனார்கள்.

சுபைதா நன்னியைத் தூண்டிவிட அது போதுமானதாக இருந்தது. கண்டபடி திட்டிக்கொண்டிருந்தாள்.

நோய் வந்தால்தான் பல சிந்தனைகளும் வருகின்றன. கடையில் துணி எடுக்கப் போனாலும் ஹோட்டலில் சாப்பிடப் போனாலும் தாய் தகப்பனோடு பிள்ளைகள் குடும்பமாக வருவதைப் பார்த்து ரொம்பவே ஏக்கமாக இருக்கிறது. ஒருநாள் இவள் வயதுப் பெண் சுடிதாரைப் போட்டுவந்து தன் அப்பாவிடமும் அம்மாவிடமும் காட்டிக்கொண்டிருந்தாள். அப்பாவுக்குப் பிடித்தது; அம்மாவுக்கு விருப்பமில்லை. ‘வேற போடு’ என்று கையிலிருந்த துணியை எடுத்துக் கொடுத்து அனுப்பினாள். அந்த உடை அப்பாவிற்குப் பிடிக்கவில்லை. அவர் முகத்தில் அதிருப்தியைக் காட்டினார்.

கடைசியில் இருவருக்கும் பிடித்த ஒரு ஆடை அமையும் வரைக்கும், அந்தக் காட்சி நடந்துகொண்டிருந்ததை இவள் பார்த்துக்கொண்டிருந்தாள்.

மண்டையே வெடிக்கும்போல உணர்ந்தாள் சாஜிதா. என்னவோ, வாழப் பிடிக்கவேயில்லை; செத்துப்போகலாமா என்றுகூடச் சில தடவை யோசித்திருந்தாள். இந்த ஊரை விட்டு எங்காவது கண்காணாமல் ஓடிப்போய்விட விரும்பினாள். மறுபடி வரவே வராமல் அப்படியே போய்விட வேண்டும்.

இன்னொரு முறை இவர்கள் யாருடைய பரிதாபப் பார்வையும் தன்மீது படாத இடத்திற்கு, எங்கேயாவது போய்விடுவது என்று தனக்குள்ளாக வைராக்கியத்தை உருவாக்கிக்கொண்டாள். படிப்பு மட்டும்தான் தன் முன்னால் இருக்கக்கூடிய ஒரே ஒரு நம்பிக்கை. அதை மட்டும் பிடித்துக்கொண்டால் போதும்; அடுத்த வருடம் 12ஆம் வகுப்புத் தேர்வில் அதிக மார்க் எடுத்து டாக்டருக்குப் படிக்க வேண்டும் என்று உறுதி எடுத்துக்கொண்டாள்.

அம்மா இந்நேரம் என்ன செய்துகொண்டிருப்பாள் என்று யோசித்தாள். அம்மா அருகில் இல்லாததை ஓரளவு ஈடுசெய்யக்கூடியதாக இருப்பது பர்வின் குப்பி மட்டும்தான். அம்மாவையாவது சாயங்காலம் வரச் சொல்ல வேண்டும் என்று நினைத்துக்கொண்டாள். வீட்டிற்குத் தினமும் வந்தாலும் அத்தா, சுபைதா நன்னியிடம் பேசுவதில்லை. இவளுக்கு ஏதும் காரணம் தெரியாது என்றாலும், அவனது நடவடிக்கை இவளுக்குப் பிடிக்கவேயில்லை. யாரோ ஒருத்தரைப் போல வந்து இவளிடம் மட்டும் பேசிவிட்டு நன்னியைப் பார்க்காமலேயே போய்விடுகிறான். மகன் போன பிறகு நீண்ட நேரத்திற்கு சுபைதா நன்னியின் விசும்பலும் புலம்பலும் கேட்டபடியிருக்கும்,

“நான் என்னா தப்பு செஞ்சேன்னு இப்புடி வெறுக்கிறான். ஏன் இந்தக் குடும்பத்துல நிம்மதியே இல்ல. கெட்டது பூராவும் நடக்குதுன்னு ஒரு தாய்க்காரிக்கு கவலை இருக்கக் கூடாதா,” என்று தனக்குத் தானே புலம்பிக்கொண்டிருப்பாள். யாரோ வரும் சத்தம் கேட்டது. யாராக இருக்குமெனக் கண் விழித்துப் பார்த்தாள். ஜெஸிமா இவளைப் பார்ப்பதற்காக வந்தாள். “சாஜி, நல்லாருக்கிறயா,” என்று ஆர்வமாகக் கேட்டவள், “ஒங்க ஆசியா நன்னிக்கு ஒன்னைய பாக்கணுமாம். வீட்டுக்குக் கூப்புடுறாங்க,” என்றாள்.

அடுப்படியில் நின்றிருந்த சுபைதா காதில் இவள் சொன்னது விழுந்திருக்க வேண்டும்.

“அந்த மொட்டக் கூதி வீட்டுக்கு என்னாத்துக்கு கூப்புடுறா? நாதியத்த முண்ட, பிள்ளையையும் தாயையும் பிரிச்சு வச்சுட்டு இன்னும் என்னா பண்ணப் போறா?” என்று ஆங்காரத்துடன் கத்தியவள், “அங்கேயெல்லாம் போகக் கூடாது, அத்தா திட்டுவான்” என்றாள். சாஜிதாவும் ஜெஸியும் அமைதியாக இருந்தார்கள். என்ன பேசுவது என்று தெரியவில்லை.

இவளும் அங்கே போகும் நினைப்பில் இல்லை. அம்மாவிடம் பேச வேண்டும் என்பதற்காகத்தான் போக நினைத்தாள். அந்த வீட்டில் இன்னும்கூடப் புலம்பலும் ஒப்பாரியும் நிற்கவில்லை

என்பதை அறிந்தே இருந்தாள். அழுவதையும் புலம்புவதையும் சாபமிடுவதையும் மட்டுமே அறிந்த இவர்களுக்கு மத்தியில், பர்வின் குப்பியும் அம்மாவும் ரொம்பப் பெரிய விஷயங்களைச் செய்தவர்கள் என்று தோன்றிற்று. இப்படிப் புலம்புவதைவிட, வேறு ஏதாவது செய்துவிட்டுப் போகலாமே என்று யோசித்தவள், 'நான் ஏன் இப்படியெல்லாம் யோசிக்கிறேன், ரொம்பவும் பெரிய மனுஷியாட்டம்,' என்று தனக்குத்தானே சொல்லிக்கொண்டாள். ஹாஸ்டலுக்குப் போன பிறகு, நிறையவே யோசிக்கிறோமோ என்று எண்ணிப்பார்த்தாள்.

ஜெஸி உடன் இருப்பதையே மறந்தவளாக அவளது சிந்தனைகள் வளர்ந்துகொண்டிருந்தன. ஜெஸி, "என்னலே யோசனை, சாப்பாடு கெடக்குது சாப்பிடலையா," என்றாள்.

அவளது குரல் கேட்டுத் திடுக்கிட்டு விழித்தவளாக, "உம்," என்று இழுத்தபடி "பசிக்கல" என்றாள். ஜெஸியைப் பார்த்து இரண்டு மாதங்கள்தான் இருக்கும்; ஆனால், சதை போட்டிருந்தாள். உடம்பு பருத்து, தோல் வெளுத்திருந்தது. இவள் நம்ப முடியாதவளாக அவளையே உற்றுப் பார்த்துத் தன்னையும் பார்த்துக்கொண்டாள்.

அவள் நிறமெல்லாம் போய் மெலிந்த உடலில் தோலும் எலும்பும் மட்டும்தான் மிச்சமிருந்தன.

"நான் நேற்றுதான் மதராஸிலிருந்து வந்தேன். ரெண்டு நாள் லீவுல," என்றவள். "நீ ஏண்டி இப்டி போயிட்ட," என்றாள். "ஹாஸ்டல்ல சாப்பாடு சரியில்ல, அதான் வேற ஒண்ணுமில்ல" என்றவளிடம், "மதரஸாவுல சேர்ந்திருக்கலாம் என்னோட. அப்புடி சாப்பாடு. நீ படிச்சு என்ன செய்யப்போற? ரெண்டு வருஷத்துல கலியாணம் கட்டிவச்சுருவாக நம்ப ஊருல," என்றாள்.

இவள் பதிலேதும் சொல்ல விரும்பவில்லை. ஆனால் ஒரு விஷயம் மட்டும் புரிந்தது, தனக்கு எளிதாகத் திருமணம் நடக்காது என்று. தாய், தந்தை இருவரது கதையைக் கேட்ட பிறகு, அவ்வளவு சீக்கிரம் தன்னை யாரும் கட்டிக்கொண்டு செல்வார்கள் என்கிற நம்பிக்கை இல்லை. அது மட்டுமே மிகுந்த மகிழ்ச்சியூட்டக்கூடிய ஒரே ஒரு விஷயமாக அவளுக்குள் மிச்சமிருந்தது. அந்த நம்பிக்கையின் வழியே தனது படிப்பைத் தொடரலாம் என்கிற உத்தரவாதம் அவளுக்கிருந்தது.

37

வெயில் எரித்துக்கொண்டிருந்த மத்தியான வேளை. இது கேரளாதானா என்கிற சந்தேகம் ஏற்பட்டது. தான் மட்டும்தான் இந்த உலகத்தில் மாபெரும் பாவியாகப் பிறந்து விட்டோம் என்று சந்தேகமற்றதொரு நிச்சயம் மனத்தில் தோன்றிற்று.

சாஜிக்கு டைபாய்டு காய்ச்சல் என்றதும், மனதில் விழுந்த இடி இன்னும்கூட எழும்பவிடாமல் செய்திருந்தது. பிள்ளை சாப்பிட்டாளா, மருந்து சாப்பிட்டாளா எவ்வளவு கஷ்டப்படுகிறாளோ என்று ஓராயிரம் கேள்விகள் மனதில் ஓடிக்கொண்டிருந்தன. எப்படி போன் பேசுவது என்று தெரியாமல் மனம் கலங்கிப்போய் அமர்ந்திருந்தாள். தன்னால் கூடப் பிள்ளையைப் பார்க்க முடி[illegible]லை என்று அம்மா சொன்னாள். சுபைதா வீட்டிற்குள் போய் எப்படிப் பார்க்க முடியும்?

பர்வின் காலையில் போன்செய்து [illegible]ன்னாள், “கவலைப்படாதே நன்றாக இருக்கி[illegible]. நான் கவனித்துக்கொள்கிறேன். முடிந்தால் வா[illegible]” கடைசி வார்த்தையைச் சற்றுத் தயக்கத்துடன் சொன்னாள்.

இவள் அபியிடம், “நான் ஊருக்குப் போகணும். புள்ளைக்கு முடியல,” பயந்துகொண்டுதான் சொன்னாள். இப்போதெல்லாம் அவன் எதற்கெடுத்தாலும் எரிந்துவிழுகிறான். குறிப்பாகப் பிள்ளைகளைப் பற்றிப் பேச்செடுத்தாலோ அழுதுகொண்டிருந்தாலோ “சனியனா இருக்கு, வீட்டுக்கு வரவே புடிக்கல,”

என்று கடுகடுக்க ஆரம்பித்தான். முன்பெல்லாம், "புள்ளைங்கள இங்கே கூட்டிவந்து வச்சுக்க. யார் வேணாங்கறா," என்று சொல்லும்போது இவள் சொல்வாள், "வயசுக்கு வந்த புள்ளைய வேத்து ஆம்புளை இருக்கும் வீட்டுல எப்புடி விடுவாக."

காலையிருந்தே இவள் சமைக்கவில்லை, சாப்பிடவுமில்லை. பிள்ளைகளைப் பார்த்துக்கொள்ளக்கூட முடியாத தான் ஒரு தாய்தானா, தான் உயிரோடு இருக்கலாமா என்றெல்லாம் மனத்தில் எண்ணம் ஓடிக்கொண்டிருந்தது. அங்கே பிள்ளைகள் பட்டினி கிடக்கும்போது, நான் யாரோ ஒருவனுக்காக இங்கே சமைத்துக்கொண்டிருக்க வேண்டுமா என்று தோன்றிய நிமிடத்திலிருந்து சமைப்பதை நிறுத்திவிட்டுக் கொஞ்சமாவது குற்றவுணர்ச்சியிலிருந்து விடுபட முயன்றாள். இன்று எப்படியாவது ஊருக்குப் போயே ஆக வேண்டும் என்று தவிப்புடன் அவன் வருவதற்காகக் காத்திருந்தாள்.

அன்றிரவு வழக்கத்தைக் காட்டிலும் நேரம் தாண்டித்தான் அவன் வீட்டிற்கு வந்தான். அவனுக்கும் இப்போதெல்லாம் வீட்டிற்கு வருவதற்கான எண்ணமே வருவதில்லை. அவளது அழுகையை எதிர்கொள்ள வேண்டுமென்கிற பயம் அவனை வீட்டிற்கு வரவிடாமல் செய்துகொண்டிருந்தது. பெரும்பாலான நேரங்களை வீட்டிற்கு வெளியில் கழிப்பதையே தனது திட்டமாக மாற்றிக்கொண்டான்.

யாரோ ஒருவருடைய வீட்டிற்குள் நுழைவதைப் போன்ற அசௌகரியத்தையும் பதற்றத்தையும் இப்போதெல்லாம் அவன் உணர்ந்தான்.

மெஹரின் அழுகையும் இறைஞ்சுதலும் பெரும் தர்ம சங்கடத்தை உருவாக்கக்கூடியதாக இருந்தாலும், அதையும் தாண்டித் தனக்குக் கோபம் வருவதையும் அவனால் தடுக்க இயல்வதில்லை. அவள் இருக்கும் நிலையில் தனது கோபத்தினால் திட்டவோ கடுமையாக நடக்கவோ செய்துவிடுவோமோ என்று பயம். வீட்டிற்குச் செல்லாமல் இருப்பதே சரியாக இருக்குமெனத் தோன்றிற்று.

வீட்டிற்குள் நுழையும்போது பயத்தோடுதான் நுழைந்தான். மெஹர் எங்கே இருக்கிறாள் என்று யோசித்தபடி படுக்கை யறைக்குள் எட்டிப் பார்த்தான். அறையின் மூலையில் தலையில் கை வைத்தவளாக அவள் அமர்ந்திருந்த தோற்றம் வயிற்றைப் பிசைவதாக இருந்தது.

“என்னா பண்ற,” மிருதுவாக, ஆதரவான குரலில் கேட்டான். அவள் தலை நிமிர்த்தி அவனைப் பார்த்தவளாக “எனக்கு ஊருக்குப் போகணும். சாஜிக்கு டைபாயிடாம்,” என்றாள்.

ஒவ்வொரு இரவிலும் சும்மாவே அழுதுகொண்டு படுத்திருக்கும் மெஹருக்கு இன்று வேறு காரணம் கிடைத்திருக்கிறது. என்ன செய்யலாம் என்பதுபோல அமைதியாக அமர்ந்திருந்தான் அவன். “அங்கேதான் ஆளுங்க இருக்காகல்ல பாத்துக்குவாக, நீ போயிதான் பாக்கணுமா?” என்று ஆறுதலாகச் சொல்ல முயன்றான். அது பிரயோசனமில்லை என்பது புரிந்தே சொன்னான். “இல்லெ நான் போகணும்,” அவனது வார்த்தைகளைக் காதிலேயே அவள் வாங்குவதாகத் தெரியவில்லை. “இல்லை நான் போகணும்” என்றும் ஒற்றை வார்த்தையைப் பிடித்துக்கொண்டு அவள் தொங்கிக்கொண்டிருந்தாள்.

“ஓணம் வருது, கடைய பாக்கணும். நான் வர முடியாது, நீ தனியா போக முடியுமா? சின்னப்புள்ள மாதிரி புலம்பாதே,” மனத்திற்குள் கனன்ற கோபத்தைப் பற்களைக் கடித்து விழுங்கியவன், “மொதல்ல சாப்பாடு எடுத்து வையி. பசிக்குது,” என்றான். அவள் சொன்னாள், “நா சோறுவைக்கலை.”

பசியின் வேகத்திலும் கனன்று கொண்டிருந்த கோபத்திலும் “வீட்ல சோறுகூட ஆக்கி வைக்காம, புடுங்குறியா,” என்று தன்னையும் அறியாமல் கத்தியவன், விருட்டென எழுந்து வெளியில் போனான். அதிர்ச்சியில் உறைந்துபோய் அப்படியே நீண்ட நேரம் அமர்ந்திருந்தாள் மெஹர்.

38

அலாரம் அடிக்கும் ஒலியில் விழித்த சாஜிதாவிற்கு, ஒரு நொடி தான் எங்கிருக்கிறோம் என்று குழப்பம்; இருட்டினூடே படுக்கையின் மீது தடவி அம்மாவைத் தேடி ஏமாந்தாள். தான் இருப்பது ஹாஸ்டலில் என்பது புரிய மெதுவாக எழுந்து அமர்ந்து பெருமூச்சுவிட்டாள்.

அம்மா தன் அம்மா வீட்டில் இருக்கக்கூடும் என்கிற நினைப்பு கசப்பாக இருந்தது. அத்தா தன் இரண்டாவது மனைவியோடு தன் வீட்டில் இருப்பான் என்கிற எண்ணம் தந்த வெறுப்பும் சேர, சாகலாம்போல இருந்தது.

'இது எதற்கு காலங்கார்த்தாலே இப்படி ஒரு நினைப்பு, படிக்க வந்திருக்கும்போது' என்று தன்னைத்தானே கடிந்துகொண்டாள். கட்டிலில் இருந்து எழுந்து பாத்ரூமை நோக்கிச் சென்றாள். பஜ்ரு தொழுதுவிட்டு பாரத்தை அவனிடம் விடலாம் என்று நினைத்தபடி, தண்ணீரை எடுத்து முகத்தில் எறிய ஆரம்பித்தாள். மெலிதான வெளிச்சத்தில் பஜ்ருக்கு தக்பீர்[1] கட்டியபோது, முதல் நாள் இரவு மொபைல் போனில் அம்மாவிடம், "உனக்கு நான் வேண்டுமா? உன் கணவன் முக்கியமா," என்று சொல்லி அழுதது நினைவுக்கு வந்தது, தன் நிலைமையை நினைத்து இயலாமையும் பச்சாதாபமும்கூட, தொழுக ஆரம்பித்தாள்.

---

1. தொழுகையின் ஆரம்பக் கட்டம்

39

இடையறாமல் தொடரும் என நம்பிக் கொண்டிருந்த தனது பயணம் முடிவுக்கு வந்துவிட்டது என்பது மகிழ்வூட்டுவதாகவோ துக்கமூட்டுவதாகவோ இல்லாமல் சோர்வூட்டுவதாக உணர்ந்து பெருமூச்சுவிட்டாள் மெஹர்.

அது ஒன்றும் சுலபத்தில் கடந்துபோகக் கூடியதொன்றாக இல்லை; இன்னும் எத்தனை காலத்திற்குத் தான் இதில் நின்று உழலப் போகிறோமோ?

வீட்டில் யாரிடமும் சொல்லிக்கொள்ளாமல்தான் கிளம்பினாள். கையில் பர்ஸைத் தவிர ஒன்றையும் எடுத்துக்கொள்ளவில்லை; என்றாலும் பெரும் பாரமாக ஏதோ ஒன்று தன் தோள்மீது இருப்பது போல உணர்ந்தாள். தான் செல்லும் பாதை ஒருவழிப் பாதையாக மட்டுமே இருக்கப்போகிறது என்பது ஒருவிதத்தில் மன நிம்மதிக்குள்ளாக்கிற்று.

தான் வாழ்ந்த ஓராண்டு கால வாழ்க்கையில், இழக்க நேர்ந்த குழந்தைகளின் அண்மையை எண்ணிப் பெரும் துயரம் வந்தது. சிந்திய கண்ணீரின் வழியே தனது தவற்றைச் சரிசெய்துவிட முடியுமா என்கிற கேள்வி அவளையே கேலிசெய்வதாக இருந்தது. ஒரு பிணத்தைப் போல வாழ்ந்துகொண்டிருந்த வாழ்விலிருந்து விடுபட்டுச் சென்றுகொண்டிருந்தாள். மனமெங்கும் சாஜிதாவின் நினைவுகள் மட்டுமே கூடி வழிவதாக உணர்ந்தாள்.

40

“பர்வின் எங்கே,” என்றபடி வீட்டிற்குள் நுழைந்த ஹசனை, “வாத்தா, ஸலாம் அலைக்கும்,” என்றாள் நன்னி.

“அலைக்கும் ஸலாம்,” என்றபடி வீட்டிற்குள் நுழைந்தவன், “எப்புடி இருக்கீங்க,” என்று கேட்டபடி கட்டிலில் நன்னியின் அருகே அமர்ந்து கைகளைப் பிடித்துக்கொண்டான். கைநீட்டி அவனது முகத்தைத் தடவிப் பார்த்ததுடன், நீண்டு வளர்ந்துகிடந்த தாடியைத் தடவிப் பார்த்து, “ஏன் இம்புட்டு மயிரு மண்டிக் கிடக்குது, கொறைக்க வேண்டியதுதான” என்றவளிடம், “தாடிய எடுக்க சொல்லாத நன்னி. அல்லாவுக்குப் பாவி ஆயிடுவ. கியாமத் நாள்ல நரகத்துக்கு அனுப்பிடுவான்,” என்றான்.

நன்னி வாய் மூடிக்கொண்டாள். இவனிடம் பேசுவதற்கு வாய் மூடி இருப்பது சேமம்.

“ஸலாம் அலைக்கும்” என்றபடி அண்ணனைப் பார்த்து எதிர்க்க நின்றாள் பர்வின். “என்னா என்னமோ குழுவுல சேந்திருக்கிறாயாமுல்ல, பேங்க்ல லோன் போட்டிருக்கியாம், அடிக்கடி பேங்குக்கும் கலெக்டர் ஆபிஸுக்கும் பிடிஓ ஆபிஸுக்கும் போறியாமுல்ல?” கடுமையாக வந்து விழுகிறது குரல்.

இவள் அமைதியாக இருந்தாள். எல்லாமும் தெரிந்துதான் இருக்கிறது, பிறகென்ன பதில் சொல்வது என்பதுபோல. அவளது மௌனம் அவனை மேலும் உக்கிரமடைய வைத்தது. “நான் ஊருக்கெல்லாம்

ஹதீது சொல்றேன்; பொம்பள புள்ளைகள வீட்டுக்குள்ள வைக்கணும், பாங்க்ல லோன் வாங்குறது, வட்டி குடுக்கறது ஹராம்னு. நீயும் குரான்ல படிச்சுதான இருக்கற, புத்தி எங்கெ போச்சு ஒனக்கு. உங்கண்ணன் ஊரத் திருத்தணும், நம்ம மக்கள் சமூகம் நல்ல வழியில போகணும்னு நெனச்சு பாடுபட்டுக்கிட்டு இருக்கேன், நீ என்ன அதுக்கு ஏறுமாறு எல்லாம் பண்ற, உம் என்னத்தச் சொல்ல.”

பர்வின் அவனது வார்த்தைகளிலிருந்து விடுபட்டு முகத்தை உற்று நோக்கினாள். ஆள் பாதியாக உடைந்துபோயிருந்தான். முகம் வற்றிக்கிடந்தது. தாடி நீளமாக வளர்ந்திருந்தது. இளம் வயதில் அவனைப் போல சினிமா பார்க்கவும் பாட்டுக்கேட்கவும் ஊரில் ஆள் இருக்காது. எந்தப் பாட்டு வெளிவந்தாலும் முதல் கேசட்டோடு வருவான். சினிமா பாட்டு கேட்பதில் அவ்வளவு விருப்பம். உற்சாகமும் ஆட்டமும் பாட்டமும் சொல்லிமாளாது. சவுதிக்குப் போனபிறகும், ஹஜ்ஜுக்குப் போய்விட்டு வந்த பிறகும் அவனது தோற்றமும் செயலும் ஒடுங்கிப்போய் ஒரு வயதான மனிதனைப்போல, வாழ்க்கையில் பிடிப்பற்றவனாக மாறிவிட்டான்.

“என்னா பதிலக் காணோம்?” அதட்டினான். தன் நினைவுக்கு வந்தவள், “ஒண்ணுமில்ல, வீட்டுல இருக்கறது மனசுக்கு என்னவோ மாதிரி இருக்கா, அதான். நான் ஒண்ணும் தனியாவா போறேன். கூட மத்த பொண்ணுக வராகல்ல, அப்புறம் என்ன?”

வாழ்க்கையிழந்த ஒரு பெண்ணுக்கு வீட்டினுள்ளே வருடக்கணக்காக இருப்பது மனத்தில் எவ்வளவு வெறுப்பாக இருக்கும், எந்த அளவு மனநிலை மோசமாக இருக்கும் என்கிற அறிவு அவனுக்கு எப்படி இருக்கும். புரிந்துகொள்வதற்கான தயார் நிலையில் அவன் இருக்கிறானா என்கிற யோசனைகளையும் தாண்டி அவள் ஒரு பதிலைச் சொன்னாள். அவை வெற்று வார்த்தைகளாக அவனிடமிருந்து விலகிச் செல்லும் என்று அறிந்தேதான் சொன்னாள்.

“ஓஹோ, அப்புடி மனசு சரியில்லன்னா, ஓது, தொழு, மனசுக்கு நிம்மதியக் குடுடான்னு அல்லாகிட்ட துஆ கேளு, அதெல்லாம் நம்பிக்கை வைக்கிறது இல்ல. எந்தங்கச்சி இப்புடி, இன்ன மாதிரி ஊர் சுத்துது அப்புடின்னு எவனாவது வந்து கேக்கறப்போ, எம் மானம் மரியாதை போவுது. எல்லாத்தையும் தலைய முழுகிட்டு, இபாதத்துல போ, மூணுநாள் ஜமாத் போ, பெண்கள் ஜமாத் போறப்போ பேரக் குடு; அப்பிடி போனாக்கா மனசு சுத்தமா இருக்கும்,” என்று சொன்னவன், “நாளைக்கு

கியாமத் நாள்ல அல்லா என்னையத்தான் கேப்பான். ஒன் தங்கச்சிக்கு நல்ல வழியா காட்னியான்னு, அதான் வந்தேன். என் கடமை இது, ஸலாம். வரேன்," என்று விருட்டென்று கட்டளையிட்டவன் கிளம்பிப் போனான். இவளது வாயிலிருந்து எந்தப் பிடிமானமும் கொண்ட வார்த்தைகள் வராதது பெரிய ஆத்திரத்தை உண்டாக்கியிருக்க வேண்டும்.

அவன் போனது ஒரு பக்கம் நிம்மதியை உண்டாக்கினாலும், மற்றொரு புறம் மனக்கஷ்டத்தையும் உண்டாக்குவதாக இருந்தது. தனக்குத் தானே சில விஷயங்களை நம்பிக்கொண்டு இப்படிப் பிறரையும் தன்னையும் துன்புறுத்திக்கொள்கிறானே என்றிருந்தது.

தன் இயல்பையே மாற்றிக்கொண்டு மறுமைக்காக வாழ்கிறேன் என்று சொல்லிக்கொண்டு, எப்படி வாழ முடிகிறது? முன்பு எவ்வளவோ சந்தோஷமும் துடிப்பும் கொண்டிருந்தவன் இன்று, அதையெல்லாம் மூட்டை கட்டிவைத்துவிட்டு, இது என்ன வாழ்க்கை? கேட்டால் இசை ஹராம், சினிமா ஹராம் என்பான். இப்படித் தன்னைத் தானே அடக்கிக்கொண்டு வாழ்வது நிச்சயம் இம்சைதான் என்று நினைத்துக்கொண்டாள்.

இப்படித்தான் ஊரில் கொஞ்ச பேர் கடந்த சில வருடங்களாகத் தீவிரமாகச் செயல்பட்டு ஊரை மாத்தணும், பெண்களைப் பாதுகாக்கணும் என்று சொல்லிக்கொண்டு திரிகிறார்கள். இதை எப்படிப் புரிந்துகொள்வது என்று தெரியவில்லை. முன்பெல்லாம் இப்படி மோசமாக இருந்ததாக ஞாபகமில்லை. சமீபகாலத்தில்தான் இவையெல்லாம் கூடிக்கொண்டிருக்கின்றன. வெள்ளைத் துணியை உடலை மறைத்துப் போர்த்திக்கொண்டு திரிந்த பெண்கள், குழந்தைகள்கூட இன்றைக்குக் கறுப்பு அங்கியும் மூடிய முகமுமாக வளைய வருவதும் பெண் குழந்தைகள் மதரஸாவுக்கு மட்டும் போவதுமாக ஊரின் செயல்பாடே மாறியிருக்கிறது. 'ஷிர்க் ஒழிக்கணும்' என்று சொல்லிக்கொண்டு வீட்டிற்கு ஒரு இளவட்டப் பையன் பிரசாரம் செய்துகொண்டு திரிவது எரிச்சல் உண்டாக்குகிறது.

இதே பிரச்சினைதான் ஒவ்வொரு வீட்டிலும். பெண்கள் சொல்வார்கள், "சனியன் புடிச்சுப் போவானுக, என்னத்த கண்டு நம்மள சாவடிக்கிறானுகன்னு தெரியல."

சகோதரனின் மீது பரிதாபமும் அன்பும் ஒரே சமயத்தில் ஊற்றெடுத்தாலும், தான் அவனை விட்டுத் தள்ளிவந்து வசிப்பது எவ்வளவு நல்ல விஷயம் என்று நினைத்துக்கொண்டாள். இந்த ஒரே நாள் அவனது போதனைகளே கடும் மன அயர்ச்சியை உண்டுபண்ணக்கூடியதாக இருக்க, அடுத்த வேலையப் பாக்கலாம்

என்று அடுப்படியை நோக்கிச் சென்றாள். அவளிடமிருந்து வெளிப்பட்ட பெருமூச்சு மிக நீண்டதாக இருந்தது.

இத்தனை நாட்களுக்குப் பிறகு பார்க்கும்போது, தன் நலம் பற்றியோ குடும்பப் பிரச்சினைகள் பற்றியோ சாஜிதாவின் உடல்நிலை பற்றியோ அம்மாவின் மீது தனக்கிருக்கும் வருத்தம் பற்றியோ எதையுமே பேசாமல் தான் வந்த வேலையை முடித்து விட்டுப் போகும் அவனது அறியாமையை நினைத்து வருத்தமாக இருந்தது. மறுமையையும் சொர்க்கத்தையும் பற்றிய கனவுகளால், இந்த வாழ்க்கையின் எந்த விஷயங்களிலும் கவனம் தராத அவனது தன்மையை நினைத்துக்கொண்டாள்.

நாளைக் காலை பிடிஓ அலுவலகத்திலிருந்து சொட்டு நீலம் தயாரிப்பதற்கான பயிற்சி ஒன்றினை இந்த ஊரில் நடத்தவிருப்பதாக பிடிஓ போன் செய்திருந்தது ஞாபகத்திற்கு வந்தது. "உங்க ஊருல நிறைய பயிற்சி நடத்தச் சொல்லி பிஓ சொல்லியிருக்காரும்மா. நீங்க வந்து சொல்லிட்டுப் போனீங்கன்னு சொன்னார்," என்றார்.

இவளுக்குக் குறுகுறுப்பாக இருந்தது. 'அப்படியா' என்று சந்தோஷப்பட்டவள், "எங்க குரூப் பேரை நெனவு வச்சு சொன்னாரா," என்றாள். "ஒங்க பேரக்கூட சொன்னாரேம்மா, அதான் நாளைக்கு வரோம்," என்று சொல்லிவிட்டு வைத்தார்.

பி.ஓ. நம்பர் பேசாமலேயே மனப்பாடமாக இருந்தது. ஒவ்வொரு நாளும் பேசலாமா என்று நம்பரைக் கையில் எடுத்துவிட்டுக் காரணம் இல்லாமல் எப்படி, என்ன பேச என்று வெட்கத்துடன் வைத்துவிடுவாள். இந்த முறை காரணம் இருப்பதாக நம்பினாள் என்றாலும், கூச்சமாகத்தான் இருந்தது. அவர்மீது தனக்கு இருக்கும் ஈர்ப்பினால் பேசுவதாக அவருக்குச் சந்தேகம் வந்துவிடக்கூடாது. பேசுவதற்கு உண்மையிலேயே வலுவான காரணம் இருப்பதாக அவர் நம்ப வேண்டும் என்று விரும்பினாள்.

அப்படித் தெரிந்துகொண்டால்தான் என்ன? அவரைப் பிடித்திருக்கிறது என்று தெரிந்தால், பிறகு அவர் தன்னைப் பற்றி என்ன நினைக்கிறார் என்பதும் புரியும் அல்லவா என்று நினைத்துக் குழப்பமுற்றாள்.

வேண்டுமானால் நாளை பயிற்சி முடிந்த பிறகு நன்றி சொல்லிப் பேசலாம் என்று முடிவு பண்ணினாள். சட்டென மனது லேசாகி மிதப்பது போலிருந்தது.

41

இனி என்னவாக இருந்தாலும் இங்கேயே இருக்கப்போவதாக உறுதியான முடிவுடன் இருந்தாள் மெஹர். குழந்தைகளைப் பிரிந்திருப்பதைவிட வேறொரு நரகம் இல்லை. ஆசியாவின் புலம்பல்களும் கதறல்களும் சாபங்களும் இனி என்னை ஒன்றும் செய்யாது. மோசமானதொரு காலத்தைக் கடந்து மீண்டு வந்துவிட்டேன். இனி என்ன நடந்தாலும் என்னால் எதிர்கொள்ள முடியும். பிள்ளைகளின் பிரிவைவிட வாழ்க்கையில் எதுவுமே மோசமில்லை என்கிற புத்தியை இந்த ஒரு வருட காலமும் கல்யாணமும் தந்திருக்கின்றன.

ஆசியா கேட்டுக்கொண்டேயிருந்தாள். "ஏன் வந்தே, எப்படி வந்த, தனியாவா வந்தே," அவளது எந்தக் கேள்வியும் தனது பதிலால் முடியப்போவதில்லை என்பதைப் புரிந்து கொண்டவளாய் அமைதியாக இருந்தாள்.

நீண்ட பெருமூச்சுகளால் நிரம்பிக்கொண்டிருந்த அறைக்குள் அவள் தனக்கான நிரந்தரமான இடத்தைத் தேர்ந்தெடுத்துக்கொண்டாள். இனி அந்த இடத்தின் இருட்டிலிருந்து அவளை யாராலும் வெளியேற்ற முடியாது. பிள்ளைகளின் அண்மையில் தனக்கான கதகதப்பை, சந்தோஷத்தை மீட்டெடுத்துக்கொள்ள முடியும் என்று நம்பினாள்.

அதற்கான காத்திருப்பைத் துவக்கினாள். காலம் தனது நம்பிக்கைகளை மீட்டுத்தரும் என்று மிகத் தெளிவாக நம்பினாள். எந்த வகையிலும் தன்னை அசைக்க முடியாது என்பதைப் அம்மா புரிந்துகொள்ள வேண்டும் என்றும் நினைத்தாள். இன்னும் சில நாட்களில் குழந்தைகள் விடுமுறைக்கு வர இருக்கிறார்கள் என்பதை நினைக்கும்போதே, பரவசத்தில் உடல் நீந்திற்று. சிந்தனையில் இதைத் தவிர வேறொரு விஷயம் எதுவுமே இல்லை. கேரளாவிலிருந்து ஒருநாள் முழுக்கப் பயணித்து ஊர்ப் பெயர், மொழி என்று எதுவுமே தெரியாமல் கேட்டுக் கேட்டு வந்து சேர்ந்திருக்கிறாள். கையிலிருந்த ஒரு ஆங்கில முகவரியை மட்டும் வைத்துக்கொண்டு கடை வைத்திருக்கும் ஆட்களாகப் பார்த்துக் கேட்டுத் தகவல்கள் சேகரித்தாள். இந்த முகவரி, ஊரிலிருந்து ரெடிமேட் வியாபாரி அனுப்பிய கடிதத்தின் பின்புறம் இருந்தது. அந்தக் கடிதத்தின் உறையை எடுத்துக் கொண்டால் போதும் என்கிற எண்ணம் நல்ல நேரத்தில் வந்ததை நினைத்து சந்தோஷப்பட்டுக்கொண்டாள். மூன்று பேருந்துகள் மாற வேண்டியிருந்தது. ஒரு சிலர் முகவரியைப் பார்த்துவிட்டுத் தமிழிலேயே பேசி பஸ் வழி சொன்னார்கள். புர்கா அணிந்திருந்ததைப் பாதுகாப்பாக உணர்ந்துகொண்டாள். யாரும் இவளை, முகத்தைக்கூடப் பார்க்க முடியாது. பகல் நேரம் கொளுத்தும் வெயிலில் வியர்த்துக் கொட்டினாலும் பர்தாவோடு பயணிப்பது பாதுகாப்பாக இருப்பதை நினைத்துத் திருப்திப்பட்டுக் கொண்டாள்.

சாஜியின் வார்த்தைகளுக்குள் அவ்வளவு வலி இருந்ததை மறுபடி நினைவுபடுத்திக்கொண்டே இந்தப் பயணத்தின் அசௌகரியத்தினை மறந்தாள்.

டைபாய்டு காய்ச்சலின்போது தன்னால் தனியாகப் போக முடியாது என்றுதான் பேசாமல் இருந்துவிட்டாள். அபியும் கடையை விட்டுவிட்டு வர முடியாது என்று சொல்லிவிட்டான்.

ஒருவார காலமாக அழுது, பட்டினி கிடந்து பைத்தியக்காரி யாகவே நடந்துகொண்டாள். அபி வீட்டுக்கு வந்து இவளது நிலையைப் பார்க்கப் பிடிக்காமலோ பயந்துகொண்டோ வருவதையே நிறுத்திவிட்டான். கடையில் தங்கிக்கொண்டான். அவனுக்கும்கூடத் தேவையில்லாமல் மாட்டிக்கொண்டோமோ என்கிற கவலை கூடியிருந்ததைக் காண முடிந்தது.

பகலிலும் இரவுகளிலும் வீட்டின் அறைகளுக்குள்ளும் அடுப்படிக்குள்ளும், ஒரு காற்றைப் போலத் தன்னிச்சையாக

இவள் மிதந்து திரிவதைக் காண அவனுக்குப் பயம் கூடியிருந்தது. வீட்டில் தானில்லாத நேரத்தில் எதுவும் செய்துகொள்வாளோ என்கிற பயத்தில் பல சமயம் வீட்டிலேயே அவனும் இருந்தான்.

அந்த ஊரையும், பேசுவதற்கே வழியில்லாமல் நாள் முழுக்கத் தனித்திருந்ததையும் நினைக்கும்போதே உடல் குலுங்கிற்று. நரகம் என்று தனக்குத் தானே சொல்லிக்கொண்டாள்.

எங்கே சென்றாலும், என்ன செய்தாலும், எங்கே ஓடி ஒளிந்தாலும் ஒன்றைவிட ஒன்று மோசமானதாக நரகத்தின் சாயலாக மட்டுமே இருப்பதாக யோசித்தாள்.

தனக்கு மட்டும்தான் இந்த நிலையை அவன் தந்தானா என்று அல்லாவின்மீது கோபம் உண்டாயிற்று.

அம்மாவின் படுத்தலும் ஊரின் புறக்கணிப்பும் எத்தனை மோசமான மனநிலைக்குத் தள்ளின என்பதையும், இங்கிருந்து தப்பித்துச் சென்ற இடம் இதைவிடப் பெரிய நரகமாகி விட்டதையும், இங்கேயாவது பிள்ளைகள் கூட இருந்தன; அங்கே அதற்கான வழியும் இல்லாமல் தவித்ததையும், இனி எதுவுமே வேண்டாம்; பிள்ளைகள் மட்டும் போதும் என்று முடிவுக்கு வந்துவிட்டதையும் அசைபோட்டபடி இருந்தாள்.

மனமெல்லாம் லேசாகிப் பறப்பதுபோல உணர்ந்தாள். இன்னும் சில நாட்களில் அவர்கள் விடுமுறையில் வரப் போகிறார்கள், தன்னிடமே இருக்கப்போகிறார்கள். இனி எவனோ ஒருவனிடம் பிள்ளைகளோடு போனில் பேசவும், பார்க்கப் போக வேண்டும் என்று அனுமதி கேட்கவும் வேண்டாம் என்றெல்லாம் நிறைந்து வழிந்தது சந்தோஷம்.

இவள் எதிர்பார்த்ததுபோல அம்மா கூக்குரல் எழுப்பாதது நிம்மதியைத் தந்தது. அவளுக்கும் தன் மனநிலையும் பிள்ளைகள் பட்ட சிரமமும் புரியாமல் இருக்காது. அதிலும் உடல்நலமில்லாத போது சாஜி பட்ட துயரமும் மன வருத்தமும் அவளுக்கும் தெரியும் அல்லவா என்று நினைத்துக்கொண்டாள்.

கதவு தட்டும் சத்தம் கேட்டு அம்மா, “யாரது” என்று கேட்கும் குரல் கேட்டது. பயமாக உணர்ந்தாள். ஊர்ப் பெண்கள் யாருக்காவது தான் வந்தது தெரிந்திருக்கும்; சும்மா பேச வந்து தன்னை நோட்டம் பார்த்துச் செல்ல வருவார்கள் என்று தெரியும்.

யார் வந்தாலும் பார்க்கக் கூடாது என்று முடிவு செய்து கொண்டாள். “பர்வீனா வாம்மா,” என்றபடி கதவைத் தாழிடும் சத்தம் கேட்கவும், அவளுக்காகப் படுக்கையிலிருந்து எழுந்து

அமர்ந்தாள். விரிந்து கிடந்த முடியை ஒன்றுசேர்த்துக் கொண்டை போட முயன்றாள். சிடுக்குப் பிடித்த முடி வலித்தது. ஒரு கூடை முடியும் கொட்டிப்போய் ஒரு கைப்பிடியளவு முடிதான் மிச்சமிருந்தது.

“ஏன்ல இப்புடி எளச்சுப் போயிட்ட,” என்கிற பர்வீனின் குரல் கேட்டுத் தலை நிமிர்ந்து அவளைப் பார்த்தாள். இதுவரை அடக்கிவைத்திருந்த ஒட்டுமொத்த அழுகையும் மடை திறந்த வெள்ளம்போல உடைத்துக்கொண்டு பெருக, கட்டிப்பிடித்துக் கதற ஆரம்பித்தாள்.

அந்த அணைப்பிலும் அழுகையிலும், இதுவரை இல்லாமல் இருந்த நிம்மதியின் தன்மையை இருப்பதைக் காண முடிந்தது. இழந்துவிட்டதையெல்லாம் மறுபடி அடைந்தபிறகு எழுகிற ஆற்ற முடியாத நிம்மதி. யாராலும் அவற்றை வார்த்தைகளின் கட்டுக்குள் வரையறை செய்துவிட முடியாததொரு நிம்மதி.

42

மெஹர் மறுபடி வந்துவிட்டாள் என்கிற செய்தி தாங்க இயலாத சந்தோஷத்தைத் தரக்கூடியதாக இருந்தது ஹசனுக்கு. இது ஒன்றும் புதிய விஷயமில்லை. அவளை வைத்து யாரால் வாழ முடியும்? ராட்சசி, அழுகை மூஞ்சி என்று நினைத்துக்கொண்டான் தன் வீட்டைப் போல் சொகுசாக எங்கே வாழ கிடைக்கும்? அவன் மனம் கறுவிற்று. ஒருநாளாவது தனக்குச் செய்த துரோகத்திற்கு ஆண்டவனிடம் பதில் சொல்லுவாள், தானேகூட அதனை உணராமல் இருக்க மாட்டாள் என்று நினைத்துக்கொண்டான். மனம் நிறைந்த திருப்தியை உணர்ந்தான்.

ஆம்பள ஒரு விஷயத்த பண்ணிவிட்டான் என்பதற்காக ஒரு பொட்டச்சியும் அதைச் செய்ய வேண்டும் என்று நினைக்கலாமா, எவ்வளவு கூதித் திமிர் இருந்தால் இதைச் செய்வாள் என்று மனதிற்குள் கறுவியவன், கெட்ட வார்த்தை சொல்லியதற்காக, அஸ்த்தோமில்லா, "அஸ்த்தோமில்லா" என்று சொல்லி ஆண்டவனிடம் மன்னிப்புக் கேட்டான்.

பிள்ளைகளை விட்டுட்டுத் திமிர் எடுத்துப் போனாளே இப்ப என்னாத்துக்கு வந்தா, மசுத்துக்கு, அவள்மீதான ஆத்திரம் மனத்திற்குள் கனன்றது. எவ்வளவு நினைத்தாலும் ஆறவே ஆறவில்லை அவனுக்கு.

இரண்டாவது கல்யாணம் செய்தபோதே ஊரில் தனக்கிருந்த மரியாதையும் மதிப்பும் குறைந்துபோய்விட்டதை அவனும் அறியாமல் இல்லை. தான் இரண்டாம் கல்யாணம் செய்வதற்கும் அவள்தான் காரணம் என்று நினைத்துக்கொண்டான்.

'புர்காவை ஒழுங்காப் போடு' என்று புத்தி சொன்னால் ஒருவாரம் பேசமாட்டாள். 'லிப்ஸ்டிக் போடாதே, குடும்பப் பொம்பளைக்கு எதுக்கு இதெல்லாம்' என்று சொன்னால், மூஞ்சியைத் தூக்கிவைத்துக் கொள்வாள். 'ஊர்ல எல்லாப் பொம்பளைகளும்தான் போடுறாக' என்று எதிர்த்துப் பேச்சு வேறு.

'கொஞ்சம்கூட மூளை கிடையாது. ஊரில் மற்ற ஆம்பளை களும், இவனும் ஒண்ணா என்று யோசிக்கவே தெரியாது. ராத்திரியில் தொட முடியாது, பிள்ளை உண்டாயிடும்; வேணாம் என்று. பொண்டாட்டிகிட்ட நிரோத் போட்டு படுக்குறது என்னா பொழப்பு, என்னத்துக்கு பொண்டாட்டி?'

எல்லாவற்றுக்கும் காரணம் அவள் மட்டும்தான் என்று நினைத்துக்கொண்டு மனதைச் சமாதானம் செய்துகொண்டான். 'இனி என்ன யோசித்து என்ன, எல்லாமும் முடிந்து திரும்பி வந்து விட்டாள். இனி மூலையில் உட்காரட்டும். தீராத அவமானத்தைத் தனக்கு உண்டாக்கிவிட்டுப் போன அவளைச் சும்மா விடவே கூடாது, இனியும் அவளை அழவைத்தே சாகடிக்க வேண்டும்' என்று கறுவினான்.

அதே சமயம் தானும்கூட இப்போது சந்தோஷமில்லாமல் இருப்பதையும் யோசித்தான். ஊருக்குள் தான் இருந்த நிலை என்ன, மரியாதை என்ன, மதிப்பு என்ன, எல்லாமும் போய் ஏதோ நடைப்பிணமாக வாழ்வதுபோல உணர்ந்தான்.

இப்போதெல்லாம் பல மடங்கு பல மணி நேரம் பள்ளிவாசலி லும் தப்லீக் ஜமாத் வேலைகளிலும் தன்னை ஈடுபடுத்திக் கொள்வதற்கும், தனது இபாதத் அதிகமாகி இருப்பதற்கும் மார்க்கத்தின் மீதான பற்று மட்டும்தான் காரணமா, இல்லை தான் இழந்த மரியாதையை ஊருக்குள் மீட்டுக்கொள்வதற்கான தந்திரமா என்றும் யோசித்தான். இரண்டாவது விஷயம் ஓரளவு உண்மை என்பதை ஒப்புக்கொள்ளவே அவனது மனம் மறுத்தது அவமானமாகவும் சங்கடமாகவும் இருந்தது.

'அல்லாவே என்னை சபூர் செய்' என்று இறைஞ்சினான். அம்மாவும் தங்கையும்கூடத் தன்னை மீறிப் பயமின்றி, தங்கள் விருப்பப்படி நடந்துகொள்வது, ரொம்பவும் பலவீனமாக அவனை உணரச் செய்தது. இவர்களைக்கூடத் தன்னால் கட்டுப்படுத்த

முடியாமல் போய்விட்டதையும் அதற்கான காரணங்களையும் மனத்திற்குள் தேடி அமைதியானான். எல்லாமும் கைவிட்டுப் போய்விட்டது. இனி தன்னிடம் இருப்பது பிள்ளைகளும் கதிஜாவும்தான். இவர்களிடமாவது தனது பிடியை இழந்துவிடக் கூடாது என்று நினைத்துக்கொண்டான்.

கதிஜா சாப்பாட்டிற்கு வழியில்லாதவள், ஏதோ சொல்வதைக் கேட்டுக்கொண்டிருப்பாள். ஆனால் பிள்ளைகள்தான் மெஹரின் நிழல் படாமல் இருக்க வேண்டும் என்று நினைத்துக்கொண்டான். அவள் தான் செய்த தவறை நினைத்து நினைத்து அழுது தவித்து உக்கிப்போக வேண்டும் என்று ஆசைப்பட்டவனுக்கு, ரத்தம் கொதித்துத் தலை சுற்றுவது போல இருந்தது. சேரில் தலையைச் சாய்த்துக் கால்களை நீட்டித் தளர்வாக அமர்ந்துகொண்டான்.

43

ஊரிலிருந்த மொத்தம் முந்நூறு குழுக்கள் ஒன்று சேர்ந்து அந்தப் பயிற்சியை நடத்தினார்கள். பிடிஓ அலுவலகத்திலிருந்து வந்தவர்கள் சொட்டு நீலம், மெழுகுவர்த்தி, காகிதப்பை செய்வது என்கிற பயிற்சிகளைச் செய்துகாட்டினார்கள். ஞாயிற்றுக் கிழமை என்பதால் அரசு மேல்நிலைப் பள்ளியில் நீண்ட ஒரு வகுப்பறையைத் தேர்வு செய்து அங்கே வைத்து நடத்தினார்கள். பர்வினும் நபிஸாவும்தான் எல்லாப் பொறுப்புகளையும் எடுத்துச் செய்தார்கள். தாங்கள் போய் கேட்ட ஒரே காரணத்திற்காகத்தான் இந்தப் பயிற்சியை இங்கே ஒதுக்கித் தந்திருக்கிறார்கள் என்பதே இருவருக்கும் பெருமையாக இருந்தது. அதனாலேயே ஒவ்வொரு குழுத் தலைவியையும் போனில் கூப்பிட்டு அவர்களது குழுக்களோடு வரவழைத்தார்கள்.

கடுமையான வெய்யில்; தலை வலித்தது பர்வினுக்கு. உள்ளே பயிற்சி நடந்துகொண்டிருந்தது. ஒரு மணிக்குள் முடிந்துவிடும். அதன்பிறகு வீட்டிற்குப் போகலாம், சாப்பிட்டுவிட்டுப் படுத்தால் தலைவலி சரியாகிவிடும். நபிஸா தூரத்தில் இருந்து இவளை நோக்கி வந்துகொண்டிருந்தாள். அவளது பெருத்த உடல் காற்றில் அசையும் துணியைப் போல, அசைந்தபடி வந்துகொண்டிருந்தது.

“நல்ல கூட்டம் இல்ல,” முகத்தில் பெரிய சாதனையை நிகழ்த்திய சந்தோஷம் வழியச் சொன்னவள், “வெயில்தான் கொன்னு எடுக்குது; எம்புட்டுத் தண்ணி குடிச்சாலும் தாகம் அடங்கலை,” என்று பெருமூச்சு விட்டாள்.

“ஆமாம், அப்புடித்தான் எனக்கும்கூடத் தலைவலி. என்னவோ நம்ப முயற்சியில இப்புடி ஒண்ணு ரெண்டு நடத்துனம்னா, ஊருல பொம்பளைகளுக்கு கையில் கொஞ்சம் காசு புழங்கும், அதுலயும் நம்ப பொண்டுகளுக்கு வெளிய தெருவ போகுறதுக்கு ஒரு வழி பிறக்கும் இல்லெ ...”

பர்வீனின் கண்களில் சிறிய நம்பிக்கை மின்னிற்று. அது நபிஸாவையும் தொற்றிக்கொண்டது. அவள் எப்பொழுதும் புலம்பிக்கொண்டிருக்கும் விஷயம் இன்று பர்வீனின் துணையினால் கூடி வந்திருப்பதாக உணர்ந்தாள். பத்து வருடங்களுக்கு முன் கணவன் காசநோயால் இறந்த பிறகு சாப்பாட்டுக்கு வழியில்லாமல் வீட்டிற்குள்ளேயே அடைந்து கிடந்து காலத்தைக் கழித்தவளுக்கு, இந்த வேலைகளும் அதன் மூலம் கிடைக்கும் தொடர்புகளும் உற்சாகத்தைத் தரக்கூடியதாக இருந்தது. அரசாங்க லோனில் ஒவ்வொருவரும் ஆடு, மாடு வளர்ப்பதும், வட்டிக்கு விடுவதும் செய்து வயிற்றுப்பாட்டைக் கவனித்துக்கொள்ள முடிகிறது. எலெக்‌ஷன் சமயத்தில் பிரச்சாரம் செய்வதற்கும் ஓட்டுப் போடுவதற்கும் நிறைய பணம் கிடைக்கிறது. பிறகென்ன வேண்டும் என்று நினைத்துக்கொண்டாள். நபிஸாவின் முகத்தில் நிறைந்திருக்கிற திருப்தியும் அமைதியும் பார்த்து மெலிதாகச் சிரித்த பர்வீன், “என்னா சிந்தனை, ஒரேயடியா கனவு காண்ற,” நபிஸாவைக் கிண்டலடித்தாள். காரின் ஓசை தூரத்தில் கேட்கவும் திரும்பினாள். பள்ளியை நோக்கி ஒரு வெள்ளை நிற அம்பாசிடர் கார் வருவதைக் கண்டு, திகைப்போடு நபிஸாவைப் பார்த்தாள். நிச்சயமாக அது, பிஓவின் கார்தான் என்பதை இருவரும் தெரிந்துகொண்டார்கள்.

ஒரு நிமிடம் அதிர்ச்சியில் என்ன செய்வது என்று புரியாமல் உறைந்துநின்றவர்கள் அவசரமாகப் பள்ளியின் முன்வாசல் கதவுக்கு அருகில் ஓடினார்கள். பர்வீன் தனது பர்தாவைத் தலைமீது இழுத்துச் சரிசெய்துகொண்டாள். பரவசம் உடலெங்கும் துடித்துப் பரவிற்று. இதயம் நூறு மடங்கு அதிகம் துடிப்பதுபோல உணர்ந்தாள்.

கார் நுழைவாயிலில் நிற்கிற வேப்ப மர அடியில் வரும்போதே, இவர்களைப் பார்த்ததும் நின்றது. கதவைத் திறந்துகொண்டு நிதானமாக இறங்கியவன், இவர்களது வணக்கத்திற்குப் பதில்

வணக்கம் சொல்லிவிட்டு, “என்னம்மா ட்ரைனிங் எப்படி போயிட்டிருக்கு?” என்றான். பர்வீன் பேச்சை இழந்தவளாக அமைதியாகத் தலை குனிந்துகொள்ள, நபிஸா சொன்னாள், “எல்லாம் நல்லா நடக்குது சார், ரொம்ப நன்றி. அதுவும் நீங்க வேற வந்துட்டீங்க.” வார்த்தைகள் சற்றுக் குழறலுடன் வெளிப்பட்டன. “ஓ சந்தோசம்,” என்றவன், “என்ன ஒங்க தலைவி ஒண்ணும் பேச மாட்டேன்கிறாங்க,” என்று அவளைப் பார்த்தபடி கேட்டான்.

“இல்லை சார், நன்றி. வாங்க போகலாம்.” தடுமாறியபடி வார்த்தைகளை உதிர்த்தவள், அவனை வழிநடத்தும் விதமாக இரண்டடி முன்னோக்கி நடந்தாள். நபிஸா அவன் கேட்கிற கேள்விகளுக்கெல்லாம் பதில் சொல்லியபடி அவனோடு நடந்துகொண்டிருந்தாள். வரிசையாக நிற்கிற வேப்பமர நிழல்களின் ஊடாக அவர்கள் வகுப்பறையை நோக்கி நகர்ந்து கொண்டிருந்தார்கள். பர்வீனுக்குத் தனது இதயத் துடிப்பு இரவின் ஓசைகளைப் போல மிகத்துல்லியமாகக் காதில் கேட்டது. தனது முதுகின் மீது ஊடுருவக்கூடிய இரண்டு விழிகளை அவளால் உணர முடிந்தது. அவனது அழுத்தமான பார்வை தனது முதுகின் மீது படிந்து வழிவதாகக் கற்பனை செய்துகொண்டாள். வெட்கத்திலும் பதற்றத்திலும் தனது நடையில் ஏனோ ஒரு விதமான நிதானமின்மையை அவளால் உணர முடிந்தது. நபிஸாவின் தொடர்ச்சியான வார்த்தைகளையெல்லாம், தனது ஒற்றை வார்த்தைகளால் ஆமோதிக்கக்கூடிய அவனது கவனம் தன்மீது படிந்திருப்பதாக யூகிக்க முடிந்தது.

அவனது வருகை ஒட்டுமொத்தக் கூட்டத்தையும் சந்தோஷப் படுத்தக்கூடியதாக இருக்க, பிடிஓ அலுவலக ஊழியர்கள் பதற்றத்தோடு தம் உயரதிகாரியை வரவேற்கவும், நடக்கும் விஷயங்களை விவரங்களை ஒப்புவிக்கவும் முயன்றுகொண்டிருக்க, அதிகாரம் உண்டுபண்ணுகிற விசித்திர நாடகங்களை ஏக்கத்தோடு கவனிக்க ஆரம்பித்தாள் பர்வீன். இத்தனை மரியாதையையும் அதிகாரத்தையும் கொண்ட அந்த நபர் தன்னை விரும்புகிறான் என்பதே ஒரு விதமான போதையை, கர்வத்தை உண்டாக்கிற்று.

பார்வைகளால் பரிமாறிக்கொள்ளப்படும் அவர்களது நெருக்கத்தை, நபிஸா கவனிக்கத் தவறவில்லை. அது ஒன்றும் அத்தனை தெளிவற்ற ஒன்றாகவும் இருக்கவில்லை.

அதன் பிறகு அவன் அங்கிருந்த சமயத்தில் இருவருக்குள்ளும் கண்களின் வழியே நடந்த உரையாடல்களும் ஸ்பரிசங்களும் இருவருக்குமானதாக மட்டுமே உரிய ரகசியத்தைக் கொண்டவையாக இருந்தன.

அன்றிரவு, அவள் தனது அறைக்குள் நீண்ட நாளைய தன் ஏக்கங்களைக் கரைத்துக்கொண்டாள். கண்களைத் திறந்திருந்தாலும் மூடியிருந்தாலும் அவனது கம்பீரமான தோற்றமும் பேச்சும் பார்வையும் மனதை விட்டு அகலாமல் அப்படியே இருந்துகொண்டு அவளை இம்சித்தபடி இருந்தன. இப்போதெல்லாம் அவள் தனது அழகிய முகத்தை அடிக்கடி நிலைக்கண்ணாடியில் நின்று கவனிக்க முற்பட்டாள்.

நம்பிக்கைகளற்றிருந்த முகத்தில் எண்ணற்ற நம்பிக்கைகளையும் அதன் பிரகாசத்தையும் முதன்முறையாக அவளால் கண்டுகொள்ள முடிந்தது.

44

சாஜிதா காரிலிருந்து இறங்கி சுபைதா நன்னியின் வீட்டிற்குள் காலடி எடுத்துவைக்கும் போது ஹசனின் குரல் மறுபடி காரிலிருந்து கேட்டது. "சொன்னதெல்லாம் ஞாபகம் இருக்குல்லம்மா, நான் அப்புறம் வரேன்" என்று சொல்லிவிட்டுக் கிளம்பிப் போனான். சாஜிதாவுக்கு வெறுப்பாக இருந்தது.

எதற்காக லீவு விட்டார்கள் என்றிருந்தது. இங்கே குடும்பம், வீடு என்று ஒன்றிருக்கிறதா என்று யோசித்தாள். எதற்காக ஊருக்கு வர வேண்டும்? ஹாஸ்டலை மூடிவிட்டார்கள். முழு ஆண்டு லீவு. இன்னும் நாற்பது நாளைக்காவது ஊரில்தான் இருந்தாக வேண்டும். நினைக்கும்போதே கசப்பாக இருந்தது. திசைக்கு ஒருவராகத் தன்னையும் தம்பியையும் பந்தாடப்போகிறார்கள். அவர்களது விருப்பத்திற்காகச் செய்யும் காரியங்களால், நிம்மதியற்றுப் போவது நாங்கள்தான்.

கடுப்பாக இருந்தது அவளுக்கு.

காரில் ஏறியதிலிருந்து வீடு வரும்வரை அம்மாவின் துரோகத்தையும் அன்பில்லாத தன்மையையும் மட்டுமே பேசி அவள் மீதான வெறுப்பை உருவாக்கவும் வளர்த்தெடுக்கவும் அத்தா பேசிய விஷயங்கள் தலையை உடைத்து எடுக்கும் போல வலித்தது.

விடுமுறைக்கு வீட்டிற்குச் செல்கிறோம் என அறைத் தோழிகள் சில நாட்களாகக் கொண்டிருந்த

உற்சாகமும் ஆட்டமும் நினைவுக்கு வந்தது. தனக்கு இங்கே சந்தோஷப்பட என்ன இருக்கிறது என்று தெரியவில்லை. எங்கே போவது, இங்கேதானே வந்தாக வேண்டும். பைத்தியம் பிடித்துவிடுமோ என்று தோன்றிற்று இவளுக்கு. ஒருவேளை தன்னால் இவர்களது போட்டிக்கு இடையே படிக்க முடியாமல் போய்விடுமோ என்கிற கவலையும் உண்டாயிற்று.

இந்த வருடம் பரவாயில்லை. அடுத்த வருடம் நல்ல மார்க் எடுத்தால் மட்டும்தான் கோட்டாவில் டாக்டர் சீட் கிடைக்கும். அப்போதாவது வீட்டுப் பிரச்சினைகள் தீர்ந்துவிட்டால் நன்றாக இருக்கும். வழக்கம்போல அல்லாவே என்று பாரத்தை அவனிடமே போட்டாள்.

இப்போதெல்லாம் அல்லா மேல்கூட நம்பிக்கை குறைந்து கொண்டுவருகிறது. விவரம் தெரிந்த நாளிலிருந்து இன்றுவரை, ஒரு நாளும் ஒரு நேரத் தொழுகையையும் இவள் விட்டதேயில்லை. அம்மாவும் சுபைதா நன்னியும் ஆசியா நன்னியும் தொழாத நாள் கிடையாது.

ஜெசிமா வீட்டில் அவள் அம்மா தொழுதது கிடையாது. ஆனால் எல்லாக் கஷ்டமும் இந்தக் குடும்பத்திற்குத்தான். அவர்கள் எல்லோரும் நன்றாகத்தான் இருக்கிறார்கள். அல்லா எங்களுக்குத்தான் எல்லா சோதனையையும் தருகிறான். நினைத்து நினைத்து வேதனைதான் மிஞ்சிற்று.

வீட்டிற்குள் நுழையும்போதே பல்வேறு நினைவுகளால் அலைக்கழிந்தது மனம். இனி அம்மாவைப் பார்க்கக் கூடாது, பேசக் கூடாது என்று ஹசன் கடுமையாகச் சொல்லியது நினைவுக்கு வந்தது.

"உனக்கு டைபாய்டு காய்ச்சல் வந்தப்போகூட அவளால வந்து பார்க்க முடியல. அவள்லாம் ஒரு தாய், பிள்ளை சாகக் கிடக்கிறப்போ வந்து பாக்கத் துப்பு இல்லாதவ."

இந்த வார்த்தை அவளுக்கு அருவருப்பாக இருந்தது. எப்படியாவது அம்மாவை வெறுக்க வேண்டும் என்கிற ஆர்வம் அவனது குரலில் நிரம்பி வழிந்தது. எந்த ஒரு பதிலும் சொல்லாமல் தான் அமைதியாக இருந்தது அவனுக்குப் பிடிக்கவில்லை என்பதை அதன் பிறகான அவனது அமைதி உறுதி செய்தது.

கடும் மனச்சோர்வுடன் அவள் தனது அறையை நோக்கி நடந்தாள். கையிலிருந்த பள்ளிப் பையைத் தொப்பெனப் போட்டாள். அறை முழுக்கத் துணிகள் அங்கொன்றும் இங்கொன்றுமாகச் சிதறிக் கிடந்தன. தூசு படிந்து கிடந்த தரையும் கட்டிலும், அஷ்ரப் லீவிற்கு வந்துவிட்டுப் போயிருக்க

வேண்டும். அவன்தான் இப்படி துணிகளைக் கலைத்துப் போடுவான். ‘லூசு மண்டை’, தனக்குள்ளாகவே செல்லமாகத் திட்டிக்கொண்டாள். தம்பியை நினைக்கும்போதே மனம் கலங்கியது. தம்பியைப் பார்த்து இரண்டு மாதங்கள் இருக்கும். அவனுக்கு லீவு விடும்போது இவளால் வரமுடியாது, இவளுக்கு லீவு விடும்போது அவனால் வர முடியாது. முழுப் பரீட்சை லீவு எப்போது வரும் என்று மிக ஆர்வமாகக் காத்திருந்தாள்.

இவள் வந்ததே தெரியாமல் சுபைதா நன்னி தூங்கிக் கொண்டிருந்தாள். புர்காவைக் கழற்றி அழுக்குக் கூடையில் போட்டுவிட்டு, சாப்பிட ஏதாவது இருக்கிறதா என்று அடுப்படியில் நுழைந்து பாத்திரங்களைத் திறந்து பார்த்தாள். நன்னி தனி ஆளுக்காக எதையும் சமைக்க மாட்டாள். முழங்காலில் வலி வேறு. ஏதோ முடிந்ததைச் செய்வாள். இவளுக்கும் தம்பிக்கும் விருப்பமான எந்த உணவையும் செய்ய மாட்டாள். “ஒங்க அப்பனுக்கு போன்ல சொல்லி ஓட்டல் கடையில வாங்கித் தரச் சொல்லு,” என்பாள்.

அஷ்ரப் கேலி செய்வான். “அது என்னா ஓட்டல் கடை. ஓட்டல்னு சொல்லுங்க”.

“நான் என்னா ஒங்கள மாதிரி படிச்சவளா போங்கடா” என்பாள்.

வீட்டில் சாப்பிட ஒன்றுமில்லை, பசித்தது. ஆசியா நன்னி வீட்டிற்கு அம்மா வந்துவிட்டாள். அவளைப் பார்க்கப் போகலாம் என்று யோசித்தாள். அத்தாவின் மிரட்டல் நினைவுக்கு வந்தது.

நாளைக்குப் போகலாம் என்று முடிவெடுத்தாள். ‘உடனேயே போய்விட்டாள்’ என்று கண்டபடி கத்துவான். சோர்வோடும் பசி மயக்கத்தோடும் தூசு படிந்த கட்டிலில் படுத்து உறக்கத்தில் ஆழ்ந்தாள்.

உறக்கத்தில் வந்த மனாமியத்தில் அம்மாவின் அழுகுரலும் ஆசியா நன்னியின் புலம்பலும் கேட்டன. “நீ கல்யாணம் பண்ணிக்கோ,” என்று அம்மாவை இவள் வற்புறுத்தினாள், அம்மா எங்கோ ஒரு காட்டில் நின்றுகொண்டு இவளிடம் ஏதோ சொல்லி அழுது புலம்புகிறாள்.

உறக்கத்தில் தன்னைத் துரத்திக்கொண்டிருக்கிற கனவுகளின் அழுத்தம் தாளாமல் திடுக்கிட்டு விழித்தவளுக்கு, அறைக்குள் கிடந்த இருள் பயத்தை உண்டாக்கிற்று.

45

பர்வீன் முதல்முறையாக அந்த நம்பருக்குத் தொலைபேசியில் அழைத்தாள். ஆயிரம் யோசனைகளுக்கும் தயக்கங்களுக்கும் மத்தியில் அந்த முடிவை எடுத்தாள். அளவுக்கு மீறி இதயம் படபடத்தது.

'ஹலோ' என்கிற அவனது குரல் கடும் பதற்றத்திற்கு உள்ளாக்குவதாக இருக்க, "வணக்கம், நான் பர்வீன் பேசறேன் சார்" என்றாள். ரொம்பவும் தடுமாறி வந்து விழுந்தன வார்த்தைகள்.

"சொல்லுங்கம்மா," மறுமுனையில் கேட்கும் குரலில் தெரிந்த உற்சாகம், எதிர்பார்த்த ஒன்று என்றாலும், மனம் சந்தோஷத்தில் துள்ளிற்று.

"ஒண்ணுமில்ல சார், நன்றி சொல்லலாம்னுதான்," என்றாள். "ஓ அது ஒண்ணும் வேண்டாம். எங்க வேலை நாங்க பண்ணோம். உங்களத்தான் நாங்க பாராட்டணும், இத்தனை பெண்கள ஒண்ணு சேத்து உங்க ஊர்ல பண்றது அவ்வளவு ஈசி இல்லை," என்றார்.

நிஜமாகவே இவள் செயலைப் பாராட்டுகிறார் என்றுதான் தோன்றிற்று.

"தொடர்ந்து நல்லா செயல்படுங்க, கூடவே குழந்தைத் திருமணம் பத்திய விழிப்புணர்வை குழுக்கள் மூலமா கத்துக்குடுங்க. எங்களுக்கும் தகவல்குடுங்க," என்றவர், "அப்புறம் சொல்லுங்க

என்ன விசேஷம், என்ன பண்ணிக்கிட்டிருக்கீங்க. இந்தப் பக்கம் ஏதும் வேலை இருந்தா ஆபிஸுக்கு வாங்க". அக்குரலில் இருந்த ஆர்வம் மனத்தை என்னவோ செய்வதாக இருக்க, உம்உம் என்கிற ஒற்றை வார்த்தைகளை மட்டுமே அவள் முணுமுணுத்தபடி இருந்தாள். அந்த வார்த்தையும்கூட ரொம்பவும் குழைந்துபோய் ஒலிப்பதாகவே தோன்றியது. இதற்குமேல் என்ன பேசுவது என்பது புரியாதவளாக, "நிச்சயம் சார், வைக்கிறேன்," என்று சொல்லிவிட்டுத் தொலைபேசியை வைத்தாள்.

அவனது பேச்சு ரொம்பவும் அலுவல் ரீதியாக மட்டுமே இருந்ததை உணர முடிந்தது. ஒருவேளை அலுவலகத்தில் இருக்கிறதால் இருக்கலாம் என்று நினைத்துக்கொண்டாள். இருந்தாலும் அவனோடு பேசியது மிகுந்த பரவசத்தைத் தரத்தான் செய்தது.

இந்த அற்ப சந்தோஷம் தேவையா என்கிற கேள்வியும் ஏன் கூடாது என்கிற மனநிலையும் ஒரே சமயத்தில் தோன்றின. அந்தப் பரவசம் ஏனோ வேண்டியிருந்தது என்று சமாதானம் செய்துகொண்டாள்.

அது ஒன்றும் நிரந்தரமில்லை. காதல் இல்லை. இந்தக் கட்டத்தை தாண்டி வேறு எந்த ஒரு இடத்திற்கும் அது போகப் போவதில்லை என்றாலும், அப்படி ஒரு கிளர்ச்சி தன் உடலுக்கும் மனதிற்கும் வேண்டியிருந்தது என்பதைத் தயக்கமில்லாமல் ஒப்புக்கொள்ளவே செய்தாள்.

அன்றிரவு உறக்கத்தில் வரும் தன் கனவுகளுக்கு ஏதேனும் நம்பகத் தன்மையைத் தருவதற்கு அவள் விரும்பினாள்.

46

சாஜிதா வந்திருக்கிறாள் என்பது தெரிந்ததும் சந்தோஷத்தில் துடித்தது மெஹரின் மனம். மகளின் வருகைக்காகக் காத்திருந்தாள். சாஜி, தனது மெலிந்த உடலைப் பார்த்து அழப்போகிற அம்மாவை நினைத்துக் கவலையோடு அடுத்த தெருவிலிருந்த வீட்டிற்குள் நுழைந்தாள். முடிந்தவரை புர்காவைத் தாமதமாகக் கழற்ற வேண்டும் என்று விரும்பினாள்.

வீட்டு முற்றத்தில் தண்ணீர்த் தொட்டியின் மீது தளர்ந்துபோய் அமர்ந்திருந்த அம்மாவைப் பார்த்து, அவளது தோற்றத்தைப் பார்த்து அதிர்ந்துபோனாள்.

காய்ந்துபோன செடியைப் போலத் துவண்டு கிடந்தாள் மெஹர். இதுவரைக்கும் தான் பார்த்திருந்த அம்மாவின் முகத்திலிருந்து இப்போது பார்க்கும் முகமும் மிகப் பெரிய அளவு மாறியிருந்தது.

மெஹர் இவளைப் பார்த்ததும் இறுகிக் கட்டிக் கொண்டு நீண்ட நேரம் விசும்பிக்கொண்டிருந்தாள்.

"நான் வந்துட்டேன்டா செல்லம், நீ சொன்ன மாதிரியே வந்துட்டேன் பாரு; இனி உங்கள விட்டுட்டு எங்கியும் போக மாட்டேன்டா" என்று கட்டிப் பிடித்தபடி கதறினாள்.

நீண்ட இடைவெளிக்குப் பிறகும், கடும் போராட்டங்களுக்குப் பிறகும் தன் மகளைக் கண்ட சந்தோஷமும் நிம்மதியும் அவ்வழுகையில் ஓங்கிற்று என்றாலும், மகனைக் காண முடியாத ஏக்கமும் தவிப்பும் அவ்வழுகையின் பின்னணியில் பதுங்கியிருந்தன.

ஒருவர் மாற்றி ஒருவர் உடம்பினைத் தடவிப் பார்த்துத் தாள முடியாத துயரத்தில் அழுதுகொண்டிருந்ததை, ஆசியாம்மா கனத்த மௌனத்துடன் கவனித்தபடி அமர்ந்திருந்தாள். தன் துக்கத்தைக் காட்டிவிடக் கூடாது என்பதற்காகக் கடும் பிரயாசைப்பட்டு அடக்கிக்கொண்டாள்.

தாய்க்கும் மகளுக்குமான வருத்தங்களும் இடைவெளியும் நீங்குவதற்கான அந்த தருணத்தில் தான் இடையில் புகுந்துவிடக் கூடாது என்கிற கவனம் அவளிடம் இருந்தது.

இதுவரை தான் பட்ட மன உளைச்சல்களிலிருந்து விடுதலை பெற்றுவிட்ட மனநிலை மெஹரின் கண்ணீரின் பின்னிருந்தது.

தான் பார்க்காத நாட்களில் ஏதேனும் சொல்லிப் பிள்ளை களின் மனதில் வெறுப்பை உருவாக்கியிருப்பானோ அவன் என்கிற பெரும் கவலையிலிருந்து அவள் விடுபட்டிருந்தாள். குழந்தைகளால் வெறுக்கப்பட்ட பிறகு தான் இந்த உலகத்தில் வாழவே இயலாது என்கிற நிலையில் இன்று அம்மனநிலையிலிருந்து வெளியேறும் சந்தர்ப்பம் வாய்ந்தது.

அதே தருணத்தில் அஷ்ரப் குறித்த கவலை மனத்தின் மொத்தத்திலும் குடிகொண்டு இம்சித்தபடி இருந்தது. அவள் அதனை வாய்விட்டுச் சொல்ல முடியாத மனநிலையில் இருந்தாள். என்றாலும், சாஜிதாவுக்கும் ஆசியாவுக்கும் அந்தக் கவலையின் தீவிரம் புரியாமல் இல்லை. சாஜிதாவுக்குத் தெரியும், தன்னிடமும் தம்பியிடமும் தகப்பன் எந்த அளவு மோசமாக பேசித் தங்களுக்குள் வெறுப்பை உருவாக்க முயன்றார் என்பது. தனக்கே இன்று அம்மா திரும்பி வராமல் இருந்திருந்தால் வெறுப்பும் கோபமும் வந்திருக்குமா இல்லையா என்று யோசித்துக்கொண்டாள். ஒருவேளை வந்திருக்கலாம் என்றும் நினைத்தாள்.

தம்பியை எப்படியும் அம்மாவிடம் கொண்டுவந்து சேர்க்க வேண்டும் என்று தீர்மானித்தாள்.

○

தெருவில் அஷ்ரப் சைக்கிள் விட்டுக்கொண்டிருந்தான். ஓட்டைக்காசு அமீர் கடை வாடகை சைக்கிள். ஒரு

மணி நேரத்திற்கு ஐந்து ரூபாய். அத்தாதான் கொடுத்தார். தெருக்களினூடே தீவிரமாக ஓட்டிக்கொண்டே வந்தவன், தூரத்தில் ஆசியா நன்னி வீட்டைப் பார்த்ததும், வேகத்தைக் குறைத்து அப்படியே சைக்கிளைப் பின்புறமாகத் திருப்பினான். அம்மா நின்று பார்த்தாள் என்றால் கூப்பிடுவாள்; போகவில்லை என்றால் அழுவாள்; போய்ப் பேசினான் என்றால் அத்தாவுக்குப் பிடிக்காது, திட்டுவார். அப்புறம் சைக்கிள் விடப் பணம் தர மாட்டார். எதுக்கு வம்பு.

நேரம் முடிவதற்குள் இன்னும் வேகமாக சைக்கிள் ஓட்ட வேண்டும் என்று நினைத்துக்கொண்டான். மொபட்டை அத்தாவிடம் நயந்து கேட்டு வாங்கி ஓட்டிவிட வேண்டும் என்று ஆசையாக இருந்தது. முன்பு கேட்கும்போது உனக்குக் கால் எட்டாது என்பார்.

இப்போது கொஞ்சம் வளர்ந்துவிட்டதாக நினைத்துக் கொண்டான்; கெஞ்சிக் கேட்டால் தருவார். அதனால் அவருக்குப் பிடிக்காத எதையும் செய்யாமல் இருக்க வேண்டும்.

இவனுக்கு அம்மாவைப் பிடிக்கும். அந்தக் குண்டு பொம்பளை கதிஜாவைத்தான் பிடிக்காது. அவன் பார்க்கும்போதெல்லாம், காரில் முன் சீட்டில் உட்கார்ந்துகொண்டு அந்தப் பொம்பளை போகிறாள். இவனுக்குக் கல்லெடுத்து எறிய வேண்டும் போல இருக்கும்.

காரின் முன் சீட்டில் இவன் மட்டும்தான் உட்காருவான். அம்மாவையோ சாஜியையோ விட மாட்டான். இப்பொழுது அந்தக் குண்டம்மாவை அத்தா உட்காரவைத்துக்கொண்டு திரிவதைப் பார்த்தாலே கோபம்கோபமாக வருகிறது.

நினைத்தபடி சைக்கிளை வீட்டை நோக்கி விட்டான். சாஜிதாவிற்குக் கடையில் என்னவோ வாங்க வேண்டும் என்றாள். என்னவென்று கேட்டு வாங்கிக் கொடுக்கலாம் என்று நினைத்துக் கொண்டான். தெருவில் நின்றபடி “ஏய் சாஜி, சாஜி,” என்று கத்திக் கூப்பிட்டான். சுபைதா நன்னி வெளியே வந்து “டேய் வயசுக்கு வந்த பொண்ணை வாடி போடிங்கற அக்கானு கூப்பிடு,” என்றாள்.

“ஆமா. ஆளும் அவ மண்டையும், அக்காவாம் அக்கா,” என்று கிண்டலாகச் சொல்லிச் சிரித்தவன், “ஏய் எங்கடி இருக்கே”, என்று மறுபடி கூப்பிட்டான். சுபைதா நன்னியை வெறுப்பேற்ற வேண்டும் என்கிற குறும்பு முகத்தில் மினுங்கிற்று,

சுபைதாவிற்குச் சிரிப்பு வந்தது. கெட்டிக்காரப் பய என்று மனதிற்குள் சொல்லிப் பெருமைப்பட்டுக்கொண்டவள்,

“எம்பேச்சு கேக்க மாட்டியா, இரு உனக்கு இருக்குது பூச”, என்று சொல்லிவிட்டு வீட்டிற்குள் போய் “சாஜி, வந்து தம்பிகிட்ட என்னான்னு கேளு; ஊரக் கூட்டுறான் இல்ல” என்றாள்.

‘ஹசன் இன்னும் தன்னோடு பேசுவதில்லை. ஆறு மாதமாகி விட்டது. தாயிடம்கூடப் பேசாதே என்று அல்லா சொல்லி வச்சுருக்கானா’ என்று குமுறினாள். ‘இவ்வளவு தூரம் இபாதத் புடிச்சு தொங்கிக்கிட்டுக் கெடக்குறான் பாவிப் பய, அந்த அல்லா சொல்லலையா, அம்மாகிட்ட பேசாம இருக்காதேன்டு’ எனத் தனக்குள் முனகிக்கொண்டாள்.

செய்வதற்கு ஏகப்பட்ட வேலை கிடந்தது. உடல் ஒத்துழைக்க மறுத்தது. வேலையாள் வந்து வீடு கூட்டி, பாத்திரம் கழுவிவிட்டுப் போய்விட்டாள். ‘சமைக்க வேண்டும், துணிகளை வாஷிங் மெஷினில் போட்டு எடுக்க வேண்டும். புள்ளைகளுக்கு நல்ல சாப்பாடு கொடுக்க வேண்டும். ஹாஸ்டலில் சாப்பிட்டு உடம்பு நொந்துபோய் எலும்புக் கூடாட்டம் ரெண்டும் வந்து கிடக்குதுக; தவமா தவமிருந்து பெத்தாலும் கிடைக்காத முத்து ரெண்டும் தாய், தகப்பன் இல்லாம சீரழியுதுகளே’ என்று மனத்திற்குள் உருகினாள்.

‘ஆம்பள எக்கேடோ கெட்டுப் போகட்டும். இவ புள்ளைகள வச்சுக்கிட்டு ராணி மாதிரி வாழற பொம்பள, என்னான்டு புள்ளைகள அந்தரத்துல விட்டுட்டு வீம்புக்கு கலியாணம் கட்டிக் கிட்டுப் போறது. பொட்டச்சிக்கு இம்புட்டு வீறாப்பா! சோறு திங்குறாகளா, பீ திங்கிருறாகளா? பொட்ட முண்டை, அவ நாசமாப் போக, அல்லாவுக்குத் தெரியும்; அவள நிம்மதியா இருக்க விட்டானா? அங்கே என்னா கொடுமையோ ஓடியாந்துட்டா. அல்லா இருக்கான்.’ மனம் வெறுப்பின் அதிகபட்ச நிலையில் மெஹரை நினைத்துக் கறுவிற்று.

நேற்று வீட்டிற்கு வந்திருந்த மகள் பர்வீனிடம் சொல்லிப் புலம்பினாள். “இப்ப இந்தத் தள்ளாத வயசுல நான் புள்ளைகளப் பாக்கிறேன், என்னால முடியுமா? அவன் தாய்கிட்ட விடக்கூடாது நீயே வச்சுக்கங்கறான். எனக்கு முழங்காலு முட்டி ரெண்டும் வலி கொல்லுது. பெத்த புள்ளையே என்னைய வெறுத்துட்டு திரியுது. இந்த புள்ளைக மட்டும் என்னைய தாங்கவா போகுது,” அழுகை முட்டிக்கொண்டு வந்தது.

பர்வீன் அமைதியாக உட்கார்ந்திருந்தாள். என்ன சொல்லி அம்மாவைச் சமாதானம் செய்வது என்று தெரியவில்லை. அண்ணனின் மூர்க்கத்தனம் புரிந்தது. அவன் எண்ணப்படிதான்

எதையும் செய்வான். 'அவனது நம்பிக்கையை மற்றவர்கள்மீது திணிப்பான். அதற்கு ஷரியத்தைத் துணைக்கு வைத்துக்கொள்வான். தனது தவறுகளைத் தவறு என்று ஒப்புக்கொள்கிறவனில்லை. குரானில் இருக்கிறது, ஷரியத்தில் இருக்கிறது என்று எதையும் நியாயப்படுத்துவான். மதம்தான் அவனுக்கு எல்லாம். அதை மட்டும்தான் பேசுவான். மற்ற எதுவும் மண்டையில் உறைக்காது' என்று நினைத்துக்கொண்டாள்.

தன்னுடைய இறுக்கமான, கடுமையான தன்மைகளாலும் நடவடிக்கைகளாலும் தனது உறவுகளை எல்லாம் அவன் இழந்து விட்டான் என்று தோன்றிற்று. சொந்தக்காரர்கள் இவன் வீட்டில் இருக்கும் நேரத்தில் வரவே பயப்படுவார்கள். சென்ற வாரம் உசேன் மாமு வீட்டிற்கு அம்மாவைப் பார்க்க வந்திருந்தார்.

அந்த நேரம் ஹசன் வீட்டில் இருந்தான். பரஸ்பர ஸலாம் சொல்லியபிறகு, "என்னங்க மாமு என்னமோ, புள்ளைகள ரொம்ப ஒழுக்கமா வளத்து வச்சுருக்கேன்னு பீத்திக்குவீங்க, போன வாரம் டவுன்ல சினிமாத் தியேட்டர்ல ஒங்க மக ஆயிஷாவும், மகன் யூசுபும் நின்னாகளாம், அதுவும் மொகத்தக்கூட சரியா மூடாம. ஒங்க மக புர்கா போட்டுருந்திச்சாம், கேள்விப்பட்டேன்" என்றான்.

அவர் கொஞ்சம் தடுமாறித்தான் போனார். இவனிடம் வந்து மாட்டினோமே என்று முகம் காட்டிற்று. "அப்படியா, தெரியலயே அதெல்லாம் இருக்காதேத்தா". ரொம்பவே சங்கடப்பட்டுத்தான் போனார்.

அம்மாவும், இவனிடம் பலமுறை சொல்லியிருக்கிறாள். "ஊரில் யார் எப்படி இருந்தால் உனக்கென்ன, வாயையும் சூத்தையும் பொத்திக்கிட்டு உன் இபாதத்தை நீ செய்றதோட நிறுத்திக்க," என்று, ஆனால் அவன் கேட்க மாட்டான்.

"யார் கெட்ட வழில போறாகளோ அவுகள நல்வழிப் படுத்தணும்னுதான் அல்லா சொல்லியிருக்கான். பொம்பளைக என்னத்துக்கு இதுல தலையிடுறீங்க? நீங்க ஒங்க வேலைய பாத்துக்கிட்டுப் போங்க, உங்களுக்கு என்னா தெரியும்?"

அவன் தனது சவுதிப் பயணத்திற்கு முன்பாக புதுப்படம் ஏதும் ரிலீஸ் என்றால் எவ்வளவு ஆர்வமாக டவுனுக்குப் புறப்பட்டுச் செல்வான் என்பதை பர்வீன் நினைவுபடுத்திக் கொண்டாள். எவ்வளவு மகிழ்ச்சியாக, உற்சாகமாக இருப்பான்.

அதெல்லாம் இல்லாமல் எப்படித் தன்னைத் தானே கட்டுப்படுத்திக்கொண்டு வாழ்கிறான் என்கிற யோசனை

அவளுக்குள் மிகுந்திருக்கும். பாவமாக இருக்கும். விருப்பமான விஷயங்களை விட்டுக்கொடுத்துவிட்டுத் தன்னைத் தானே சித்திரவதைக்குள்ளாக்கிக் கொள்கிறானோ? அதனால்தான் வெறுப்பையும் கோபத்தையும் மற்றவர்களிடத்தில் காட்டுகிறானோ என்றுகூட நினைத்துக்கொள்வாள்.

அம்மாவின் புலம்பல்களுக்கான பதில் ஏதும் சொல்லவியலாத நிலையில் அவள் வீட்டை விட்டு இறங்கி மெதுவாகத் தன் வீட்டை நோக்கிப் போனாள்.

47

சுயஉதவிக் குழுக்களின் தலைவர், செயலாளர் கூட்டம் கூட்டியிருந்தார்கள். பர்வீன், நபிஸா, எதிர் வீட்டு ஆபிதா, அடுத்த தெரு புர்கானிஷா, ரபிக்கா, பஷிரா மட்டும்தான் வந்திருந்தார்கள். பஷிரா கேட்டாள், "எங்கெ சொச்சப் பேரக் காணமா, நாம நாலஞ்சு பேரு மட்டும் போதுமா?" என்று கேட்டாள்.

"மத்தவுக வரலையே அதுக்கு என்னா பண்ணச் சொல்ற," என்றாள் நபிஸா.

ஆபிதாவின் கையிலிருந்த செல்போன் வாட்ஸ் அப் மெஸேஜ் அடித்தது. எடுத்துப் பார்த்தவள், "இங்கெ பாருலே இந்த மீன் வேணுமான்டு கேக்குறார் எம் புருஷன்," என்று போனைக் காட்டினாள். "இது சங்கரா மீன்தான," என்றாள் நபிஸா. "ஆமாம், நல்லாத்தான் இருக்கும்" என்றபடி "சரி," என்று பதில் போட்டாள்.

நபிஸா சிரித்தாள். "கடையில இருந்துக்கிட்டு மீனை போட்டோ அனுப்பி செலக்ட் பண்ற அளவுக்கு காலம் மாறிப் போயிடுச்சு" என்றாள். "மீன் மட்டுமா, துணிக் கடையில இருந்து சேலைய போட்டா எடுத்து அனுப்புறது, செலக்ட் பண்றது எல்லாந்தான் நடக்குது," என்ற பஷிரா, "எம் புருஷன் அதத்தான் பண்றாரு," என்று சொல்லிச் சிரித்தாள்.

“இந்த செல்போனு வந்தப்புறம் எல்லாந்தேன் மாறிடுச்சு, முன்னாடியெல்லாம் போன்ல இன்னொருத்தரப் பத்தி புரணி பேசுனா அடுத்த நாளைக்கி பேச்சுவாக்குல போட்டுக்குடுப்பாளுக, இப்ப என்னா செய்றாளுகன்னா, ரெக்கார்டிங் போட்டுடுராளுக, போன ஆன் பண்ணுனதுமே, ரெக்கார்டிங் பட்டன போட்டுவிட்டு சம்பந்தப்பட்டவுககிட்ட போட்டுக் காட்டிவிட்டுர்றாளுக. போன வாரம் சண்டை நாறிப்போச்சு. என் நாத்துனார் சைனம்மாவுக்கும், அவுக நாத்துனார் மும்தாஜிக்கும். எவளோ போட்டுக்குடுத்துட்டா,” சொல்லிவிட்டு உரக்கச் சிரித்துத் தன் மகிழ்ச்சியை வெளிப்படுத்தினாள் ஆபிதா.

‘உண்மைதான். செல்போன் வந்த பிறகு எல்லாமும் மாறிப்போய் விட்டது’ என்று நினைத்துக்கொண்டாள் பர்வீன். தான் செல்போன் மூலம்தானே பிஓவிடம் பேசிக் கொண்டிருக்கிறோம் என்கிற நினைவு வந்து சிரித்துக்கொண்டாள்.

“நான் ஒண்ணு காட்டடறேன், இதப் பாருங்க” என்று சொல்லி, செல்போனிலிருந்து வீடியோ காலரியை நோண்டி ஒரு வீடியோவை ஓடவிட்டாள் ரபிக்கா. என்னவாக இருக்கும் என்று அனைவரும் ஆர்வமாக எட்டிப் பார்த்தார்கள்.

அது ஒரு காதல் காட்சி வீடியோ. “இந்தக் கர்மம் வேறயா?” என்று முகம் சுளித்தாள் நபிஸா. “என்னலே கர்மம், இது இல்லாமயா ஒலகத்துல. இதுவும் வாட்ஸ்அப்ல வருது இப்ப” சொல்லிச் சிரித்தவள், “இந்த வீடியோ யாருக்கும் வேணும்னா சொல்லுங்க, அனுப்பிவிடறேன்” என்றாள்.

ஆபிதா, “சரி எனக்கும் அனுப்பு என்னான்னு பாப்போம்,” என்றாள். அக்குரல் அலட்சியமானதொரு தொனியில் ஒலித்தது. ஆர்வமாகக் கேட்பதாக யாரும் நினைத்துவிடக் கூடாது என்பதற்காக அப்படி பாவனை காட்டினாள் ஆபிதா.

பர்வீனுக்கும் கேட்க விருப்பமாக இருந்தாலும், வெட்கமாக இருந்தது. புருஷன் இல்லாம இவள் ஏன் இதைக் கேட்கிறாள் என்று அவர்கள் யாரும் தப்பாக நினைத்துவிடக் கூடாது என்றிருந்தது.

ரபிக்கா இவளது மனநிலையப் புரிந்துகொண்டவள்போல “உங்க எல்லார் நம்பருக்கும் அந்த வீடியோவ அனுப்பிட்டேன்,” என்று சொல்லி நக்கலாகச் சிரித்தாள்.

பர்வீனுக்கு இதயம் படபடத்தது. மெஸேஜ் வந்து சேர்ந்த சத்தம் போனில் ஒலித்தது. அதைப் பொருட்படுத்தாதவள் போல அமைதியாக நாற்காலியில் அமர்ந்திருந்தாள். ஆர்வமாக

இருப்பதுபோல காட்டிக்கொள்ளக்கூடாது என்பதில் கவனமாக இருந்தாள். முகத்தில் தெரியும் எந்த உணர்வுகளுக்கும் அர்த்தம் கண்டுபிடிப்பதில் பஷிராவும் ஆபிதாவும் கில்லாடிகள். நாளைக்கே மற்றவர்களிடம் போய் என்ன சொல்வார்கள் என்பதைக்கூட இவளால் கற்பனை செய்துகொள்ள முடியும். 'புருஷன் இல்லாம காய்ஞ்சுபோய் கெடக்குறாளா. அதான் அம்புட்டு ஆசையா வீடியோவ வாங்கினா. அம்புட்டு சந்தோஷம் வேற. இனி அத பாத்துக்கலாம் இல்ல, அதான்,' என்பார்கள்.

முகத்தில் எந்த ஒரு பிரதிபலிப்பும் காட்டாமல் தனக்குள்ளாகவே எதையோ முனகிக்கொண்டாள் பர்வீன்.

அவளுக்கு இப்போதெல்லாம் எப்போதையும்விட, எந்த ஒரு விஷயத்தையும்விட பிஜ மூர்த்தியைப் பற்றி நினைத்துக் கொள்வதுதான் பரவசம் தரக்கூடியதாக இருக்கிறது. வாழ்க்கையில் முதல்முறையாக அனுபவிக்கும் பரவசம் அது என்பதையும் உணர்ந்தாள்.

காதலா, காமமா இல்லை இரண்டுமா என்று புரியாத ஒரு உணர்ச்சிவயப்பட்ட நிலையில் அவள் இருந்தாள். தன்னைச் சுற்றி நடக்கும் எது குறித்த உணர்வுகளுமின்றி அவள் தனி உலகத்தில் இருந்தாள். யாருக்கும் தெரியாத ஓர் உலகத்தில் தனக்கான சின்னஞ்சிறிய சந்தோஷத்தை உருவாக்கிக் கொள்வதில் தனியான உற்சாகத்தையும் பரவச மனநிலையையும் ஏற்படுத்திக் கொண்டாள்.

பெண்கள் தங்களுக்குள் எதையெதையோ பேசிச் சிரித்துக் கொள்கிற சத்தம் நினைவிலிருந்து அவளை மீட்டெடுத்தது. ஆபிதா கேட்டாள், "என்னா கனவு பகல்ல ஒனக்கு, இங்கே இவளுக கண்டதையும் பேசி சிரிக்கிறாளுக".

"அதெல்லாம் ஒண்ணுமில்லயே," என்றாள் பர்வீன். மெஹரையும் இந்தக் குழுவொன்றில் ஏன் சேர்த்துவிடக் கூடாது என்கிற எண்ணத்தில் ஒருநாள் கேட்டுப் பார்த்தாள். வீட்டிற்குள்ளேயே ஒளிந்திருந்து தனக்கான எந்த வழியும் தெரியாமல் அவள் நாளும் அழுதுகொண்டிருக்கிறாள்; அவளுக்கு மனத்தில் மாற்றத்தை உருவாக்க இப்படி வெளியில் போய் வந்தால் நன்றாகத்தானே இருக்கும் என்று எண்ணினாள்.

அவள் அதற்கும் ஒத்துக்கொள்ளவில்லை. "எனக்கு வெளிய போகவும் வேணாம், ஒண்ணும் வேணாம். இந்த நாலு சுவத்துக்குள்ளயே இருந்துட்டு செத்துப் போறேன்" என்று சொல்லிவிட்டாள்.

எதையுமே யோசிக்காமல் தான் எடுத்த முடிவிலேயே நின்றுகொண்டிருப்பதில் மெஹரும் ஆசியம்மாவும் ஒன்று. இவள் அதற்குப் பிறகு எதுவும் கேட்க விரும்பவில்லை. ரபிக்கா சொன்னாள், "அடுத்த வாரம் மும்தாஜ் மகளுக்குக் கலியாணம், அதுக்கு அடுத்த வாரம் கூட்டம் போடலாம்," என்று. அன்றைய கூட்டம் வெறுமனே கதைகளைப் பேசிக் கலைந்தது. வழக்கமாக பர்வினின் வீட்டில்தான் இந்தக் கூட்டம் நடக்கும். ஆமினா நன்னி இதையெல்லாம் காது கொடுத்துக் கேட்டபடி உள்ளறையில் அமர்ந்திருப்பாள்.

இன்று ஹாலில் வந்து அமர்ந்துகொண்டு இவர்களது பேச்சை ரசித்துக்கொண்டிருந்தாள். அவர்கள் கலைந்துபோன பிறகு பர்வீன் கேட்டாள், "நீ என்னத்துக்கு இவளுக பேச்ச காதுல வாங்கிக்கிட்டு உக்காந்திருக்க, போயிப் படுக்காம; மத்தியானம் சாப்பாட்டுக்குப் பொறகு தூங்குறதில்லயா?" என்றாள்.

"எனக்கு பொழுது போக வேணாமா, பொழுதுக்கும் தூங்கித்தூங்கி எந்திரிச்சுக்கிட்டு ஜாலியாத்தேன இருந்துச்சு," உற்சாகமான குரலில் சொன்ன நன்னியின் முகம் மலர்ச்சியாக இருந்தது.

"இந்நேரம் ஒம்மக சுபைதாவா இருந்தா, கத்தி தீத்திருக்கும்." என்றாள் பர்வீன் வேடிக்கையாக. "அவ கெடக்குறா லூசு."

மகளை உரிமையோடு திட்டிச் சிரித்தாள் நன்னி. அவளது உற்சாகமான மனநிலை பர்வீனையும் தொற்றிக்கொள்ள, தானும் சிரித்துக்கொண்டாள்.

நீண்ட நாளைக்குப் பிறகு தனது சிரிப்பில் பெரிய மாற்றம் வந்திருப்பதாக நம்பினாள். ஆமினாவின் மனதும் அதைக் கணக்கிட்டது. காரணம் மட்டும் புரியவில்லை

"சேதி கேட்டீங்களா நன்னி, மும்தாஜ் மகளுக்கு கலியாணமாமுல்ல," தகவல் சொன்ன பர்வீனின் மனத்தில் மும்தாஜின் மகளுக்குத் திருமணம் என்பது குறித்து யோசனையாக இருந்தது. 13 வயது இருக்கும் அவளுக்கு. ஆறு மாதம் முன்னாடி வரைக்கும் தெருவில் பசங்களோடு சேர்ந்து சைக்கிள் ஓட்டுவாள். எப்போது வயசுக்கு வருவாள் என்று காத்திருந்தாள் மும்தாஜ், அக்கா மகனுக்குக் கட்டிக்கொடுக்க வேண்டும் என்று.

'அக்காவுக்கு ஒரே பிள்ள, சொத்து பத்து கெடக்கு, எனக்கும் ஒத்தப் பொண்ணு. மாப்பிளைக்கி வயசு கூடத்தேன், இருந்தா என்னா? எம் மவ வயசுக்கு வரட்டும்னு எங்கக்கா காத்துக்கிட்டே இருந்துச்சு.' ஒருமுறை மும்தாஜ் நன்னியிடம்

சொல்லிக்கொண்டிருந்தது நினைவுக்கு வந்தது. அவள் அக்கா பரிதாவின் மகன் சவுதியில் இருக்கிறான். 29 அல்லது 30வயதிருக்கும். எரிச்சலாக இருந்தது பர்வீனுக்கு. 'என்ன கல்யாணமோ, கருமம் புடிச்ச ஊரு' என்று மனம் விட்டுச் சொல்லிச் சலித்துக்கொண்டாள்.

நன்னிக்கு இவளது புலம்பலின் அர்த்தம் புரிந்தது. அமைதியாகத் தலையசைத்தாள்.

48

அஷ்ரப், மெஹர் வீட்டுப் பக்கம் வருவதே இல்லை. சாஜி அவனிடம் சொன்னாள், "டேய் அம்மா பாவம்டா, நம்மள பத்து மாதம் வயித்துல வச்சு பெத்தாங்கல்ல,"

"அதுக்கென்னடி இப்ப" என்றான் அஷ்ரப். "அத்தா சொல்லித்தான நீ அம்மாவ பாக்கப் போக மாட்டிங்கிற பைத்தியம்? அவர் சொல்றதையெல்லாம் கேக்காதடா, நான்லாம் கேக்குறேனா பாரு," என்றாள்.

அவன் முகம் சுருங்கச் சட்டென்று சொன்னான், "நான் என்னா பண்ணட்டும், அவரு போகாதேங்கறாரு, நீ போக சொல்ற, அவரு அடிக்கிறாரு. அங்கெ போனா ஒரே அழுகையா அழுவுறாங்க, போடி,"

பட்டத்தில் கயிறு கட்டி இணைக்கும் வேலையில் மும்முரமாக இருந்தான்.

"சரி. இப்ப என்னாங்குற சொல்லு, பட்டத்த அப்புறம் சரி செய்," அவன் தலையில் லேசாக ஒரு தட்டுத் தட்டினாள்,

"எதுக்குடி அடிக்கிற, லூசு," என்று பதிலுக்கு அடிக்க கை ஓங்கினான். சாஜி அங்கிருந்து விலகிப் போய்க் கட்டிலின் மீது ஏறி நின்றுகொண்டாள். "அக்கான்னு பாக்குறேன், இல்லன்டா," கை விரலை நீட்டி எச்சரித்தவன், மறுபடி தன் வேலையைக் கவனிக்க ஆரம்பித்தான். ஹாஸ்டலிலிருந்து வந்த பிறகு சாஜிதாவின் உடல் நன்றாகத் தேறிவிட்டது.

இவன்தான் கண்றாவியாக இருந்தான். விளையாட்டு ஞாபகம் மட்டும்தான். சாப்பிடுவதேயில்லை. அம்மாவிடம் இருந்தால் எப்படியும் அடித்து ஊட்டிவிடுவாள். சாப்பிடாமல் விட மாட்டாள்.

ஒரு மாத லீவில் முடிந்த அளவு விளையாடித் தீர்த்துவிட வேண்டும் என்கிற மாதிரி வெறித்தனமாக விளையாடிக் கொண்டிருந்தான்.

சைக்கிள், மோட்டார் பைக், பட்டம் என்று அடிக்கும் வெயில் மொத்தமும் அவன் தலையில்தான். தம்பியைப் பார்த்து சாஜிக்கும் அழுகை வந்தது, எப்படித்தான் இவனைப் பார்த்து அம்மாவால் அழாமல் இருக்க முடியும்? ஊர் சுற்றித் திரிவதற்காக அத்தாவைச் சாக்கு வைத்துக்கொண்டு அம்மாவைப் பார்க்க வரமாட்டேன் என்கிறான் என்று புரிந்தது.

அவனை என்ன செய்வது, அடங்காமல் திரிபவனை யார் என்ன பண்ண? அம்மா வேறு சும்மாசும்மா அழுகிறாள். லீவில் நிம்மதியாக இருக்கலாம் என்றால் ஒன்றுக்கும் வழியில்லாமல் கிடக்கிறது. பர்வீன் குப்பியிடம் சொல்லலாம் என்று நினைத்துக்கொண்டாள். அவள் சொன்னால் அவன் நிச்சயம் கேட்பான் என்று எண்ணினாள்.

தினமும் மாலை குப்பி இங்கே வருவாள். வரும் நேரத்தில் இவனை ஏதாவது சொல்லி வீட்டில் இருக்கவைத்துவிட வேண்டும் என்று நினைத்துக்கொண்டாள். பட்டத்தை நீவி ஒட்டிக்கொண்டிருக்கும் மெலிந்து கிடக்கும் தம்பியின் கைகளை ஏக்கத்துடன் பார்த்துப் பெருமூச்சு விட்டாள். நிமிர்ந்து பார்த்தான் அஷ்ரப். "என்னடி அப்டி பாக்குற," என்றான். இப்போதெல்லாம் அவன் பெரிய மனுஷனாட்டம்தான் நடந்துகொள்கிறான். பேச்சும்கூட அப்படித்தான் இருக்கிறது. அத்தாவிடமும் அம்மாவிடமும் அவர்கள் ஏதேதோ சொல்லி அவற்றைக் கேட்டுக்கேட்டு, குழந்தைத்தன்மையே இருவருக்கும் போய்விட்டதாக யோசித்தாள்.

இரவு இவளுடன் தனியே அறையில் படுத்திருக்கும்போது, அவன் சொல்வான், "அத்தா பண்ணுனது தப்பு; ஆனா அம்மாவும் அதையே பண்ணலாமா? நீயே சொல்லுடி, அது ரொம்ப தப்பு". இவள் சொல்வாள், "அம்மா மாட்டேன்னுதான்டா சொன்னாங்க. நான்தான் ஆசியா நன்னி பேச்ச கேட்டுக்கிட்டு அம்மாகிட்ட சொன்னேன். நான் ஒரு முட்டாளு," என்பாள்.

"ப்சு, அப்புடியெல்லாம் சொல்லாதேடி, நாம ரெண்டு பேரும் நல்லா படிச்சு, நல்ல வேலை பாக்கணும்".

சல்மா

“ஆமாம். இனிமே நீயும் ஒழுங்கா படி.” “ஹாஸ்டல் சாப்பாடு புடிக்கிதா?” “கர்மம், நல்லாவே இல்ல, நான் சாப்பிடவே மாட்டேன்”.

“எனக்கும்தான் புடிக்கல, அதான் டைபாய்டு காச்சல் வந்திடுச்சு,” சோகமாகச் சொல்லியவளின் கைகளை எடுத்துத் தன் நெஞ்சில் வைத்துக்கொண்டான்.

அஷ்ரப், “கவலைப்படாதே நான் பாத்துக்கறேன் ஒன்னைய” என்றான். குழந்தைகள் தங்களது ஏக்கத்தையும் இயலாமையையும் வெளிப்படுத்திக்கொண்டு இறுக அணைத்துக்கொண்டனர்.

“அம்மா, அத்தாகூட நடுவுல படுத்து முன்னாடி தூங்குவேன் இல்ல, அது மாதிரி, படுத்து தூங்கணும்னு ஆசையா இருக்குடி,” என்றான். “நாம எல்லாரும் சேர்ந்து வெளியே போனது மாதிரி போக ஆசையா இருக்கு. எவ்வளவு ஜாலியா இருந்தோம், இல்ல”.

“இந்த லீவுல என் ப்ரெண்ட்ஸ் எல்லாம் அவங்க அப்பா அம்மாகூட எங்கெங்கேயோ போய்ட்டாங்க, நாமதான் போகமுடியாது,” என்றவளிடம், “இனி எப்போவுமே நாம சேர்ந்து இருக்கவே மாட்டோமா,” என்று கேட்டான் அஷ்ரப்.

அவனது குரல் உடைந்துபோயிருந்தது. இவள் சொன்னாள், “ஆமாம், எப்போதுமேதான்”.

அன்றிரவு சாஜி தூங்கவில்லை. தங்கள் அறையைத் தாங்களே சுத்தம் செய்துகொள்வதையும், தங்களது துணிகளைத் தங்களின் அலமாரியில் அடுக்கி வைத்துக்கொள்வதையும் நினைத்துக்கொண்டாள்.

நான்கு நாளாக அஷ்ரப் குளிக்காமல் ஒரே உடையில் சுற்றித் திரிந்துகொண்டிருக்கிறான். அவனை யார் சொல்லிக் குளிக்க வைப்பது? அம்மா உடன் இருந்தால் செய்ய வைப்பாள். நேற்றுத்தான் கவனித்தாள், அவன் ஆறுமாதமாக ஒரே டூத்பிரஷ்ஷை வைத்துப் பல் விளக்குவதை. நேற்று சாயங்காலம் கடையில் புது பிரஷ் வாங்கிவரச் சொல்லிக் கொடுத்தாள். சுபைதா நன்னிக்கு இதெல்லாம் தெரியாது. அவள் பாட்டுக்கு இருப்பாள். எதைக் கேட்டாலும் ‘எனக்கு வயசாயிருச்சும்மா,’ என்பாள்.

இது எல்லாவற்றுக்கும் காரணமான அத்தாவின் மீது அன்றிரவு அடக்க முடியாதபடிக்குக் கோபம் வந்தது.

49

நீண்ட வெய்யில் தெருவில் விழுந்து கிடந்தது. வீட்டின் முகப்பில் அமர்ந்து தெருவையே பார்த்துக் கொண்டிருந்தாள் மெஹர். வெய்யில் நேரமென்றாலும் அஷ்ரப், தெருவில் சைக்கிள் விட்டுத் திரிவான். கைக்கு எட்டும் தூரத்தில் வரும்போது சட்டென ஓடிப் போய்ப் பிடித்துவிடுவாள்.

இரண்டு நாளைக்கு முன்பாக அவனை சாஜி கைப்பிடியாக இழுத்து வந்திருந்தாள். மெஹர் மகனைக் கட்டிப்பிடித்து மடியில் ஆசையாக வைத்துக் கொண்டாள். ஏற்கனவே சாஜி சொல்லியிருந்தாள், "அழுகக் கூடாது. அவனுக்குப் பிடிக்காது," என்று.

அதனால் அவனை அணைத்தபடி, "எப்புடிம்மா இருக்குற, சாப்புடுறியா, ஏம்மா இளைச்சுப்போயிட்ட," என்று திரும்பத் திரும்பக் கேட்டுக்கொண்டே இருந்தாள். அவன் பதில் சொல்லாமல் தலை குனிந்து அமைதியாக அமர்ந்திருந்தான். "ஏம்மா அம்மாவ பாக்கவே வரல, இன்னும் ஒரு வாரத்துல லீவு முடிஞ்சு ஊருக்குப் போகப்போறியே, அம்மா கைல சாப்பிடக் கூட வரல," கண்களில் கண்ணீர் முட்டிக் கொண்டுவந்தது. ஆனால் அதை வெளிப்படுத்திவிடக் கூடாது என்று கஷ்டப்பட்டு அடக்கினாள். சாஜி கொன்றுவிடுவாள்.

"இங்கே வந்தாலே ஒரே அழுகையா இருக்காம், சொல்றான்; நீயும் நன்னியும் ஒப்பாரிவைக்காம இருங்க," என்று சொல்லியிருந்தாள்.

ஏனோ அஷ்ரப், அம்மாவின் முகத்தை நிமிர்ந்தே பார்க்கவில்லை. தலையைக் குனிந்தே அமர்ந்திருந்தான். உடல் முழுக்கப் புழுதி; முகத்தில் அழுக்கு படிந்திருந்தது. ட்ரெஸில் வியர்வை நாற்றம் கூடிக் கிடந்தது. நேற்றிரவு சாஜியிடம் இங்கு வருவதாகச் சொல்லி இருந்தானாம்.

"ஏண்டா காலையில எழுந்து குளிச்சிட்டுத்தானே போனே, இவ்வளவு அழுக்கு எங்கிட்டுருந்து வந்துச்சு," அம்மா கேட்க விருமபிய கேள்வியை சாஜி அவனிடம் கேட்டாள்.

"சைக்கிள் ஓட்டினேண்டி," தலை நிமிராமல் சன்னமான குரலில் பதில் சொன்னான். தான் இங்கு வந்துவிட்டுப் போனது தெரிந்தால் அத்தாவிடம் திட்டு வாங்க வேண்டும் என்பதனால் பயந்துபோய் அமர்ந்திருக்கிறானா இல்லை, அம்மாவை இத்தனை நாட்கள் வந்து பார்க்காததனால் வெட்கப்பட்டு உட்கார்ந்திருக்கிறானா, இல்லை அம்மாவைப் பற்றி ஏதும் கோபத்தை மனதில் வைத்திருக்கிறானா என்பது புரியாமல் சாஜி அவனது முகத்தையே உற்றுப் பார்த்தபடி எதிரே அமர்ந்திருந்தாள்.

இதில் எந்தக் காரணம் இருந்தாலும் பாவம் அவன் என்று தம்பியை நினைத்து இரக்கப்பட்டாள்.

பிள்ளை தன்மீது கோபமாக இருக்கிறானோ என்கிற கவலையில் தோய்ந்துபோய் அமர்ந்திருந்தாள் மெஹர்.

மிகப் பெரிய சித்ரவதையைப் பிள்ளைகளுக்கும் தனக்கும் உண்டாக்கிய அம்மாவின் மீதும் ஹசனின்மீதும் ஆத்திரம் பெருகிற்று. ஆனால் எதையும் யாரிடமும் காட்ட வழியின்றி அப்படியே அமர்ந்திருந்தாள்.

"ஏம்மா ரெண்டு வாய் சாப்புடு, சாப்புட்டுட்டுப் போயி அங்கே ஒக்காரு," அம்மாவின் குரல் வெறுப்பை உண்டாக்கிற்று. பதில் சொல்லாமல் அப்படியே அமர்ந்திருந்தாள்.

பத்தே நிமிடம் பல்லைக் கடித்துக்கொண்டு அமர்ந்திருந்தவன், "நான் போறேன்," என்று யாரும் தடுக்க முயற்சிப்பதற்குள் எழுந்து ஓடினான்.

ஒரு மணிநேரத்திற்கு முன் அபியிடம் இருந்து போன் வந்திருந்தது. "மம்மானி தயவுசெய்து உங்க மகள அங்கியே

வச்சுக்கோங்க, என்னைய ஆளவிட்டாப்போதும்! ராத்திரி பகலா, ஒப்பாரி, பிள்ளைக பிள்ளைகன்னு, எழவு வீடாட்டம்".

இவள் கிளம்பி வந்து ஒரு மாதம் கழித்து போன் பேசுகிறான். தனியாகக் கிளம்பி வந்துவிட்டாள். அதுவும் சொல்லாமல் வந்துவிட்டாள் என்கிற ஆத்திரத்தில் அவன் பேசவேயில்லை. அதை இவளும் ஆசியாவும் கண்டுகொள்ளவில்லை. இப்போது வந்த போனுக்குக்கூட ஆசியாம்மா பெரிய அளவுக்கு அலட்டிக் கொள்ளவில்லை. "சரிசரி," என்று மட்டும் பதில் சொல்லிவிட்டு வைத்தாள்.

இனி மெஹரின் வாழ்க்கையில் எந்தச் சீரழிவும் வரப் போவதில்லை. எல்லாமும் வந்து முடிந்துவிட்டன என்கிற விரக்தி அவளிடம் குடிகொண்டிருந்தது.

இரவுவரை ஒரே இடத்தில் வெறித்துப் பார்த்தபடி அமர்ந்திருந்து ஏமாந்துபோனாள் மெஹர். அஷ்ரப் அந்த திசைக்கே வரவில்லை. அவன் வெவ்வேறு தெருக்களின் வழியே தனது பாதைகளை வகுத்துக்கொண்டான் என்பது புரிந்தது. மௌனமாக அழ ஆரம்பித்தாள்.

நாளை பள்ளி திறக்கப் போகிறார்கள். இனி மறுபடி எப்போது லீவு கிடைத்து வருவான் என்று தெரியாது. அதுவரை காத்திருக்க வேண்டும். சாஜி இரண்டு நாட்களுக்கு முன்பே போய்விட்டாள்.

50

“ஊருக்குப் போயிட்டு வரேன் குப்பி,” முன் பல் விழுந்த ஓட்டை தெரிய, சிரித்த அஷ்ரப்பை இழுத்து அணைத்துக்கொண்டாள் பர்வீன். பெயருக்குத்தான் சிரிக்கிறானே தவிர, போகப்போகிறோம் என்கிற கவலை முகத்தில் அப்பட்டமாகத் தெரிந்தது. சாஜிதா இரண்டு நாட்களாக இவள் மடியில்தான் படுத்துக் கிடந்துவிட்டுப் போனாள். கைகளுக்குள் பொதிந்து கிடந்த அஷ்ரபின் உடல் குச்சியைப்போல வெடவெடத்தது.

அணைப்பிலிருந்து விடுபட முடியாமல் அப்படியே இறுக்கி அணைத்துக்கொண்டாள். அவனது உடம்பை ஆறுதலாகத் தடவிக்கொடுத்து, “ஏண்டா இப்படிப் போயிட்ட? ஒடம்புல எலும்பு மட்டும்தான் இருக்குது. வயசுப் பையனாட்டமா இருக்கே,” என்றாள்.

அவன் பதில் ஏதும் சொல்லாமல் அவளது அணைப்பின் வழியே உணர முடிந்த அன்பை அனுபவித்துக்கொண்டிருந்தான்.

“நீ நல்லாப் படிக்கணும்மா, ஹாஸ்டல்ல ஒழுங்கா சாப்பிட்டு, நல்லாப் படிச்சு நிறைய மார்க் வாங்கணும். செரியா,”

அவனது தலைமுடியில் கைவைத்து, “முடி ஏம்மா வெட்டல, வேர்க்காது? சளி பிடிக்குமில்ல,”

என்றவளிடம் "அதெல்லாம் ஸ்டைலு உங்களுக்குத் தெரியாது," என்று சொல்லிச் சிரித்தான். "போடா லூசுப் பயலே உடம்புல ஒரு துளி சதையில்ல, முடி மட்டும் இருந்தாக்கப் போதுமா," தலையில் மெலிதாகக் கொட்டு வைத்தாள். "வலிக்குது ஸ்ஆ," என்று சிரித்தான்.

பால் ஊற்றி வலுக்கட்டாயமாகக் குடிக்கவைத்தாள். கையில் நூறு ரூபாய் கொடுத்து "பத்திரம் செலவுக்கு வச்சுக்கோ," என்றவள்,

"அம்மாகிட்ட போனியாடி செல்லம், போகலைன்னா போய்ட்டு சொல்லிட்டுப் போடி, பாவம் அவதான ஓங்கள கஷ்டப்பட்டுப் பெத்தா,"

அவனிடமிருந்து மூச்சுப் பேச்சே இல்லை. "நீங்க சரின்னு சொன்னாத்தான் நான் ஒன்னைய விடுவேன் சரியா," என்று மறுபடிமறுபடி கேட்டுப் பார்த்தாள். அவனிடமிருந்து பதிலே இல்லை.

இவளுக்குத் தெரியும், ஹசன் எந்த அளவுக்கு இவனை மிரட்டி வைத்திருக்கிறான் என்று. ஒருமுறை இவள் கேட்டாள், "பிள்ளைகளுக்கு தாய் அன்பு வேணாமா, எதுக்காக அவனை இப்புடி உருட்டி மிரட்டுற?" என்று.

"நீ உன் வாயை மூடிக்கிட்டுப் போ, பிள்ளைகளை கண்டிக்கும்போது குறுக்க வராதே,

"தாய் தட்டுக்கெட்டுப் போய்ட்டான்னு சொல்லி வளர்த்தாத்தான அதுக ஒழுங்கா வளருங்க. பொட்டச்சிகளுக்கு என்னா தெரியும். ஆம்பளைக ஒண்ணு செய்றப்போ, பொம்பளக தலையிடக்கூடாது. நீ ஒண்ணும் தலையிடவேணாம். கொஞ்சம் சும்மா போ".

அவன் எப்போதும் ஏன் இப்படி நடந்துகொள்கிறான் என்றிருந்தது.

எதைப் பேசினாலும் முடிக்கும்போது, ஒன்று அல்லா, மறுமை நாள், சொர்க்கம் என்று முடிக்கிறான். அல்லது, 'பொம்பளை களுக்கு என்னா தெரியும், பொம்பளைக தலையிடாதீங்க, ஆம்பளைகளுக்குத்தான் தெரியும்' என்று முடிப்பான்.

அவனது இந்த நம்பிக்கை தன்னை எந்த அளவுக்குக் கஷ்டப்படுத்திக்கொண்டிருக்கிறது, மற்றவர்களைத் துன்புறுத்தி யிருக்கிறது என்பதைப் பற்றி அவன் எப்போதாவது யோசித்தால் நன்றாக இருக்கும் என்று விரும்பினாள்.

தான் தன் சகோதரனிடமிருந்தும் வீட்டிலிருந்தும் விலகி இருப்பதற்கும் மெஹர் பிரிந்ததற்கும் அம்மாவோடுகூட அவளால் நல்ல உறவு வைத்துக்கொள்ள முடியாததற்கும் ஏதோ ஒருவகையில் அவனது நடவடிக்கைகள் மட்டும்தான் காரணம் என்று நினைத்தார்.

'பெண்கள் என்றால் அவர்களுக்கும் ஏதாவது விருப்பங்கள், நம்பிக்கைகள், யோசனைகள் இருக்காதா என்ன; இல்லை இருக்கவே கூடாதா, ஏன் இப்படி ஒரு முரட்டுத்தனமாக யோசிக்கிறான்? ஊரில் எல்லோரும்தான் தொழுகிறார்கள், ஹஜ் செய்கிறார்கள். இவன் வயதை ஒத்த ஒரு சில பேர்தான் இப்படி பெண்களையும் ஊரையும் இந்தப் பாடு படுத்துகிறார்கள்' என்று நினைத்துக்கொண்டாள்.

அஷ்ரப் கலங்கிய கண்களுடன்தான் கிளம்பிப் போனான்.

சாஜிதா ரொம்பவே பெரிய மனுஷியாட்டம் சிந்திக்கிறாள், பேசுகிறாள். வயதுக்கு மீறிய கவலைகளைச் சுமந்துசுமந்து அப்படி ஆகிவிட்டாள். யார் என்ன தப்பு செய்து பிள்ளைகள் அதன் பலனை அனுபவித்துக்கொண்டிருக்கிறார்களோ என்றிருந்தது.

மும்தாஜ் மகள் திருமணத்திற்கு நிச்சயதார்த்தம் வைத்தது பற்றி சாஜிதா இருக்கும்போது ஆபிதா வந்து சொல்லிக் கொண்டிருந்தாள்.

"பொண்ணுக்கு சேலையக் கட்டி ஒக்கார வச்சுருந்தாளுக, அல்லாக்கென, இம்புட்டூண்டும்மா, இடுப்பு இல்ல, உடம்பு இல்ல, குண்டிகூட இல்ல. குச்சிகுச்சியாட்டம் கையும் காலும், அதுக்கு அம்புட்டு நகையும் பட்டுச்சேலையும் கட்டி வச்சு ஹூம் கண்றாவி; மாப்பிள்ளைய போய்ப் பாத்தா அவன் எரும மாடு மாட்டம், அத்தோத் தண்டி இருக்கான்".

"கர்மம் கன்னுக்குட்டியப் போய் எரும மாட்டுக்குக் கட்டி வக்கிறாளுக, காசுக்கும் பணத்துக்கும் தூத்தேறி" என்றாள்.

சாஜி இவளிடம் கேட்டாள், "மும்தாஜ் மகள் சுபிக்கு கல்யாணமா, நெசமாவா," அவளால் நம்ப முடியவில்லை.

"நானெல்லாம் படிச்சு வேலைக்குப் போவேன். அப்புறம் எதுவா இருந்தாலும், கலியாணம் பண்ணிக்கவே மாட்டேன்," என்று கூடவே சொன்னாள்.

அவள் சொன்ன அந்த வார்த்தை, இவளை என்னமோ செய்தது.

எந்த அளவு மனதில் வெறுப்பிருந்தால் இப்படி ஒரு வார்த்தை குழந்தையின் வாயிலிருந்து வரும் என்று நீண்ட நேரம் யோசித்தபடி இருந்தாள்.

நீண்ட நேர நினைவுகளின் சுமை கூடி உடல் தளர்ந்து சோர்வுற்றிருந்தவள், எழுந்து சமையல் வேலையைச் செய்யலாம் என்று நினைத்தாள்.

எப்போதெல்லாம் மனம் சோர்வாக இருக்கிறதோ, அப்போதெல்லாம் பிஔவை நினைத்துக்கொள்வது வழக்கமாகி யிருந்தது. அவனும் அவனது நினைவுகளும் தன்னைத்தானே உற்சாகப்படுத்திக்கொள்கிற ஒரு விஷயமாக மாறிவிட்டதை நினைத்துச் சிரித்துக்கொண்டாள்.

அது ஒரு அபத்த நாடகமாகத் தோன்றினாலும் அதை நம்ப விரும்பினாள். ஏதோ ஒரு சுவாரஸ்யத்தை மனம் எப்போதுமே எதிர்கொள்ளக் காத்திருக்கிறது.

இப்போதெல்லாம் ஒரு ஆணின் தேவை என்பது, உடலின் தேவைக்காக மட்டுமே போதுமானதாக இருந்தது. அதற்கு மேலாக வேறொன்றும் பெண்ணுக்குத் தேவையில்லை என்றாலும் அதற்கான தேவை வேண்டுகிற நேரங்களும் அதிகரித்துக் கொண்டுதானிருந்தன.

இவளுக்கு அவனோடு பேச வேண்டும்போல இருந்தது. ஆனால் காரணம் ஏதுமில்லை. சட்டென, மும்தாஜ் மகளின் திருமணத்தைப் பற்றிச் சொல்வோமா என்று நினைத்தாள். நிஜமாகவே அந்தத் திருமணத்தை இவளுக்குப் பிடிக்கவேயில்லை. எப்படியாவது நிறுத்திவிடலாமா என்று யோசித்தாள். ஆனால் மனசாட்சி இடம் கொடுக்கவில்லை.

பத்திரிகை அடித்து, நாள் குறித்து எல்லாமும் முடிந்து விட்டது. இதைத் தடுத்தால் பாவம் என்று யோசித்தாள். ஆனால் மனம், குழந்தையைக் கட்டிக் கொடுக்கிறார்களே, அதுவும் இந்தக் காலத்தில் என்று திரும்பத் திரும்ப யோசித்தபடியிருந்தது.

சிந்தனைக்கும் மனசாட்சிக்கும் இடையேயான நீண்ட போராட்டத்தின் முடிவில் அவள் அவனது எண்ணுக்கு அழைத்தாள். அவனோடு பேசுவதற்கான ஒரு காரணம் அவளுக்குக் கையில் இருந்தது. அதனை நழுவவிடுவதற்கு ஏனோ அவளால் முடியவில்லை என்பதுதான் உண்மை. அதை அவள் அறிந்தே இருந்தாள்.

"என்னம்மா ஆளே காணோம்," அவனது குரலில் தெரிந்த கொஞ்சல், இதயத்தைப் படபடக்க வைத்தது. "எப்புடி இருக்கீங்க

சார்," என்றாள், "ஹலோ, எதுக்கு சாரெல்லாம், சும்மா பேர் சொல்லிக் கூப்பிடு," அவனது குரல் ஒருமையில் அழைத்தது.

"ரொம்ப மிஸ் பண்ணேன், உன் குரலை, உன்னை," என்றான்.

பதற்றத்தில் இவளுக்கு நாக்கு மேலண்ணத்தில் ஒட்டிக்கொண்டது. "இல்லெ, சும்மாதான்," என்று இழுத்தாள். அவனது பேச்சு உடல் முழுக்க ரத்த ஓட்டத்தை அதிகரிக்க வைத்தது. ரொம்பவும் சிரமப்பட்டு, "எப்புடி இருக்கீங்க," என்றாள். "நல்லா இருக்கேன் உன் புண்ணியத்துல," விளையாட்டாக ஒலித்தது அவனது குரல். ஒரு நீண்ட உரையாடல் அவர்களுக்கு இடையே வளர்ந்துகொண்டிருந்தது. கொஞ்சலும் காதலுமாக அந்த உரையாடல் தந்த மகிழ்ச்சியில் உந்தப்பட்டவளாக பர்வின் அந்த விஷயத்தை ஆரம்பித்தாள்.

"ஒண்ணுமில்ல எங்க ஊர்ல சின்ன வயசுப்புள்ளைக்கு ஒரு கல்யாணம் நடக்குது, ஞாயிற்றுக்கிழமை. ஆனால் நான் சொன்னேன்னு சொல்லிறாதீங்க, என்னைய கொன்னுடுவாங்க," என்று சொன்னவள், "அப்புறம் பேசறேன்" என்று போனை வைத்தாள். மிதமிஞ்சிய களிப்பில் வாய் தவறி உளறிவிட்டேனோ என்று பதற்றம் வந்தது. அவசரப்பட்டுச் சொல்லிவிட்டோமோ என்கிற பயம் மனதினைப் படபடக்க வைக்க, பெரும் குழப்பத்தில் ஆழ்ந்தாள். உலர்ந்துபோய்விட்ட தொண்டையைத் தண்ணீர் குடித்துச் சரிசெய்ய முயன்றாள்.

ஆண்டவன்மேல் பாரத்தைப் போட்டுவிட்டு அதை மறந்துவிட முயன்றாள். நன்னியின் அறையிலிருந்து லேசான இருமல் சப்தமும் பெருமூச்சும் கேட்டது. கூடவே "யாரது ஆம்பளகூட பேசிக்கிட்டிருந்த," என்று அவள் கேட்டதும் அதிர்ச்சியில் உறைந்துபோனாள்.

அடிமேல் அடிஎடுத்துக் கவனமாக நடந்து தனதறை வாசல்படியைத் தாண்டி அறைக்குள் நுழைந்த ஆமினாவுக்கு ஏனோ ஆயாசமாக இருந்தது. தனது படுக்கையை நோக்கி மெதுவாக நடந்தவள் படுக்கைக்கு அருகில் வந்ததும் சற்றுக் குனிந்து கைகளை நீட்டிப் படுக்கையை ஒட்டித் தான் வந்துவிட்டதை ஊர்ஜிதம் செய்துகொண்டவளாகச் சற்று திரும்பியபடி நகர்ந்து கட்டிலின் மீது அமர்ந்தாள். மிருதுவான மெத்தை ஓரளவுக்கு இதமூட்டக்கூடியதாக இருந்தது. இரு உள்ளங்கைகளாலும் படுக்கையின் மீது தடவி ஒரு குழந்தையைப் போல நீவிவிட்டாள்.

விளக்கெரியாத அறைக்குள் நிச்சயம் இருள் மண்டியிருக்கும். கண் தெரியாத கபோதிக்கு வெளிச்சமிருந்தால் என்ன

இல்லாவிட்டால் என்ன, விரக்தி மேலிட தனக்குள்ளாகவே முனகிக்கொண்டாள். விரிந்துகிடந்த நீளமான முடிக்கற்றைகளை இரு கை உயர்த்தி ஒன்றிணைத்துப் பின்னலிடத் துவங்கினாள்.

'அல்லாவே எம்பூட்டு முடி, ஒரு முடி நரைக்காமல் கருகருண்டு நீண்டு கெடக்குது, எனக்கெல்லாம் இப்பயே மண்டையில வழுக்கை தெரியுது, நரை வேற,' பர்வீனின் ஆற்றாமையோடு ஒலிக்கும் குரல் நினைவுக்கு வந்தது.

'ஆமா, மசுர வச்சிக்கிட்டு இந்தக் கிழவி என்னாத்த பண்ணப் போறேன், முடி நிஜமாகவே நரைக்கவேயில்லையா' என்கிற கேள்வி மட்டும் உள்ளே மிச்சமிருந்தது. இன்னிக்குப் பார்த்தாலும் 70 வயது ஆகிப்போச்சு, இன்னுமா நரைக்காது. இல்ல பர்வீன் வம்புக்குச் சொல்றாளா? புரியாத கேள்வி அது.

தெருவில் யாரோ சைக்கிளில் செல்கிற சத்தமும் குப்பென வேர்வை வாடையும் ஜன்னல் வழியே இவளை வந்து சேர்ந்தன. ஜன்னல் கதவு தாளிடப்படவில்லை என்பதை நினைவூட்டிக் கொண்டாள்.

ஒலிகளாலும் வாசனைகளாலும் நிரம்பிய தனது வாழ்க்கையைக் கொஞ்சம் யோசிக்க முனைந்தாள்.

விவரம் தெரிந்த நாளிலிருந்து சத்தங்களை வைத்துத்தான் இந்த உலகைப் புரிந்துகொண்டு வளர்ந்து வாழ்ந்துகொண்டிருக்கிறாள். அம்மாவை, அத்தாவை, சொந்தக்காரர்களை, கிழமைகளை, மழையை, உலை கொதிப்பதை, ஆட்டுரலில் மாவு அரைபடுவதை என்று எல்லாமும் ஒலிகளும் வாசனையுமாகத்தான் இருந்து தொடர்ந்துகொண்டிருக்கின்றன.

வீட்டிலோ தெருவிலோ கறி வாசனை வந்தாலும் சாம்பிராணி வாசனை வந்தாலும் அது வெள்ளிக்கிழமை.

தெருவில் தொழுகைக்குச் செல்கிற ஆண்களின் அத்தர் வாசனை ஜும்ஆ தொழுகையைக் காட்டிக்கொடுக்கும். நகராவின் பாங்கொலிக்கும் ஓசையை வைத்தே நேரங்களை அடையாளம் கண்டுகொள்வாள். யாரிடமும் இதுநாள் வரைக்கும் இது என்ன கிழமை, நேரம் என்கிற கேள்வியைக் கேட்டதேயில்லை.

தன் காதுகளையும் மூக்கையும் எப்போதும் கூர்தீட்டி வைத்துக்கொள்வாளோ என்று பர்வீன் பலசமயங்களில் ஆச்சரியமாகக் கேட்பாள்.

தெருவில் கழனிசொதியோ, பருப்பு ரசமோ வாசனையை வைத்தே, வியாழக்கிழமை என்பாள். 'ரசம் புளிபத்தாம கொதிக்கிது,' என்று நொண்டு வேறு சொல்வாள்.

வீட்டிற்குள் வருவது நபிஸாவா வேறு யாருமா என்பதை அவர்களது நடையை வைத்தே, 'வா நபிஸா,' என்று சொல்ல முடியும். ஒரு நீளமான பெருமூச்சு விட்டு தன்னைத்தானே ஆசுவாசப்படுத்திக்கொள்ள முயன்றாள். வயதுக்கு வந்திருந்த பொழுது சின்னஞ்சிறிய டிரான்ஸிஸ்டர் ரேடியோவை வைத்துக் காதோரத்தில் பாடல்களை ஒலிக்கச் செய்து தனது பொழுதுகளைக் கழிப்பாள். சிவாஜி, எம்.ஜி.ஆர் என்று அறியப் படுகிற மனிதர்களுக்கு அவள் தனக்குத்தானே உருவங்களை உருவாக்கிவைத்திருந்தாள். பாடல்களின் வழியே அவர்களது தோற்றமும் அவளுக்குள் வளர்ந்துகொண்டிருந்தது. ஒரு ஆண் எப்படியிருப்பான்? அவனது தோற்றம் எப்படி இருக்கும்? உடல்வாகு, மீசை, தாடி இவையெல்லாம் மற்றவர்களது பேச்சுகளின் வழியேதான் அவளது மூளையில் உருவங்களாக இருந்தனவே தவிர மற்றபடி, தான் இதுநாள் வரை பார்த்தே இராத, தொட்டுணராத ஒரு ஆணின் உடலைத் தனக்குத் தானே யோசித்து உருவம் கொடுப்பது சாத்தியமேயில்லை அவளுக்கு. பூக்களை, இலைகள், காய்கறிகள், சட்டிப் பானை பாத்திரங்கள், மாவரைக்கும் ஆட்டுரல், அம்மா வெந்நீர் போடுகிற வேம்பா, மின் விசிறி, ரேடியோ என்று எப்பொருளாக இருந்தாலும் தொட்டுணர்ந்து புரிந்துகொள்ள முடிந்தாலும், ஒரு ஆணுடைய உடலைத் தொட்டுணரச் சாத்தியமில்லாமல் போயிற்று. அம்மா சொல்வதுபோல கற்பனா சக்தி கொஞ்சம் கூடத்தான்.

அவள் தனக்குள்ளாகவே ஒருவிதமான உருவங்களை, தோற்றங்களை உருவகப்படுத்தி வைத்திருந்தாள். கறுப்பு, சிவப்பு, வெள்ளை, நீலம், பச்சை, காப்பி கலர், மஞ்சள் என்று அவளுக்கு நிறங்களைத் தெரியாது. வீட்டில் மற்றவர்கள் பேசிக்கொள்வதைக் காதில் வாங்கியதிலிருந்து மனிதர்களுக்குக் கறுப்பு அசிங்கம், சிவப்பு அழகு என்கிற புரிதலை அடைந்திருக்கிறாள். குட்டை அசிங்கம், வளர்த்தி நல்லது. குண்டு அசிங்கம், ஒல்லி அழகு, தன் காதுகளை வந்தடைந்த ஒலிகளிலிருந்தே அவள் தன் சித்திரங்களை உருவாக்கிக் கொண்டாள். உருவங்களைப் படைத்தாள். தனக்குள் கற்பனைகளால் ஆன உருவங்களை உருவாக்கி எம்.ஜி.ஆர்., சிவாஜி என்று பெயரிட்டுக்கொண்டாள். எம்.ஜி.ஆர். ரொம்ப அழகு என்று பேசிக்கொள்கிற பெண்களின் குரல்களையும் அவர்களது குரலில் தெறித்த ஆசையையும் தன் கற்பனை உருவத்தை உருவாக்கப் பயன்படுத்திக்கொண்டாள்.

தன் வயதையொத்த அந்தப் பெண்கள் மணமுடித்துக் குழந்தை குட்டிகளுடன் இருந்தாலும்கூட அவர்களும் கூடத் தன்னைப் போலவே நிறைவேறாத ஆசைகளைக் கொண்டவர்கள் போலவும், ஏக்கங்கள் இருந்தவர்கள் போலவும் இருப்பதன்

காரணம் மட்டும் ஏனோ புரிய மறுத்தது. எனக்குத்தான் கல்யாணம் நடக்கவில்லை. இவர்களுக்கு என்ன? இதன் சூட்சுமம் என்ன? நீள முடியும் மூக்கும் முழியும் இருந்தாலும் கண் தெரியாத ஒரு பெண்ணை எவன் மோந்து பார்ப்பான்? அம்மா அடிக்கடி புலம்பும் வார்த்தைகள் மரத்துப்போய் நெடுங்காலமாயிற்று. அந்த வார்த்தைகள் உண்டாக்குகிற ரணங்கள்தான் மரத்துப் போயிற்றே. அது போல உடம்பும் அதன் தேவையும் மரத்துப் போகக் கூடாதா?

ஜன்னல் வழியே குப்பென உள் நுழைகிற பிச்சிப் பூவின் வாசம் நினைவுகளைக் குறுக்கிடுவதாக இருக்க, ஒரு கணம் மூக்கைச் சத்தமாக உறிஞ்சி வாசனையைத் தீவிரமாக உள்ளிழுத்தாள். பூக்காரி மும்தாஜ் வீட்டைக் கடந்து போகிறாள்போல. எப்போதும் அவள் விற்கும் பூவுக்குக் கூடுதல் மணம்தான் என மெச்சிக் கொண்டவள், ‘எனக்குத்தான் பூச்சூடுறதுக்கு குடுப்பினை இல்லையே’ என்று ஆயாசப்பட்டுக்கொண்டாள்.

சின்ன வயதில் அக்கா சொலைஹாவுக்கும் இவளுக்கும் பூவென்றால் கொள்ளைப் பிரியம். தகப்பனில்லாத வீட்டில் கஞ்சிக்கே கஷ்டம். தினமும் காசு கொடுத்துப் பூவாங்கி வைக்க அம்மா எங்கே போவாள்? இருந்தாலும் வாரம் ஒரு நாள் வெள்ளிக்கிழமை பிள்ளைகளைத் தலை குளிக்கவிட்டுப் பூ வாங்கி வைத்துவிடுவாள். சொலைஹாவுக்கு நிறைய, இவளுக்குக் கொஞ்சம். இவளால் பார்க்க முடியாதுதானே. ஒருநாள் சொலைஹாவின் தலையைத் தற்செயலாகத் தொட்டுப் பார்த்தவள் தன்னைவிட அவள் அதிகமாகப் பூ வைத்திருப்பதும், ரெட்டை சடை போட்டிருப்பதும் தெரிய, கோபத்தில் அப்படியே தன் தலையிலிருந்த பிச்சிப் பூவைக் கையால் இழுத்து எடுத்து எறிந்தாள். ஓவெனக் கத்தி அழ ஆரம்பித்தவளைக் காரணம் புரியாமல் சொலைஹா, “என்னலே ஏன் அழுவுற?” என்று கேட்டுப்பார்த்துவிட்டு அம்மாவைத் தேடி ஓடினாள்.

“என்னலே, ஏன் அழுவுற?” என்று கேட்டபடி ஓடிவந்த அம்மாவுக்குக் கேட்காமலேயே காரணம் புரிய வைத்தன தரையில் பிய்த்து வீசப்பட்ட பூக்கள்.

“கண் தெரியாத புள்ளைதானே, பேருக்குக் கொஞ்சம் பூ வைச்சா போச்சு. அவ என்ன தன்னை கண்ணடியிலயா பாத்துக்கப்போறா என்கிற எண்ணத்தை அவளுக்கு எப்படி சொல்ல முடியும்? சற்று நேரத் தயக்கத்துப் பிறகு, “ஒண்ணுமில்லம்மா. அக்கா ஒன்னியவிட பெரியவ இல்லையா, பள்ளிக்குடம்லாம் போறால்ல. அதனால கொஞ்சம் கூட பூவு

வச்சிவிட்டேன். நீ வீட்டுலதான் இருக்க மவளே," இவளை மடியில் சாய்த்தபடி அம்மா நீண்ட நேரம் கெஞ்சிக்கொண்டிருந்தாள். இவளது விசும்பல் அதன் பிறகு இன்னும் கூடிப்போயிற்று. என்னையும் பள்ளிக்கூடத்துக்கு அனுப்ப வேண்டியதுதானே என்கிற முறையீட்டைத் தன் விசும்பலினூடே முன்வைத்தாள். அது சாத்தியமற்றது என்பதை அறிந்திருந்த அம்மா, நீண்ட நேரம் இவளை அணைத்தபடி அமர்ந்திருந்தாள்.

கண் தெரியாது, பள்ளிக்கூடம் போய்ப் படிக்க முடியாது, பூ வச்சு அழகா இருக்காறான்னு கண்ணாடியில் பாத்துக்கிற முடியாது. இதை அம்மா எப்படித் தன் வாயால் சொல்வாள்?

இவளுக்குச் சூரியனை மட்டும்தான் உணர முடியும், நிலவு வந்துவிட்டது என்பதையோ, அது வளர்பிறை தேய்பிறை என்பதையோ, வீட்டில் பேசுவதை வைத்து யூகிக்க முயல்வாள். அம்மா அடிக்கடி 'வெள்ளி முளைச்சுடுச்சு' என்பாள், சுலைஹா, 'அதோ வானத்துல மூணு நட்சத்திரம் மின்னுது வரிசையா, அதுக அக்கா தங்கச்சியாம்,' என்பாள். இவள் கேட்பாள், 'மின்னுதுன்னா என்னா? நட்சத்திரம் எப்படியிருக்கும்? சூரியனும், நிலவும் என்னான்டு இருக்கும் சொல்லுல,' என்பாள்.

சுலைஹா சொல்வாள். 'மின்றதுன்னா லைட்டு வெளிச்சம் மாதிரி, தீப்பட்டிய கொளுத்துனா மின்னுமுல்ல, வெளிச்சமா இருக்குமுல்ல அப்படி,' என்பாள். இவளுக்கு அது எதுவும் புரியாது.

சூரியன் வட்டமா இருக்கும், நெலா வட்டமா இருக்கும். அப்புறம் நட்சத்திரம் அது வேற மாதிரி இருக்கும். தனக்கே நட்சத்திரத்தைப் பற்றிச் சொல்லத் தெரியாது என்பதை அப்பொழுதுதான் யோசித்தவளாகச் சொல்வாள் சுலைஹா.

'வட்டம்னா முருங்கக்கா மாதிரியா இல்ல கத்திரிக்காயாட்டமா,'

'தீப்பெட்டிய கிழிச்சாக்கா எப்படிடி மின்னும்.' அறியாமை யோடும் ஆர்வத்தோடும் கேட்டுக்கொண்டிருப்பவளுக்குப் பதில் சொல்லத் தெரியாதவளாக, 'அப்படின்னா அப்படித்தான்.' ஒற்றைச் சொல்லில் முடித்துவிட்டு விளையாடத் தெருவில் இறங்குவாள் சுலைஹா. இவளிடமிருந்து தப்பித்துவிட வேண்டும் என்கிற முனைப்பு கொண்டவளாக அவள் ஓடுவாள்.

குத்தடி குத்தடி சைனக்கா

குனிஞ்சு குத்துடி சைனக்கா

கொண்டையில தாழம்பூ

மின்னுதடி டோலக்கு,

தெருக் குழந்தைகளோடு அவளது குரல் இணைந்து கொள்ளும்,

இவள் கேள்விக்கான பதிலை யோசித்தபடியே வாசற்படியில் அமர்ந்திருப்பாள். ஓடியாடி விளையாட ஆசையாகத் தான் இருக்கும். ஆனால் யாராவது பிடித்துத் தள்ளியோ கல் தடுக்கியோ விழுந்து கால் நகம் பிய்ந்துதான் திரும்பி வருவாள். பட்ட காலிலேயே படும் என்பதுபோல இரண்டு கால் கட்டை விரல்களிலும் நகமே இல்லாமல் ஆகிவிட்டிருந்தது.

அம்மா சொல்லிவிட்டாள்... 'நகம் முளைக்கும் வரைக்கும் இனி நீ தெருவுல எறங்கக் கூடாது. நானே கைம் பொம்பளையா இருந்துக்கிட்டு ஒனக்கு வைத்தியம் வேற பாக்க முடியாது,' என்று.

இவள் தனக்குத்தானே சூரியனின் உருவத்தை யோசிக்க முயன்றாள். தீக்குச்சி கிழித்தால் எப்படி மின்னும் என்பதை யூகிக்க முயன்று தோற்றாள். வெளிச்சம் என்றால் என்ன?

பல நாட்களாக யோசித்து யோசித்துத் தோல்வியுற்றவ ளாகத்தான் அன்றைக்கும் அமர்ந்திருந்தவள் சுலைஹாவுக்கும் கண் தெரிந்தும் இதைக்கூடச் சொல்லத் தெரியலையே என்கிற ஆதங்கம் உண்டாயிற்று.

'இந்தா இத புடி கையில' அம்மாவின் குரல் கேட்டது. அவள் இவளது வலது கையை முன்னிழுத்து எதையோ வைத்தாள். ஒரு கொய்யாப் பழத்தை அம்மா இவளது கையில் வைத்திருப்பதை அதன் வாசனையின் வழியே புரிந்துகொண்டாள்.

ஒன்றும் புரியாதவளாக விழித்தவளிடம், "இதைக் கையில் புடிச்சுப்பாரு. இந்த நிலாவும் சூரியனும் இப்படித்தான் புள்ள உருண்டையா இருக்கும்." மகளது நீண்டகாலக் கேள்வியை, சந்தேகத்தைத் தீர்த்துவிட முயன்றாள் அம்மா.

இப்படித்தான் இருக்குமா? வியப்போடு கூவிய இவளை அம்மா சிரித்தபடி அணைத்துக்கொண்டாள். "ஆமாலே இது மாதிரி உருண்டையா பெருசா இருக்கும். யாரு கைக்கும் அடங்காதபடிக்கு," ஓ இதுதான் உருண்டை என்பதா என்று அறிந்துகொண்டவள் அப்ப வெளிச்சமுன்னா எப்படி இருக்கும், நட்சத்திரம் எப்படி இருக்கும்?

இதற்கு அம்மாவிடமிருந்து பதில் வராத பொழுது இவள் குழம்பிப்போவாள்.

நட்சத்திரமும் வெளிச்சமும்னா ரொம்ப கஷ்டமான சங்கதிபோல என்று தனக்குள் அமைதியாக இருந்துகொண்டாள்.

அம்மாவிடம் சுலைஹா ஒருநாள் கேட்டாள், "நான் போற எடமெல்லாம் நெலாவும் என்கூடவே வருதே என்னாத்துக்கு?"

அம்மா சொன்னாள், "ஒங்கூட மட்டுமில்ல. யார் நடந்தாலும் கூடத்தான் வரும். அம்புட்டுப் பெருசா இருக்குல்ல அதான் அப்புடி ..."

அன்றைக்கு ஆமினாவுக்கு ஒரே ஏக்கமாக இருந்தது. தான் நடந்தாலும்கூட நிலா கூடவேதான் வந்துகொண்டிருக்கிறதா அதை நம்மால் பார்க்க முடியாதா என்று.

கண் தெரியாததன் இழப்பை அன்று நீண்டநேரம் சிந்தித்தபடி இருந்தாள்.

12 வயதாக இருக்கும்போது ஒருநாள் அம்மா, "நீ கக்கூசுக்கு ஒண்ணுக்கு இருக்கப் போறப்போவோ, ராத்திரி தூங்கி எந்திரிக்கறப்போவோ, பாவாடை நனைஞ்சுருந்தா, பிசுபிசுன்னு தொடையில ஒட்டுச்சுன்னா ஒடனே எங்கிட்ட சொல்லு," அக்கா சுலைஹாவிற்குத் தெரியாதபடிக்கு இவளின் காதுகளில் கிசுகிசுத்தது அம்மாவின் குரல். அதன் பிறகு பல முறையும் இதைச் சொல்லியிருக்கிறாள்.

இவள் மேற்கொண்டு ஏதும் கேட்கும் முன் அம்மா அங்கிருந்து நகர்ந்துவிடுவாள். எப்போதுமே எதிர்க் கேள்விகேட்க நிற்க மாட்டாள்.

இவள் அம்மா இல்லாத நாளொன்றில் சுலைஹாவிடம் மெதுவாகக் கேட்டாள், "ஏன்லே அம்மா சொல்லறதுக்கு என்னா அர்த்தம்."

"என்னாது," புரியாமல் கேட்டாள் சுலைஹா. அக்காவிடம் அம்மா ஏன் இப்படி ஏதும் சொல்லவில்லை என்று தனக்குத்தானே கேட்டுக்கொண்டவள், "செரி, செரி அம்மாகிட்ட எதுவும் சொல்லாத. நான் சொன்னேன்னு திட்டும்," என்று தமக்கையிடம் யாசித்தாள்.

சுலைஹாவுக்குத் தலையும் வாலும் புரியாமல் இருந்திருக்க வேண்டும். "ஒண்ணும் சொல்ல மாட்டேன் பயப்படாத," என்று தங்கையின் உள்ளங்கையைப் பற்றிக்கொண்டாள்.

ஒருநாள் காலை எதிர்வீட்டுச் சின்னப் பொட்டு வீட்டுத் திண்ணையில் உட்கார்ந்துகொண்டிருந்தாள் ஆமினா. சுலைஹா கொல்லங்குளத்துக்குக் குடிதண்ணி எடுக்கக் குடத்தோடு

போயிருந்தாள். சின்னப் பொட்டு வீட்டில்தான் ரேடியோ இருந்தது. அங்கே எப்போதும் பாட்டு படித்துக்கொண்டிருக்கும். இவள் அம்மாவிடம் ஏதும் சொல்லாமல் தடவித்தடவி நடந்து எதிர்வீட்டுத் திண்ணையில் அமர்ந்து பாட்டுக் கேட்க ஆரம்பித்தாள். அது என்னவோ, ரேடியோவை அவர்கள் வீட்டில் மட்டும்தான் சத்தமாக வைத்துப் பாட்டு கேட்பார்கள். சின்னப் பொட்டுவுக்குப் பாட்டுக் கேட்கப் பிடிக்கும். தினம்தினம் சினிமா பார்க்க தியேட்டருக்குப் போய்விடுவாள். அம்மா சொல்லுவாள், "புருஷன்காரன் வெளிநாட்டுல இருக்கான். இவளுக்கு புள்ளையா குட்டியா, தெனைக்கும் பாத்த சினிமாவ பாத்துட்டு வாறது ஒரு பொழப்பு." அவளது குரலில் கடுமையான எரிச்சல் மண்டிக்கிடக்கும். ஒருநாள் விடாமல் பார்த்த சினிமாவைப் பற்றிய கதைகளை யார் வீட்டிலாவது உட்கார்ந்து சொல்லி, தானும் சந்தோஷப்பட்டு மற்றவர்களையும் சந்தோஷப்படச் செய்துகொள்வாள், சின்னப் பொட்டு.

இவருக்கு அவளை ரொம்பப் பிடிக்கும். இவள் அம்மாவைப் போல இல்லை.

தெருவின் இதமான காற்று நேரத்தை உணர்த்தக்கூடியதாக இருக்க, பசிப்பதுபோல உணர்ந்தவள், மெதுவாக எழுந்து கொண்டாள். தெருவில் பிள்ளைகளின் சப்தமும் பெண்களின் பேச்சொலிகளும் கேட்க ஆரம்பித்திருந்தன. அஸருக்குப் பிறகு பெண்டுகளாலும் பிள்ளைகளாலும் இந்தத் தெரு நிரம்பிவிடும் என்று கணக்கிட்டவளாகத் திண்ணையை அழுத்திப் பிடித்தவளாக எழுந்து, கைகளை முன்புறமாக நீட்டியபடி மெதுவாக அடியெடுத்து வைக்க ஆரம்பித்தாள். எதிர் வீடு என்பதால் எத்தனை அடி எடுத்துவைப்பது என்பதெல்லாம் அத்துப்படியாக இருந்தது.

"என்னலே கொஞ்சம் நில்லு," மைமூனக்காவின் குரல் கேட்டு அப்படியே நின்றவளைப் பின்புறமாக யாரோ தோளைத் தொட்டு, "என்னாச்சு வயசுக்குவந்துட்டயா. பாவாடை எல்லாம் சிவப்பா ரத்தம் நனைஞ்சு கெடக்குது," என்றாள். கூடவே, "எலே ஆமினா அம்மா, இங்கென வா, வெளியில ஒம்மவளப் பாரு," என்று ஓங்கிய குரலில் கத்தி அம்மாவைக் கூப்பிட்டாள். அம்மாவின் மெலிசான காலடிச்சத்தம் அடுக்களையின் உள்ளறையிலிருந்து இவர்களை நோக்கி வெளி வரந்தாவை நோக்கி வருவதை இவளால் யூகிக்க முடிந்தது. குழப்பமான மனநிலையில் நின்றுகொண்டிருந்தவளின் முதுகில் சட்டென ஒரு அடி விழ, ஆவெனக் கத்தினாள்.

“எடுபட்ட முண்ட, தெருவுல போயி ஒக்காந்து அசிங்கப்படுத்திட்டு வாரா; பாவாடையெல்லாம், ஒரே தீட்டு. தெருவே வேடிக்கை பாக்குதே,” அம்மாவின் குரலில் ஆதங்கமும் ஆவேசமும் திரண்டு ஒலிக்க, இவளைப் பிடித்துத் தரதரவென இழுத்துக்கொண்டு வீட்டிற்குள் போனாள்.

“விடு பாவம் சின்னப்புள்ள,” என்றபடி மைமூனாக்காவும் அம்மாவைக் கெஞ்சியபடி வீட்டிற்கு வந்தாள்.

“ஆமா நீ சொல்லுவ. இவள சொல்லி வச்சுருந்தேன். தெருவுக்கு போவாத, புதுப் பாவாடை சட்டைய போடாதன்னு, இப்பப் பாரு இந்த நோன்புக்கு தச்ச பாவாடை சட்டைய போட்டுக்கிட்டு, தெருவுல ஒக்காந்துருந்து வாரா. இந்த துணிய இனி உடுத்த முடியுமா, மொதத் தீட்டு பட்ட துணியை தலையை சுத்தி தூக்கியில்ல எறியணும், முழுசா 30ரூவா குடுத்து வாங்குனது.” அம்மா எதையெதையோ சொல்லியபடி இவளைக் கொல்லைவரைக்கும் இழுத்துச் சென்றுகொண்டிருந்தாள்.

இவள் அன்றிரவு வரை அழுதுகொண்டிருந்தாள். தன்னையறியாமல் தொடையில் பரவிப் பிசுபிசுத்த தீட்டு என்ன நிறம் என்பதை அவளுக்குப் புரிந்துகொள்ள வேண்டியிருந்தது.

ஒருவேளை சுலைஹாவிடம் கேட்டால் அவளாலும் ரத்தத்தின் நிறத்தைப் புரியவைக்க முடியாமல் போகலாம். தீட்டு என்றால் ரத்தம், ரத்தம் என்றால் சிவப்பு, சிவப்பு நிறம் எப்படி இருக்கும் என்று எண்ணியபடி அன்றிரவு தூங்கிப்போனாள்.

அன்றிலிருந்து இன்றைக்குவரை தான் இன்னும் தெருவில் இறங்கி நடந்தது இல்லை என்பது நினைவுக்குவர, ஆழமான பெருமூச்சொன்று உதிர்ந்தது.

கல்யாணம் பண்ணாமல் வீட்டை விட்டு வெளியில் இறங்கக் கூடாது என்பது சரி; எனக்குத்தான் கட்டிக்கிற ஒருத்தனும் வரலையே, பின்ன என்ன செய்ய? கடைசி வரைக்கும் மூளியா இருக்க வேண்டியதுதான்; அப்படித்தானே இந்த எழுபது வயதைக் கடந்து வந்திருக்கிறேன்.

வெளி உலக நடமாட்டமும் ஆணின் ஸ்பரிசமும் இல்லாத அந்த இளம் பருவத்தைக் கடப்பதற்கு எத்தனை கஷ்டப்பட்டிருக்கிறாள். ஒரு ஆணின் உடல் எப்படி இருக்கும் என்பதை யாரிடம் கேட்டுத் தெரிந்துகொள்வது?

இன்றுவரை அறிந்துகொள்வதற்கான ஒரு கேள்வியாகத்தானே அவளிடம் மிச்சமிருக்கிறது.

இன்று பர்வீன் தனிமை தன்னுடைய தனிமையைப் போல இல்லை. வீட்டிற்கு டிவி, போன் வந்துவிட்டது. அவளுடைய உணர்வுகளை அவை தூண்டிவிடக்கூடும். கட்டுப்படுத்தவோ தள்ளி நிற்கவோ அவளால் சாத்தியமில்லாமல் போகும். இதைத் தான் கண்டுகொள்ளாமல் இருப்பதா, இல்லை கறாராக இருப்பதா என்கிற தடுமாற்றம் கூடிக்கொண்டிருந்தது.

குடும்ப கவுரவம், மானம், மரியாதை என்பதையெல்லாம் தாண்டிப் பர்வீனை ஆதரிக்க வேண்டும் என்பதே மனதில் இருந்தாலும், அதையும் தாண்டிய ஒரு கவனம்தான் இன்று அவளைக் கடிந்துகொள்ள வைத்ததோ என நினைத்து மனதைத் திடப்படுத்திக்கொள்ள யத்தனித்தாள்.

51

ஊர் அதிர்ந்துபோய் இருந்தது. யாருக்கும் என்ன நடக்கிறது என்பது புரியவில்லை. டவுனிலிருந்து போலீஸும் சமூகநலத் துறை அதிகாரிகளும் குழந்தைகள் நலக் கமிட்டியிலிருந்து ஒரு வக்கீலும் வந்து இறங்கித் திருமண வீட்டைச் சூழ்ந்திருந்தார்கள். மும்தாஜின் கணவரும் ஜமாஅத் தலைவர் அம்ஜத்தும் கடும் வாக்குவாதத்தில் அதிகாரிகளுடன் ஈடுபட்டிருந்ததை ஊர் கூடி நின்று வேடிக்கை பார்த்தது. "இதென்னாது அநியாயமா இருக்கு?" என்று பெண்கள் முகவாய்க்கட்டையில் வைத்த கைகளோடு தம் வீடுகளின் வாசற்படிகளில் நின்று கவனித்துக்கொண்டிருந்தார்கள்.

அம்ஜத் சொன்னார், "இது எங்க ஊர் முஸ்லிம் சட்டப்படி நாங ்க எப்ப வேணும்னாலும், எந்த வயசுன்னாலும் கல்யாணம் வப்போம். அதுல தலையிட அரசுக்கு உரிமை கிடையாது. புதுசா இங்கெ வந்து சட்டம் பேசுறதுக்கு நீங்கள்லாம் யாரு?"

எகிறிக் குதித்தார் அம்ஜத். ஊரின் முன்பாகத் தனது அதிகாரத்தைக் காட்ட வேண்டிய கட்டாயத்தில் இருந்தார். இடையில் தனக்குத் தெரிந்த முன்னாள் தாசில்தார் ஒருவருக்கும் போன் செய்து தனியே போய் எதையோ பேசிவிட்டு வந்தார்.

அந்தப் பெண் அதிகாரி கடுமையாக இருந்தார். அவருக்கு யார் பேசியதும் காதில் விழுந்ததாகவே தெரியவில்லை.

“கலெக்டர் உத்தரவுங்க, நாங்க வந்துருக்கோம், கல்யாணம் நடக்கக் கூடாது; விட மாட்டோம்”.

பெண் வக்கீல் ரொம்பவே பேசினார்.

அனிபா ஹஜரத் செய்வதறியாமல் வேடிக்கை பார்த்துக் கொண்டிருந்தார். வீட்டிற்குள் பெண்கள் அழும் ஓசை சன்னல் வழி சன்னமாகக் கேட்டது.

காற்றில் ஆடும் வாழை மரமும் பந்தலும் பிரியாணி கொதிக்கும் வாசமும் கண் முன் நடக்கும் வாக்குவாதங்களும் ஒருவிதமான மயக்கத்தையும் குழப்ப மனநிலையையும் உண்டுபண்ணின.

இது ஒன்றும் நல்லதுக்கல்ல என்று உள் மனது சொல்லிற்று. இத்தனை காலமாக நடக்காதது இப்பொழுது எப்படி நடக்கலாம் என்று தனக்குள்ளாகவே கேட்டுக்கொண்டார். தாடிக்குள் கைவிட்டு நீவியபடி அந்தப் பெண் வக்கீல் பேசுவதை உற்றுக் கவனித்தார். அவர் சட்டம் எல்லாம் சொல்லி, கடந்த மாதத்தில் எந்தெந்த ஊரில் யார் யார் வீட்டுத் திருமணங்களை கலெக்டர் உத்தரவின் பேரில் நிறுத்தினோம் என்பதை அம்ஜத்திடம் பட்டியல் போட்டுக்கொண்டிருந்தார்.

கைகளிலிருந்த பைல் ஒன்றைத் திறந்து, அதில் இருந்த பேப்பர் செய்திகளைக் காட்ட முயன்று அம்ஜத்தின் புறக்கணிப்பினால் தோற்றவராக மூடி வைத்தார்.

“யாரு இங்கே கலியாணத்த நிறுத்த வந்தது,” கர்ண கடூரமான குரலோடு வந்து சேர்ந்தான் ஹசன். அனிபா ஹஜரத், ‘அதானே இவ்வளவு நேரம் இவன எங்கே காணோம்னு பாத்தேன்’ எனத் தனக்குள் முனகினார்.

அவனைப் பார்த்ததும் அம்ஜத் பாய்க்கு மூஞ்சி சிறுத்துப் போயிற்று. எப்போது பார்த்தாலும் பள்ளிவாசலில் கணக்கு வழக்கு கேட்பதும், மாதாமாதம் பள்ளிவாசல் போர்டில் மற்ற ஊர் ஜமாத்தைப் போல கணக்கு வழக்கை எழுதிப்போடச் சொல்லித் தகராறு செய்வதும், கந்தூரி நடத்துறதும் அல்லாவுக்கு இணை வைக்கிற ஹராமான காரியம் என்று வருடா வருடம் வாக்குவாதம் செய்வதும்... அவனைப் பார்த்தாலே இவருக்கு ஆகாது என்பதால் முகம் திருப்பிக்கொண்டார். இப்போதெல்லாம் இந்தப் பள்ளிவாசலில் வந்து அவன் தொழுவதில்லை.

பக்கத்து ஊரிலிருக்கும் தவ்ஹீத் ஜமாத் பள்ளிக்குத் தொழுகப் போய்விடுகிறான். இந்த முகைதீன் ஆண்டவர் பள்ளிக்குள் கால் வைப்பதில்லை. இஸ்லாத்திற்கு விரோதமாக இந்தப் பள்ளிவாசலில் உள்ளவர்களின் செயல்பாடுகள் இருப்பதாகக் கடுமையாகப் பேசுவான்.

இதுவரை பேசிப் பார்த்ததில் ஒன்றும் நடக்காது என்று அவருக்குப் புரிந்தது. ஊர் பார்க்கக் கூடி நிற்க, அரைமணி நேரம் பேசியும் தன்னால் ஒன்றும் முடியவில்லை என்பதை ஊர் தெரிந்துகொண்டால் நாளைக்குத் தன்னுடைய மரியாதை, மதிப்பு சற்றுக் கீழே இறக்கம் கண்டுவிடும் என்று யோசித்த அவர், அதை அவர் எப்படித் தவிர்ப்பது என்று யோசித்தார். ஹசன் வந்து சேர்ந்தது நல்லதாகப் போயிற்று.

அவர் மும்தாஜின் கணவர் ரசீதுவிடம் சொன்னார், "இப்ப நான் பேசிக்கிட்டு இருக்கப்போ, வேற யாரும் குறுக்கால புகுற வேணாம்." தான் விலகிப்போய்விடுவதான மிரட்டல் அதில் இருந்தது. அவர் யாரை நினைத்துச் சொல்கிறார் என்பதை ரசீதும் அறிவார், ஊரும் அறியும்.

ரசீது செய்வதறியாத பதற்றத்தில் இருந்தார். "தலைவரே நீங்க பாட்டுக்குப் போயிராதீங்க," காலில் விழாத குறையாகக் கெஞ்சினார்.

அதற்குள் ஹசன் காட்டுக் கத்தலாக அதிகாரிகளிடம் கட்டி ஏறத் துவங்கினான். அந்த அதிகாரி சொன்னார், "இங்கே கத்துறதுக்கு வேலையில்ல, குறுக்க யார் வந்தாலும் அரெஸ்ட் பண்ணுவோம்."

அம்ஜத் சற்று ஒதுங்கி நின்று யோசிக்க ஆரம்பித்தார். இப்பொழுது ஹசன் மூலமாக எதுவும் நடக்கப் போவதில்லை. தன்னாலும் அதிகாரிகளைத் தடுத்து நிறுத்துவது சாத்தியம் இல்லை என்பதையும் தெளிவாகப் புரிந்துகொண்டிருந்தவருக்கு, இதைத் தன்னுடைய தோல்வியாக ஒப்புக்கொள்ளாமல் ஹசனுடையதாக மாற்றிவிடலாம் என்கிற நிம்மதி உண்டாகிற்று. தன்னால் முடிய வேண்டிய விஷயம் ஹசன் நடத்துகொண்ட விதத்தினால்தான் கெட்டுப் போய்விட்டது என்கிற மாதிரியான தோற்றத்தை உருவாக்கித் தனது மரியாதையைக் காப்பாற்றிக் கொண்டால் போதும் என்று நினைத்துக்கொண்டார்.

அவர் ஒதுங்கி நின்றது ஹசனுக்கு இன்னும்கூட வேகத்தைக் கூட்டிற்று. அவரது புத்திசாலித்தனத்தைக் கையாலாகாத்தனமாகப் புரிந்துகொண்டான்.

அதிகாரிகளோடு சண்டையிட்டுத் தனது தைரியத்தை வெளிப்படுத்தி ஊரில் தனக்குக் குறைந்திருக்கிற மரியாதையை மீட்டெடுக்க முடியும் என்று அப்பாவித்தனமாக நம்பினான்.

ஒற்றைக்கல் மூக்குத்தியும் உயரப் போட்டிருந்த கொண்டையும் காட்டன் புடவையுமாகப் படு அமர்த்தலாக நின்றுகொண்டிருந்த அந்த வக்கீல் அவனது வறட்டுத்தனமான கத்தலை ஏளனமாகப் பார்த்தார்.

அதிகாரத்தின் அதிகபட்ச தோரணையோடு குரலை உயர்த்திய சமூக நல அதிகாரி, "மிஸ்டர், உங்க மதத்துல என்ன சொல்லி இருக்குங்கறத எல்லாம் இங்க பேசாதீங்க, போய் கோர்ட்டுல பேசுங்க. இது சட்டம். குழந்தை திருமணங்கறத நியாயப்படுத்த ஒங்க யாருக்கும் ரைட்ஸ் கிடையாது. முதல்ல ரைட்ஸ தெரிஞ்சுக்கோங்க." கடுமையாக ஒலித்த குரலைக் கேட்டு ஹசனும் மற்றவர்களும் சற்று தடுமாறத்தான் செய்தார்கள்.

இருந்தாலும் ஹசன் அந்தத் தடுமாற்றத்தை மறைத்துக் கொண்டு, குரலை உயர்த்திக் கத்த ஆரம்பித்தான்.

"உங்க சட்டத்தை இங்க கொண்டு வராதீங்க, எங்களுக்கு எங்க சட்டம் இருக்குது; ஞாபகம் வெச்சுக்கங்க." அவனது குரல் மட்டுமல்ல, உடலும் எகிறித்துடிக்கத் தயாராக இருக்க? "ஏங்க மிஸ்டர் நீங்க இப்ப ஒதுங்குறீங்களா இல்ல உங்க மேல நடவடிக்கை எடுக்கணுமா". அந்த அதிகாரிக்கு இவனை எப்படி அங்கிருந்து அப்புறப்படுத்துவது என்கிற யோசனை வந்திருக்க வேண்டும். அவர், அதற்கான தயார்நிலையில் தங்கள் குழு இருப்பதாகக் காட்டிக்கொள்ள வேண்டிய கட்டாயத்தில் இருந்தார்.

இதுவரை அமைதியாக இருந்த காவல்துறை அதிகாரி மெதுவாக ஹசனுக்குப் பக்கத்தில் வந்து, "சார் ப்ளீஸ் தேவையில்லாம பிரச்னை செய்யாதீங்க. எங்க வேலைய பாக்க விடுங்க," கறாரான குரலில் சாந்தமான முகத்தோடு அவன் அங்கிருந்து அகன்று போக வேண்டியதன் அவசியத்தை வலியுறுத்தினார்.

இப்பொழுது ஹசனுக்கு என்ன செய்வது என்று புரியவில்லை. தனது தோல்வியை ஒப்புக்கொண்டே ஆக வேண்டும் என்கிற நிலை புரிய தனது குரலைச் சற்று மட்டுப்படுத்தியவனாக, "சரி இப்ப என்னா செய்யணும்னு சொல்றீங்க," என்றான்.

ஒருவழியாக அவனை அமைதிப்படுத்திய நிம்மதி அந்த அதிகாரியின் முகத்தில் தெரிய, "பொண்ணோட அப்பா,

அம்மா எங்களுக்கு எழுதிக் குடுக்கணும், கல்யாணத்த ஸ்டாப் பண்ணிடறோம்னு. இல்லன்னா பெண் குழந்தைய எங்க கஸ்டடில கொண்டு போய் சமூகநலத் துறையோட ஹோம்ல வச்சுடுவோம். சம்பந்தப்பட்ட பேரண்ட்ஸ் பேர்ல எப்ஐஆர் போட்டுடுவோம். என்ன வேணும்னு முடிவு பண்ணிக்கோங்க."

ரசீது கண்ணீரோடும் ஆற்றாமையோடும் திருமணத்தை நிறுத்துவதாக எழுதிக் கொடுத்தார். ஆனால் அடுத்த இரண்டாவது நாளில், மூன்றாம் பேருக்குத் தெரியாதபடிக்கு இரவோடு இரவாக வீட்டிற்குள் வைத்து நிக்காஹ் முடிந்துவிட்டது.

52

ஊருக்குள் ஒருவிதமான பேச்சு பரவிக் கிடந்தது. பர்வீன்தான் கலெக்டர் அலுவலகத்திற்குத் திருமணம் தொடர்பாகத் தகவல் கொடுத்திருப்பாள் என்று.

எல்லாம் நபிஸாவாகத்தான் இருக்கும் என்று நினைத்துக்கொண்டாள் பர்வீன். ஆனால் கல்யாணம் தான் நடந்து முடிந்துவிட்டதே, பிறகென்ன என்கிற தைரியம் வந்திருந்தது இவளுக்கு. முன்பிருந்த குற்றவுணர்ச்சியும் பயமும் முற்றிலுமாகப் போய் விட்டது.

வழக்கத்தைப் போல வேலைகளைச் செய்ய முடிந்தது. வீட்டை விட்டுப் போவது இல்லை என்றாலும், மெஹரையும் அம்மாவையும் மட்டும் போய்ப் பார்த்துவிட்டு வருவாள். மெஹர் இன்னும் கூட பிரமை பிடித்தவள்போலத் தான் இருக்கிறாள். அவளது கண்களில் தெரியும் வெறுமை ஏனோ மனதைப் பிசைவதாக இருக்கிறது. சாஜிதாவின் ஆதரவில்தான் உயிர் ஒட்டியிருக்கிறது என்று நினைத்துக்கொண்டாள்.

நன்னி வெத்திலை இடித்துக்கொண்டிருந்த சப்தம், நினைவுகளைக் கலைத்தது.

அவள் ரொம்பவும்தான் எலிக்காது கொண்டவள் என்று நினைத்துக்கொண்டாள். ஒரு நொடியில் தான் மூர்த்தியோடு பேசியதை அன்றைக்குக் கண்டுபிடித்து விட்டாளே என்று ஆச்சர்யமாக இருந்தது.

வீட்டிற்குள் யார் நுழைந்தாலும் காலடி ஓசையை வைத்தே, ஆபிதா, ரபிக்கா, நபிஸா என்று சொல்லிவிடுவாள். அவ்வளவு கூறு என்று தனக்குதானே நினைத்துக்கொண்டாள்.

அன்றைக்கு அவள் கேட்ட பிறகு, பிஓவிடம் போனில் பேசுவதையே நிறுத்தியிருந்தாள். இப்போவும் வாட்ஸ் ஆப் இல் தான் அவனோடு உறவாடிக்கொள்கிறாள். சிறிய வீட்டின் எந்த அறையிலிருந்து பேசினாலும், தனது குரலின் தன்மையை வைத்தே அவளால் கண்டுபிடித்துவிட முடியும்; அம்மாவிடம் ஏதும் சொல்லிவிடுவாளோ என்று பயந்துகொண்டிருந்ததுபோல ஏதும் நடக்கவில்லை.

அழைப்புமணி அடிக்கும் சத்தம் கேட்டுத் தன் நினைவுக்கு வந்தவள், யாராக இருக்கும் என்று சன்னல் கதவைத் திறந்து பார்த்தாள். ஹசன்தான் நின்றுகொண்டிருந்தான். திடீரென என்னவென்று பயமாக இருந்தது.

அவன் வந்தான் என்றால் ஏதாவது பிரச்சினையிருக்கும் என்றுதான் மனதில் பதிவாகியிருந்தது.

தலையில் முக்காடிட்டபடிக் கதவைத் திறந்தாள். ஸலாம் சொல்லியபடி உள்ளே வந்தவன், “என்ன நன்னி எப்புடியிருக்க,” என்று கட்டிலில் நன்னியின் அருகில் அமர்ந்துகொண்டான். பர்வீன் வேடிக்கை பார்த்தபடி கதவோரம் ஒதுங்கி நின்று கொண்டிருந்தாள். என்ன புதிதாகச் சொல்லப்போகிறான் என்கிற அலட்சியத்தை முகத்தில் தேக்கியிருந்தாள்.

மைதானத்தில் சட்டென எதிர்பாராத நிலையிலிருந்து வந்து விழும் பந்தைப்போல, அவன் கேட்டான், “நீதான் கல்யாணத்த பத்தி தகவல் குடுத்த போல?”

இவள் நிலைகுலைந்துதான் போனாள். என்ன சொல்வது என்பது புரியாத பயத்தில் அமைதியாக உறைந்துபோய் நின்றாள்.

“நான் ஒண்ணும் ஊருக்குள்ள பேசுற மாதிரி யூகத்துல பேசல. ஒன்னோட போன் பில்ல ஆபிஸ்ல வாங்கினேன். ஐட்டமைஸ்டு பில். அதுல வந்துருக்கு யாருக்கெல்லாம் நீ பேசுறன்னு.” யாருக்கெல்லாம் என்கிற வார்த்தை மிகமிக அழுத்தமாக வந்து விழுந்ததைக் கேட்டு அவமானத்தில் கூனிக் குறுகிப்போனாள்.

ஹசனைப் பொறுத்தவரை அந்தத் திருமண விவகாரத்தில் ஜமாஅத் தலைவரின் மதிப்பு ஊரார் முன்பாகக் குறைந்து போனதில் திருப்திதான். என்றாலும், நமது இஸ்லாமியச் சட்டதிட்டங்களுக்குள் அரசின் தலையீடு இருக்கக் கூடாது

என்பதில் உறுதியோடு இருந்தான். இதில் எக்காரணம் கொண்டும் விட்டுக்கொடுப்பது சரியாக இருக்காது என்றும் நினைத்திருந்தான்.

இவளிடமிருந்து பதில் ஏதும் வராதது அவனுக்குத் திருப்தியாக இருந்தது. அவள் தன் கண்காணிப்பில்தான் இருக்கிறாள் என்பதைத் தெரிவித்துவிட்டுப்போகலாம் என்று நினைத்துத்தான் வந்தான். அது முடிந்துவிட்ட பிறகு அவன் அங்கிருந்து கிளம்ப யத்தனித்தான். “வரேன்” என்று சொல்லிவிட்டு விருட்டென்று எழுந்தவன், “நம்ம குடும்பம், அந்தஸ்து, மானம், மரியாதை எல்லாம் ஞாபகத்துல வச்சுக்கிட்டா நல்லா இருக்கும்னு நெனைக்கிறேன், பொட்டச்சி பொட்டச்சியா இருந்தாதான் நல்லது. இனி சுயஉதவிக் குழு, அது இதுன்னு திரியாதே; ஊர்ல ஒன்மேல வெறியா இருக்கானுங்க,” கோபத்தில் சிவந்த முகத்தோடு அறிவுரை சொல்லியபடி சட்டென எழுந்து வெளியே போனான்.

பர்வீனுக்கு அதிர்ச்சியும் எரிச்சலும் ஒரே சமயத்தில் மண்டின. போன் பில்லை வாங்கிப் பார்த்துக் கண்காணிக்கிறான் என்பதே அவமானமாக இருந்தது. நல்லவேளை, அன்றைக்கு நன்னி புரிந்துகொண்டு கேட்ட பிறகு அதிகமும் அவனுக்குப் போன் செய்யவேயில்லை என்பதை நினைத்து ஆசுவாசப்படுத்திக் கொண்டாள். மௌனமாக அவன் பேசிவிட்டுச் சென்றதை உள்வாங்கியபடி அமர்ந்திருந்த நன்னி சொன்னாள், “இவன் ரொம்பவுல்ல பண்றான். யாருக்கு போன் பேசுறாக எப்பொ கக்கூசுக்குப் போவாகன்னுல்லாமா கண்காணிச்சுக்கிட்டு இருப்பான் லூசுப் பய”. அவளது குரலில் தன்னை ஆறுதல்படுத்துவதற்கான நோக்கம் இருந்தது என்பதைப் புரிந்துகொள்ள முடிந்தது இவளுக்கு. அந்த ஆறுதல் தேவைப்படுகிற நிலையில் அவள் இல்லை.

53

மெஹர் கட்டிலில் படுத்திருந்தாள். அம்மா, ஹசனுக்கும் அவனது ரெண்டாவது மனைவிக்கும் சாபங்களை விட்டுக்கொண்டிருந்தாள். காலையில் தெருவில் அவர்கள் இருவருமாக காரில் எங்கோ செல்வதைப் பார்த்திருக்கிறாள்.

“எவ்வளவு இருந்தா அவன் இந்த தெருவுலயே பொழுதுக்கும் போவான், நம்பள உக்கிப் போகவைக்கிறானாம், கூதி மகன். அல்லா நீ கேளு, எம் மவள வீட்டுக்குள்ள முடங்கிப்போய் ஒக்கார வச்சுட்டு அவன் ஒய்யாரமாத் திரியறது ஒனக்கே அடுக்குதா.”

எந்தச் சலனமுமில்லாமல் படுத்திருந்தாள் இவள். அவனால்தானே, அவன் இரண்டாவது திருமணம் செய்ததால்தானே தனக்கு இத்தனை சீரழிவு என்று யோசித்தாள்.

அபியோடு திருமணம் முடிந்தபோதுகூட, இனி பிள்ளைகளோடும் அவனோடும் எங்கேயாவது போய் நிம்மதியாக வாழலாம் என்கிற சிறிய நம்பிக்கை இருந்தது. பிள்ளைகளைப் பிரித்து அதையும் கெடுத்து, மறுபடியும் தன்னை இங்கே கொண்டுவந்து சேர்த்துவிட்டான். ஊரில் தன்னை யாரும் மதிப்பதில்லை, பேசுவதில்லை, மற்ற வீட்டு விஷேசங்களுக்கும் போக முடிவதில்லை, அவமானமாக இருந்தது. எல்லாம் நான் செய்த

இரண்டாவது திருமணத்தினால்தான். அதற்கும் அவன்தானே காரணம். ஆனால் அவன் வழக்கம்போல, தன் புதுப் பொண்டாட்டியோடு வேண்டுமென்றே பவனி வருகிறான். ஆண் என்பதால் அவமானம் வராது போல என்று நினைத்துக் கொண்டாள்.

அம்மாவின் ஆத்திரம் காலையிலிருந்தே வார்த்தைகளாய் வெடித்துக்கொண்டிருந்தது.

அனிபா ஹஜரத் மனைவி ஜன்னலோரம் நின்று காதுகொடுத்துக் கேட்டுக்கொண்டிருந்துவிட்டு, உள்ளே வந்தாள். "ஏல கத்துற, என்னமோ, நீ ஒரு தப்பும் செய்யாத மாதிரி. ஓம் மவளுக்கு ரெண்டாங் கல்யாணம் தேவையா, இப்ப எவளாவது நீ திட்டுறத ஒத்துக்குவாளா, உனக்கு நாயம் பேசுவாளுகளா, சும்மா கெடந்து குதிக்கிற? பொத்து வாயை," என்றாள். அந்த நொடியிலேயே அம்மாவின் அழுகையும் கேவலும் நின்றன என்றாலும், அவற்றிற்கு முடிவேயில்லை என்பதுபோல உணர்ந்தாள்.

இதற்கு ஏதேனும் தீர்வு இருக்கிறதா என்றும் யோசித்தாள். ஒன்றும் புலப்படாமல் இருந்தது. இதுதான் வேண்டும் என்று எனக்காவது ஒரு நோக்கம் இருக்கிறது. என் பிள்ளைகள் என்னோடு வந்து சேர்ந்தால் போதும். ஆனால் அவளுக்கு என்ன இருக்கப்போகிறது. தன் மகளது வாழ்க்கையில் இனி எதுவுமே இல்லை என்பதை மிகத் தெளிவாக உணர்ந்ததனால்தான் இப்படி அழுகிறாளோ, அவளுக்கு ஏன் புரியவில்லை எனது மனநிலை? ஆணோடு வாழ்வதுதான் வாழ்க்கையா?

எனக்கே என் வாழ்க்கை குறித்த எந்த எதிர்பார்ப்பும் இல்லை; அவள் ஏன் கண்டதையும் நினைத்துக்கொள்கிறாள் என்றிருந்தது.

தான் அழாமலிருந்தாலும் அவள் அழுவதும் துன்பப்படுவதும் தான் தாங்கிக்கொள்ள இயலாததாக இருந்தது. தீர்வேயில்லாத ஒரு விஷயத்திற்காக இன்னும் எத்தனை நாட்கள், மாதங்கள், வருடங்கள் அழப்போகிறாள் என்றிருந்தது.

சுலையம்மா சொன்னாள், "சரி விடு, அழுது என்னா பண்ணப்போற, நசீபுப்படி நடக்குது எல்லாமும். அல்லா எதை விதிச்சிருக்கானோ அதுதானே நடக்கும். நீ அழுது தவிக்கிறது அந்த நாயனுக்குத் தெரியாம இருக்கப் போவுதா," என்றவள், "என்னமும் ஆனம், வெஞ்சனம் இருந்தாக் குடு, எங்கெ செஞ் சிருக்கப் போற, அழுகத்தானே ஒனக்கு சரியா இருக்கும்," என்றாள்.

சல்மா

ஆசியாம்மா கண்ணையும் முகத்தையும் சேலை முந்தானையால் துடைத்துக்கொண்டாள். "புளியானம் காய்ச்சிருக்கேன், இருங்க," என்றபடி, எழுந்து அடுப்படிக்குள் போனாள்.

"ஆமா, நாம கவலையா இருக்கோமுன்னு வவுத்துக்குத் தெரியவா போவுது," என்ற சுலையம்மா, மெஹரின் அறைக்குள் எட்டிப் பார்த்து, "ஏலே எந்திரி மொகத்தக் கழுவு, சாப்புட்டுட்டு எங்க வீட்டுத் திண்ணையில வந்து ஒக்காரு, நீ இப்புடி கெடந்தா ஒங்கம்மா அழுகாம என்னா பண்ணுவா," என்றாள்.

மெஹர் சலனமற்று அப்படியே படுத்திருந்தாள்.

54

பர்வீனுக்கு ரொம்பவே வெறுப்பாக இருந்தது. தான் போனில் பேசுவதைச் சகோதரன் கண்காணிக்கிறான் என்பது அவமானமாக இருந்தது. இளம் வயதில் தனிமையிலிருக்கும் சகோதரிக்கு மனத்தில் சலனம் ஏதும் வந்து தவறான வழியில் சென்றுவிடக் கூடாது என்கிற கவலை இல்லாத ஒரு சகோதரனைப் பார்க்க முடியாது என்பது யதார்த்தம் தானே என்று சமாதானம் செய்துகொள்ள முயன்றாள். என்றாலும், அவமானமாக இருந்தது.

தன் மீதான சந்தேகத்தின் பொருட்டுதான் அவன் இந்த விஷயத்தைச் செய்திருக்கிறான் என்பது உறுதியாகத் தெரிந்தது.

தான் கலெக்டர் அலுவலகத்துக்கும் வங்கிக்கும் போவதும், பல ஆண்களைச் சந்திப்பதும் ஏதோ ஒருவிதத்தில் அவனைச் சந்தேகப்படுவதற்கும் கண்காணிப்பதற்கும் தூண்டியிருக்கின்றன என்பதைப் புரிந்துகொண்டாள். அவன் சந்தேகப்படுவதற்குத் தோதாகத்தான் நானும் தவறுசெய்கிறேனோ என்கிற குற்றவுணர்வும் அவ்வப்போது தலைகாட்டாமல் இல்லை.

அவனைப் பொறுத்தவரை பெண்கள் வீட்டை விட்டு வெளியில் போவதே நல்லதில்லை,

பாதுகாப்பில்லை என்று நினைப்பவன்தானே! இதில் விசனப்படவும் அவமானப்பட்டுக் கூனிக் குறுகவும் என்ன இருக்கிறது என்று தேற்றிக்கொண்டாள்.

வேறு ஒரு ப்ரீபெய்டு சிம்கார்டு வாங்கியும்விட்டாள். இனி இந்த நம்பரை யாருக்கும் கொடுக்காமல் வைத்துக்கொள்ள வேண்டும் என்று நினைத்துக்கொண்டாள்.

இனி அவன் என்னைக் கண்காணிக்க முடியாது என்கிற நிம்மதியும் கர்வமும் உண்டாயிற்று. இவன் எதற்காக என்னைக் கண்காணிக்க வேண்டும்? எனக்குப் பிடித்ததைச் செய்ய வேண்டுமா வேண்டாமா என்கிற விஷயத்தை நான்தானே முடிவு செய்ய வேண்டும்? இதில் வேறொரு நபர் எப்படி முடிவு செய்ய முடியும் என்கிற வீம்பு அடிமனத்தில் மிக ஆழமாக உருவாகியிருந்தது.

பி.ஓ.வுடனான அவளது பேச்சு இப்போதும் புது எண்ணின் வழியே நடந்துகொண்டுதானிருந்தது. இருவருக்குமான உறவு என்பது, நிச்சயமாக ஒரு கட்டத்தைத் தாண்டிப் போகப் போவதில்லை என இருவருமே அறிந்திருந்தார்கள் என்பதனால் பேசுவதன் வழியே இருவரும் தங்களுக்கான மகிழ்ச்சியையும் இன்பத்தையும் உருவாக்கிக்கொண்டிருந்தார்கள்.

அவன் காதல் உணர்வுகள் என்னவென்று அவளுக்குக் கற்றுக்கொடுத்தான்.

இதுவரைக்கும் தான் அறிந்தேயிராத அவ்வுணர்வுகளையும் அதன் சந்தோஷங்களையும் அவள் ரசித்தாள். சமயங்களில் தப்புச் செய்கிறோமோ என்று மனசாட்சி உறுத்தும்போது மட்டும் ரொம்பவே கஷ்டப்படுவாள். தொழுது அல்லாவிடம் மனமுருகி மன்னிப்புக் கேட்பாள். அடுத்த சில நாட்களுக்கு அவள் தன் மனத்தைக் கட்டுப்பாட்டுக்குள் வைத்திருப்பாள். குரானும் கையுமாக தஸ்பீஹ் ஓதியபடி, தன்னுள்ளிருக்கும் சைத்தானை விரட்டியடிக்க முயற்சிப்பாள். ஆனால் அடுத்துவரும் நாட்களில் அவளால் கட்டுப் படுத்தவியலாததொரு நிலைக்கு வந்துசேரும். இரண்டு நாட்களுக்கு முன்பு எது பாவம் என்று சொல்லி அழுது ஆண்டவனிடம் துஆ செய்து மன்னிப்புக் கேட்டாளோ, அது தவறே இல்லை என்பதுபோல மனத்தில் ஓடிக்கொண்டிருக்கும்.

நன்னிக்குத் தெரியாமல் அறையின் உள்ளிருந்து உருவாக்கும் காதலின் வசீகரத்தை, வாசனையை எப்போதும் மறைத்து வைத்தாள் பர்வீன்.

என்றாலும், அவளது நடையில் தெரியும் உற்சாகத்தை, துள்ளலை, வாயில் முணுமுணுக்கும் பாடலை, டிவியில் பார்க்கும் படங்களை வைத்தே உணர்ந்துகொள்கிற அளவுக்கு நன்னியின் நுண்புலன்கள் இருந்ததை அவள் யோசிக்கவில்லை.

ஆமினாவும் தன் அறிதல்களால் அவளைக் கண்காணிப்பதற்கும் தடுப்பதற்கும் முயலவில்லை. கள்ள மௌனத்துடன் அதை ரசித்துக்கொண்டிருந்தாள்.

காலமும் வயதும் பரிசளிக்கும் கொடைகளை எல்லாத் தருணங்களிலும் மறுத்துவிட இயலாது என்பதை அறிந்திருந்தாள் அவள். ஆனால் இந்த நிலையைத் தாண்டிய உறவை நோக்கிப் போய்விடக் கூடாது என்கிற கவனம் ஆமினாவிடம் இருந்துகொண்டிருந்தது.

55

கால் வலி பின்னியெடுத்தது. காரிலிருந்து இறங்கவே ஹசனின் உதவி தேவையாக இருந்தது. "பாத்து இறங்கும்மா," என்றான். ஒரு வருட காலத்திற்குப் பிறகு மகன் தன்னோடு பேசுகிறான், நினைக்கும்போதே கண்களில் நீர் தளும்பிற்று.

மெதுவாக இறங்கி வீட்டுக்குள் நடந்தாள். ஆதரவாகக் கையைப் பிடித்துக்கொண்டு நடந்தவன், "மாத்திரையை நேரத்துக்குச் சாப்பிடுங்க. மறுபடி அடுத்த மாசம் போகணும்," என்றான்.

பதில் சொல்லாமல், சோபாவில் அமர்ந்தாள். சற்று நேரம் அம்மாவையே பார்த்துக்கொண்டிருந்தவன், "பர்வின கூட வச்சுக்கிட்டா என்னா வேலைக்கு," என்றான். "அவள் பாவம் நன்னிய பாத்துக்கணுமுல்ல," என்றாள்.

"நன்னியையும் இங்க கூட்டி வந்து வச்சுக்கலாமுல்ல", என்றான். "அய்யய்யோ அந்த பொம்பளைக்கு உம் போடுறது யாரு? பொழுதுக்கும் நொய்நொய்னு பேச்சுக்குடுத்துக்கிட்டு என்னால முடியாது. பர்வீன் பேச்சு வச்சுக்க மாட்டா. அதுனால காலம் ஓடுது," என்றாள்.

சற்றுநேரம் தயங்கி நின்றவன் மெதுவாக, "கதிஜாவ கூட்டிட்டு வந்துவிடட்டுமா கூடமாட உதவிக்கு," என்றவனிடம்,

“என்னாத்துக்கு?” கடும் கோபத்தில் சீறிய சுபைதா, “நீ சும்மா இருந்தாப்போதும், நான் பாத்துக்குவேன். வயசான காலத்துல ஒம்புள்ளைகளையும் சேத்து நான் பாக்கணும்னு என் தலையில போட்டுருக்கு நஸீபு”. அம்மாவின் முகம் கோபத்திலும் இயலாமையிலும் துடிப்பதைப் பார்த்துச் சட்டென முகம் தாழ்த்திக்கொண்டான் ஹசன். அவனது கண்ணெதிரே அம்மா படும் துயரங்களும் கஷ்டங்களும் நிழலாடின.

ஒரு நீண்ட மௌனத்தின் வழியே அந்த இடத்தைக் கடந்து செல்ல முயன்றவன், “நான் போய்ட்டு வரேன்,” என்று சொல்லி அங்கிருந்து நகர்ந்தான்.

பள்ளிவாசலுக்குப் போகும் வழியில் சித்தீக் நடந்து போய்க் கொண்டிருப்பதைப் பார்த்தான். காரை நிறுத்தி, “என்ன மச்சான் தனியாப் போறீங்க,” என்றான்.

“தொழுகத்தான், ஏறிக்கட்டுமா?” கேட்டபடி காரின் முன்புறக் கதவைத் திறந்து உரிமையுடன் ஏறிக்கொண்டவன், “அடுத்த தெருதானே, பள்ளிவாசலுக்கு என்னாத்துக்கு காருல போறீக, நடந்தா வாக்கிங் போனா மாதிரியும் இருக்குமுல்ல,” என்றான்.

“டவுனுக்குப் போயிட்டு வந்தேன், தொழுக நேரமாயிருச்சு. அதான் அப்புடியே வந்தாச்சு,” கடைத்தெருவில் நுழைந்து பள்ளிவாசலை நோக்கிப் போகும்போது கல்லூரி பஸ் கடந்து சென்றது.

“இந்த பஸ் நம்ப ஊருலருந்து பிள்ளைகள தினமும் கூட்டிட்டுப் போய்ட்டு வருது. காலையில எட்டுக்கு எடுத்து, சாயங்காலம் 5 மணிக்குள்ள வந்து சேந்துர்றான். வயசுக்கு வந்த பிள்ளைகள்லாம்கூட போவுதுக மச்சான்,” என்றவன்,

“போனவாரம் ஒரு செய்தி கேள்விப்பட்டேன். இந்த தண்டபாணி மவன் இருக்கான்ல, அவனும் இதே பஸ்லதான் போய்ட்டு வரான். நம்ப காஜா மகள் ஒண்ணு படிக்குது, பேரு மறந்துருச்சு, அதுவும் இதே காலேஜ்ல படிக்கும்போல. நம்ப பிள்ளைக ஏழெட்டு படிக்கப் போகுதுக இதே பஸ்ஸுல, அந்தப் பயலும் இந்தப் பொண்ணும் ஒரே சீட்ல பக்கம்பக்கம் ஒக்காந்து பேசிச் சிரிச்சிக்கிட்டு வந்துச்சுங்களாம், கேள்விப்பட்டேன். என்னா காலமோ,” சொல்லிப் பெருமூச்சு விட்டான்.

அவனது நீண்ட சிவந்த முகம், ஏதும் நல்லது கெட்டது நடந்துவிடுமோ என்று விசனத்தில் இருந்தது. “பஞ்சையும்

நெருப்பையும் பக்கத்துல வச்சா எப்புடி, எது வேணாலும் நடக்கலாம். காலம் கெட்டுக் கிடக்குல்ல, சினிமாவைப் பாத்து நெசம்னு நம்பிக்கிருதுக". அலுத்துக்கொண்டான்.

ஹசன் பதில் ஏதும் சொல்லவில்லை. அவனது மௌனத்திற்குக் காரணம் புரியாமல் பேச்சை மாற்றிவிட விரும்பியவனாக, "இந்த ஜமாத்துல சொல்லி வாராவாரம் ஒரு வீட்டுல பெண்களுக்கு பயான் வைக்கணும். இடையில கொஞ்ச நாளாவே விட்டுப் போச்சு. ஆம்பளைக பள்ளிவாசல்ல பயான், ஹதீஸ் கேட்டுக்கிர்றோம்; வீட்டுல பொம்பளைகளுக்கும் புள்ளைகளுக்கும் போய்ச்சேர வேணாமா? டிவியும் சினிமாவும் பாத்து புரணி கத பேசி குடும்பங்கள்ல பிரச்னையை உண்டாக்கி பொழுதக் கழிக்கிதுக. பத்தாததுக்குப் பெரிய சைததானா செல்போன் வந்து சேந்து கிடக்கு,"

ஹசன் அவனது வார்த்தைகளை முழுமையாகவே ஆமோதித்தான். இதே கவலைதான் அவனுக்கும். "ஜமாத் தலைவர் சரியில்லையே மச்சான்," என்றான். "ஆமா அவருக்கு ஊரப் பத்தி என்னா அக்கறை. பெருமைக்கு ஒரு பதவி. அம்புட்டுதான." பள்ளிவாசலை வந்தடைந்த பிறகு, இருவரும் ஏதும் பேசாமல் காரை நிறுத்திவிட்டு இறங்கினார்கள்.

ரசீதும் ரசாக்கும் இவர்களுக்கு எதிராக நடந்து வந்துகொண் டிருந்தார்கள். காரிலிருந்து இறங்குவதை ஏளனத்துடன் பார்ப்பதாக ஹசன் உணர்ந்தான். அப்பார்வையில் 'கார்ல வந்தது உனக்கு ஒரு பெருமையா,' என்கிற தொனி தெரிந்தது.

இப்போதெல்லாம் பலரது பார்வையில் ஏதோ ஒரு விதமான அவமரியாதையைப் பார்க்க முடிகிறது. பெரிய அளவிற்குத் தன்னைப் பார்த்துப் பயந்தவர்களும் மரியாதை தந்தவர்களும் ஏதோ ஒப்புக்குப் பேசுவதுபோலத் தோன்றியது. என்றாலும், யாரிடமும் போய் ஏன் மதிப்பதில்லை என்று கேட்கவா முடியும்? 'தொலையிறானுக' என்று மனம் சொன்னாலும், ஏனோ அதனை ஏற்றுக்கொள்ள முடியவில்லை. ரத்தம் கொதிப்பது போலிருந்தது.

முன்பெல்லாம் தன்னைப் பார்த்தால் ஸலாம் சொல்லி விட்டுப் பம்மிக்கொண்டு போகும் அவர்கள் இன்று கவனித்தும் கவனிக்காதது மாதிரி கடந்து செல்வதைத் தாங்கிக்கொள்ள முடியாத அவமானமாக உணர்ந்தான். 'ரெண்டாவதா கல்யாணம் கட்டுறது அம்புட்டு தப்பா என்ன. 'சட்டத்தில் இருக்கும் ஒரு விஷயத்தைத்தானே செய்தோம். இல்லாததையா செய்தேன், ரசூல்லா செய்யவில்லையா, இவனுகளுக்கு என்ன கஷ்டம்?' என்று கறுவினான்.

“அந்த ரெண்டு பயலுகளும் ஏதோ வெறைச்சுக்கிட்டுப் போறானுகளே என்னாத்துக்கு,” கேட்ட சித்தீக், “ஏதோ மார்க்கமாகத்தான் திரியுறானுவ,” என்று சலித்துக்கொண்டபடி ஒளு செய்ய அவுஸை[1] நோக்கி ஹசனோடு நடந்தான்.

ஹசனின் மனம் பொங்கிக்கொண்டிருந்தது. ‘இவனுக முன்னாடி தன் மரியாதையை மறுபடி உசத்திக் காட்டுவேன்’ என்பதுபோல மனஉறுதி கொண்டவனாக, ஒளு செய்ய ஆரம்பித்தான். தண்ணீர் சில்லென்றிருந்தது. அவன் இந்தப் பள்ளிவாசலுக்கு எப்போதாவதுதான் தொழுவதற்கு வருவான். பெரும்பாலான நாட்கள், பக்கத்து ஊரில் உள்ள தவ்ஹீத் ஜமாத் பள்ளிக்குச் செல்வதுதான் வழக்கம். பலரும் இவனைத் திரும்பித் திரும்பிப் பார்த்தபடி கடந்து போனார்கள்

அஸர் தொழுகை முடிந்த கையோடு தான் தொழுத இடத்தி லிருந்து எழுந்து நின்றவன், “ஸலாம் அலைக்கும், எல்லோருக்கும் ஒரு விஷயத்தை நினைவுபடுத்தலாம்னு நினைக்கிறேன்,” என்று தன்னிச்சையாகப் பேச்சைத் தொடங்கினான். “கொஞ்ச நாளாவே பெண்களுக்கு வீடுகள்ல பயான் நடத்துறதில்ல. காலம் சரியில்ல. டிவி, போனுன்னு கெட்ட சைத்தான் பூராவும் வீட்டுக்குள்ள வந்த பின்னாடி இபாதத் வீட்டை விட்டு வெளிய போயிடுச்சு. பல குடும்பங்கள்ல தொழுகை ஓதுகை குறைஞ்சுபோச்சு. ஜமாத்துல முடிவு செஞ்சு, வாரம் ஒரு வீட்டுல பயானுக்கு ஏற்பாடு செஞ் சீங்கன்னா நல்லா இருக்கும். ஸ்பெஷலா பெண்கள் மதரஸாவை விரிவுபடுத்தினா நல்லாருக்கும். பொம்பள புள்ளைகளை காலேஜுக்கு அனுப்புற வேலைய நிறுத்திட்டு மதராஸாவுல போட்டு இல்மு என்னான்னு கத்துத் தரணும், இன்னிக்கு ஒரு பொம்பள கிட்டயும் இல்மு இருக்கான்னு தெரியல. டிவி சீரியல்தான் ஓடிக்கிட்டுக் கிடக்கு. பொறகு பொட்டப்புள்ளக்கி என்னான்டு இல்ம சொல்லி குடுக்கறது, யாரு சொல்லிக் குடுக்குறது?” ஆத்திரமாகச் சொல்லிவிட்டுத் தன் இடத்தில் அமர்ந்துகொண்டான்.

யாரும் எதுவும் பேசவில்லை. ஒருவரை ஒருவர் முகத்தைப் பார்த்தபடி அமைதியாக இருந்தனர். அம்ஜத் பாய் இறுக்கமான முகத்துடன் அமர்ந்திருந்தார். ‘இவனுக்கென்ன தகுதி இருக்கிறது நிர்வாகத்தில் மூக்கை நுழைக்க,’ என்று நினைத்துக்கொண்டார். மற்றவர்கள் அனைவரும் இவரிடமிருந்து ஏதும் பதில் வரும் என்று எதிர்பார்த்தபடி அமர்ந்திருப்பதுபோல தோன்றிற்று. இன்று

---

1. பள்ளிவாசலில் அங்க சுத்தி செய்வதற்காக தரையில் அமைக்கப்பட்ட நீர்த் தொட்டி

இதை ஒட்டி ஏதும் பிரச்சினை வருமா என்கிற எதிர்பார்ப்பும் ஆர்வமும் பெரும்பாலானவர்களுடைய முகத்தில் தெரிந்தது.

பிரச்சினை ஏற்பட்டால் அதனை வேடிக்கை பார்க்கலாம் என்கிற சிறிய நப்பாசை ஒன்றிரண்டு பேரின் மனத்தில் ஓடி மறைந்தது.

ஒரு சிலர் இவனுக்குப் பொழப்பு இல்லை என்பதுபோல பார்த்தனர். அம்ஜத் பாய் ஆத்திரத்தில் பல்லைக் கடித்தார் என்றாலும், மென்று விழுங்கி அமைதியாக இருப்பதுபோல காட்டிக்கொண்டார். முன் சப்[2]பில் அமர்ந்திருந்தவர்கள் சிலர் எழுந்து வெளியே செல்லத் தலைப்பட்டார்கள்; ஒட்டுமொத்தக் கூட்டமும் அமைதியாக எழுந்து எதையோ முணுமுணுததபடி பள்ளிவாசலுக்கு வெளியே செல்ல ஆரம்பித்தது.

ஹசன் பெரும் அவமானத்தை அடைந்தான். 'வக்போர்டுக்கு பெட்டிஷன் எழுதி இந்த ஆளின் பதவியை இறக்க வேண்டும்' என்று நினைத்துக்கொண்டான். 'கணக்கு வழக்கு காட்டாமல் பள்ளிவாசல் சொத்தைக் கொள்ளை அடிக்கும் இவனுக்கெல்லாம் நிம்மதியான வாழ்க்கை!' மனம் கறுவிற்று. 'ஊர் எப்படியோ போகட்டும், எவனுக்கும் இல்லாத அக்கறை எனக்கு மட்டும் என்ன' என்று சொல்லியபடிக் காரை நோக்கி நடந்தான்.

சாஜிக்கு இன்னும் மூன்று மாதத்தில் 12ஆம் வகுப்புப் பரீட்சை முடிந்துவிடும். அவள் டாக்டருக்குப் படிக்கப் போகிறேன் என்று சொல்லிக்கொண்டிருக்கிறாள். இவனுக்கு அதில் இஷ்டமில்லை. மகள் டாக்டர் என்றால் கவுரவம்தான். அவளும் நன்றாகப் படித்துக்கொள்வாள்தான். ஆனால் ஆண்களும் பெண்களும் ஒன்றாகப் படிக்கும் கட்டாயம் இருக்கிறது. அதை இவனால் ஏற்றுக்கொள்ள முடியாது. ஐந்து வருடம் ஆண்களோடு படிக்கும்போது காதல், கத்திரிக்காய் வராமல் இருக்காது என்று பயம் இருந்தது.

பேசாமல் இஸ்லாமியக் கல்லூரி ஒன்றில் போட்டு ஒரு பட்டத்தை வாங்கிக் கலியாணம் முடித்துக் கொடுத்தால் போதும் என்று முடிவு செய்துகொண்டான். ஊருக்கெல்லாம் புத்தி சொல்லிவிட்டு என் மகளை ஆண்களோடு சேர்ந்து படிக்கவிடுவேனா என்ன என்று தனக்குத்தானே உறுதியாகச் சொல்லிக்கொண்டான்.

கதீஜாவும் சொன்னாள், "ஒங்க மக ரொம்ப திமிர் பிடிச்சவ, நல்ல படிப்பு படிச்சான்னா ஒங்களையெல்லாம் மதிக்கவே மாட்டா".

---

2. தொழுகைக்கான வரிசை

அது உண்மைதான் என்று நினைத்துக்கொண்டான். 'படிப்பறிவில்லாத மெஹர் முண்டை என்ன அட்டகாசம் பண்ணிட்டா. கொஞ்சம் படிச்சு இருந்தான்னா இந்நேரம் அவள கையில புடிச்சிருக்க முடியுமா? அங்கெ ரெண்டாம் புருஷன்கிட்ட இருந்து ஓடிவந்துட்டா, மொட்ட முண்டை,' வயிறெரிந்து திட்டியவன். பர்வீன் மட்டும் என்ன, படிக்காம கொள்ளாம ஈஸியா கலெக்டருக்குத் தகவல் சொல்லிக் கலியாணத்த நிறுத்துற அளவுக்குத் துணிச்சல் வந்துருக்குன்னா, இவளுகள கட்டுப்படுத்தி வைக்காட்டிப் போச்சு.'

"அட அல்லாவே," என்று பெருமூச்சு விட்டான்.

56

பர்வீனுக்கு எண்ணெய் தேய்த்துவிட்டுக் கொண்டிருந்தாள் ஆமினா.

“என்னைக்காச்சும் நின்டு நிதானமா எண்ணைத் தேய்ச்சு குளிக்கிறியா, பொம்பளப் புள்ள, அழகு பெத்த முடி எல்லாம் போச்சு”.

செல்லமாகக் கடிந்துகொண்டாள். “ஆமா, மசுரே போச்சு போ,” வெறுப்பாகச் சலித்துக் கொண்டாள் பர்வீன். நன்னி மௌனமாகத் தலைகோதியபடி இருந்தாள். வாய் எதையோ அசை போட்டபடி இருப்பதுபோல இருந்தது. பேத்தியின் வார்த்தைகளுக்குப் பின்னிருக்கும் யதார்த்தத்தை உணர்ந்தவள் போலவும், உணர்ந்ததனால் பதில் ஏதும் சொல்ல முடியாத நிலையிலும் தன் வேலையைக் கவனித்துக்கொண்டிருந்தாள்.

ஹசன் இரண்டு முறை மாப்பிள்ளை பார்த்தான். இருவருமே அவனோடு தப்லீக் ஜமாஅத்தில் ஈடுபாடு கொண்டவர்கள். அவனோடு பல தடவை 40 நாள், மூன்று மாதம் தப்லீக் ஜமாத்தில் ஒன்றாகப் பயணித்தவர்கள். ஒருத்தனுக்கு மனைவி இழந்து இரண்டு குழந்தைகள் இருந்தன. பார்ப்பதற்குத் தாடி வைத்து ரொம்பவும் சூஃபியாக இருப்பதாக

எல்லோரும் சொன்னார்கள். பக்கத்து ஊர்தான். பர்வீன் மறுத்துவிட்டாள். 'அதெல்லாம் ரெண்டாந்தாரமா இருந்து பிள்ளைகள வளர்க்க முடியாது' என்று.

"அப்புறம் ஒன்னைய மொதத் தாரமா எவன் கட்டுவான், நீயும் அப்புடித்தானே," என்றாள் அம்மா, மிக சாந்தமான குரலில்.

இரண்டாவது மாப்பிள்ளைக்கு மனைவி இறந்துவிட்டாள். குழந்தைகள் இல்லை என்பதனால் இதை எப்படியும் முடித்து விடலாம் என்று நம்பினான் ஹசன். இடையில் பேச்சு வரும்போது, "மாப்பிள்ளை என்னையவிட ரொம்ப இபாதத்து[1]" என்று பெருமையாகச் சொல்லிக்கொண்டிருந்தான். பர்வீன் அப்போதே முடிவு செய்துவிட்டாள், இவனும் வேண்டாம் என்று. ஹசன் பார்க்கும், பார்க்கப்போகும் மாப்பிள்ளைகள் இப்படித்தான் என்பது தெளிவாகத் தெரிந்துவிட்டது. இனி கல்யாணமே வேண்டாம் என்று முடிவுசெய்துவிட்டாள்.

'திமிர் பிடிச்சவ, தனியா எப்புடி காலம் போகும்' என்று அம்மாவும் அவனும் திட்டி ஓய்ந்துவிட்டார்கள்.

ஹசனுடைய 'இபாதத்' தாங்க முடியாமல் இங்கே வந்து உட்கார்ந்திருக்கிறாள். கணவனும் இதே போல பாடுபடுத்தினால் நிச்சயமாக என்னால முடியாது. மெஹர் இவனிடம் பட்ட பாட்டை வேறு நேராக இருந்து பார்த்தாயிற்று. எந்த நேரமும் பிடுங்கல். அவள் மாதிரியெல்லாம் என்னால் இருக்க முடியாது என்று அப்போதே முடிவெடுத்துக்கொண்டாள்.

நன்னியும் எதையோ நினைத்துக்கொண்டவளாக, தலைமுடியைக் கோதிக்கொண்டிருந்தாள். தனக்குப் போட்ட விதியை அந்த ஆண்டவன் இந்தப் புள்ளைக்கும் போட்டு விட்டானே என கலங்கினாள்.

ரஹீம் குடும்பத்தின் மீது ஆத்திரம் பொங்கிற்று. 'ஆண்மையில்லாத புள்ளைக்கு இந்த தங்கம் பெத்த புள்ளைய கட்டிக்கிட்டுப் போயி வாழ்க்கையை சூன்யமாக்கிட்டானுகளே,' என்று.

சுபைதாவுக்கு எப்படி விவரம் புரியாமல் சாகுலைக் கட்டிவைத்து வீணாக்கினோமோ, அதேபோல நஸீபை[2]யா அல்லா பொண்ணுக்கும் போடுவான் என்று எண்ணியவள்,

---

1 இபாதத் – தொழுகையின் ஒரு நிலை

2. நஸீபு – இறை விதி

மிகச் சன்னமான தயங்கிய குரலில், “பர்வினு ஒரு விஷயம் கேக்கணும், கேக்கட்டுமா?” என்றாள். பர்வீன் நீண்ட நேரமாக இதை எதிர்பார்த்துத்தான் இருந்தாள். நன்னியின் நடுங்கும் விரல்கள் தலைமுடிக்குள் ஊடுருவித் திரிகிற விதத்தில் ஏதோ ஒரு தவிப்பையும் தயக்கத்தையும் அவள் உணர்ந்தே இருந்தாள்.

“சொல்லு நன்னி,” தயக்கமே அற்ற தெளிவான குரலில் கேட்டாள்.

நன்னி சற்று அதிர்ந்து போயிருக்க வேண்டும் என்பதை அவளது அசைவற்ற விரல்கள் நிரூபித்தன.

அவளை சகஜப்படுத்த வேண்டும் என்பதற்காக இவள் மறுபடியும், “நன்னி சொல்லு என்னான்னு,” என்றாள்.

“ஒண்ணுமில்ல, அது யார்கூட நீ போன்ல பேசுறன்னு சொல்லுவியா எங்கிட்ட?” தயக்கத்தில் நீண்ட வார்த்தைகள் துண்டுதுண்டாகி இவள்மீது விழுவதாக உணர்ந்தாள்.

என்ன பதில் சொல்வது என்பது புரியாமல் தயக்கத்தினால் தலை குனிந்து மௌனம் கொண்டாள். நன்னியின் சுருங்கிய கைகள் அவளது மெலிந்த தோள்களின் மீது பதிந்து, ஆதரவாகப் பற்றிக்கொண்டது.

“உள்ளூரா, வெளியூரா?” அடுத்த வார்த்தை மேலும் ஒரு இடியாக இவள் தலைமீதே இறங்கிற்று.

“பயப்படாதடா, நான் ஒண்ணும் ஒன்னைய திட்ட மாட்டேன். காட்டிக்குடுக்க மாட்டேன். சும்மா தெரிஞ்சுக்கத்தான், ஒன் வயசைத் தாண்டி வந்தவதானே நானும்,” கண்களிலிருந்து கண்ணீர் கசிந்தது. ஒளியறியாத அந்தக் கண்களில் கசியும் கண்ணீரின் சுமை பர்வீனைத் துவம்சம் செய்வதாக இருந்தது.

தாள முடியாத துயரத்தாலும் வெட்கத்தாலும் குறுகிப்போகிற இவளது உடலைத், தன் கரங்களால் தடவிவிட முயன்ற நன்னி சொன்னாள், “பயப்படாதே, போன்ல பேசுறது மட்டும் போதும்டாம்மா, அதத் தாண்டிராமப் பாத்துக்கோடாம்மா, அது மட்டும் போதும்.”

எந்த அதற்றலும் சப்தமுமின்றி ஆறுதலாக ஒலிக்கும் குரல் எச்சரித்தது அவளை.

அதிர்ச்சியால் உறைந்துவிட்ட உடலையும் மனத்தையும் அப்படியே அங்கேயே கிடத்தி அமர்ந்திருக்கிற பர்வீனைத் தாண்டிச் செல்கிறது நன்னியின் காய்ந்து சுருங்கிய உடல்.

அவ்வுடல் காற்றடித்துச் செல்வதுபோல மிதந்து செல்வதைத் தன் அதிர்ச்சியுற்ற விழிகளால் பார்த்தாள்.

தனது செயலை அறிந்துகொண்ட விதத்தையும் அதை ஆதரிக்கும் விதமாகவும் அதன் எல்லையைச் சுட்டிக்காட்டக் கூடியதாகவுமிருந்த அவளது குரலும் அதன் தீர்க்கமும் நீண்ட நேரத்திற்கு அவளை அவ்விடத்திலேயே நிற்க வைத்திருந்தன.

இத்தனை காலமாகத் தன்னுள்ளிருந்த பயத்தைக் குறைத்துவிடக்கூடியதாகவும், தன் எண்ணத்தை நம்பியிருந்த விஷயத்தையே அவளும் வலியுறுத்துவதாகவும் அவள் பேச்சு இருந்ததைப் புரிந்துகொண்டபோது மனதில் மிகப் பெரிய விடுதலை உணர்வை அடைந்தாள்.

57

ஒரு வாரமாக அடிவயிற்றில் வலி அதிக மிருந்ததனால் நேற்றுதான் அம்மாவோடு டவுனில் உள்ள டாக்டரிடம் காட்டப்போய்விட்டு வந்தாள் மெஹர்.

"கர்ப்ப வாயில புண்ணு இருக்குது, பிள்ளைய அபார்ஷன் பண்ணவச்சு, கர்ப்பப்பை புண்ணாப்போச்சு பாரு."

ஸ்கேன் பார்த்துவிட்டு டாக்டரம்மா அம்மாவையும் மெஹரையும் திட்டினாள்.

"நாலஞ்சு வருஷத்துக்கு முன்னாடி கழிச்சு விட்டதுக்கு இப்ப புண்ணாகுதா," அறியாமையில் விரியும் விழியுடன் கேட்ட ஆசியாம்மாவை டாக்டரம்மா திட்டினாள். "ஒனக்கு என்னா தெரியும், பச்சைப் புள்ளைய கட்டிக் குடுத்துட்டு, இப்ப வந்து எங்கிட்டே கேள்வி கேக்குற".

ஆசியா சட்டென வாய் மூடிக்கொண்டாள். "சரி, ஆபரேஷன் தியேட்டர சுத்தம் பண்ணச் சொல்றேன். கர்ப்ப வாயை லேசா சுட்டுவிடலாம். இல்லேன்னா கேன்சர் வந்துடும்" என்றவர், "நர்ஸ் இந்த பொண்ணுக்கு க்ரையோ சர்ஜரி பண்ணணும். ரூமுக்குக் கூட்டிட்டுப் போ," என்றார். அம்மாவும் மகளும் ஒருவர் முகத்தை ஒருவர் பார்த்துக் கொண்டனர். பயம் இவர்களது முகத்தில் தெரிய,

டாக்டர் சொன்னார் “ஒண்ணுமில்ல சும்மா, அஞ்சே நிமிஷம், வலிக்காது.” மேற்கொண்டு யோசிக்கவிடாமல் அடுத்த நபரைப் பார்க்கத் துவங்கினார். அம்மாவும் இவளும் அந்த அறையிலிருந்து வெளியே வந்தார்கள். பணம் எவ்வளவு தேவைப்படும் என்கிற கவலையும் கர்ப்பவாயில் புற்றுநோய் வருமோ என்கிற பயமும் இருவரையும் பீடித்திருந்தது.

எதையோ எழுதிக்கொண்டிருந்த நர்ஸிடம் ஆசியா மெதுவாகக் கேட்டாள், “ஏம்மா பணம் எம்புட்டு செலவாகும்”. நர்ஸ் வெள்ளை நிறத்தில் சேலை அணிந்திருந்தாள், பிளவுஸும் அதே மாதிரி இருந்தது. கொண்டை போட்டிருந்தாள்.

இவர்களை நிமிர்ந்து பார்த்துவிட்டு, “நாலாயிரத்துக்குள்ள ஆவும், மாத்திரை மருந்தெல்லாம் தனி,” என்றாள்.

ஆசியாம்மாவிடம் கொஞ்சம் பணம் இருந்தது. ‘நோன்பு வருகிறது, பேரன் பேத்திக்கு ஆளுக்கொரு ட்ரெஸ் எடுத்துக் கொண்டு போகலாம்’ என்று நினைத்துக்கொண்டு வந்திருந்தாள். “ஆம்பளையில்லாம நான் செலவுக்கு படுற கஷ்டம், அல்லா ஒனக்கே தெரியணும்.” உரிமையோடு அல்லாவைக் குறை கூறியவள் மகளது கையை ஆதரவாகப் பிடித்துக்கொண்டாள். “நீ ஒண்ணும் பயப்படாதே, பண்ணிட்டு ஒடனே போயிரலாமாம்”. மகளைப் பயத்திலிருந்து விடுவிக்க முயன்றாள். ரத்தமில்லாத மெஹரின் வெளிறிய முகம் மேலும் வெளிர்நிறத்தை அடைந்தது.

“வேணாம்மா, பயமாயிருக்கு, இன்னொரு நாளைக்கு வரலாம்” என்றாள் கெஞ்சும் குரலில். ஆசியாவுக்கு டாக்டரின் குரல் காதில் இன்னும் ஒலித்துக்கொண்டிருந்தது.

“இல்லெ இப்பொவே பண்ணிரலாம், ரெண்டு நிமிஷம்தானாம்.” மகளுக்குத் தைரியம் சொல்லிவிட்டு, அடுத்திருந்த கவுண்டரை நோக்கிப் பணம் கட்டுவதற்காகச் சென்றாள்.

அரைமணி நேர மயக்கத்திற்குப் பிறகு சாயங்காலமே வீட்டிற்கு வந்துவிட்டார்கள். அப்போதெல்லாம் ஒன்றும் தெரியவில்லை. ‘லேசாக தீட்டுப்படும், பிறகு சரியாப்போயிடும்’ என்று டாக்டர் சொல்லியிருந்தார். அன்றிரவு மெஹருக்கு டாக்டர் சுட்டுவிட்ட இடத்தில் லேசாக அரிப்பெடுத்தது.

பல்லைக் கடித்துக்கொண்டு பொறுத்துக்கொண்டாள். நேரம் ஆகஆக, அரிப்பு பலமாக இருந்தது. பாத்ரூமுக்குள் நுழைந்து கக்கூஸிலிருந்தபடி சொறிந்துவிட்டுக்கொண்டாள். தீட்டு தண்ணீராக ஓடிற்று.

பல்லைக் கடித்தபடி மறுபடிமறுபடி சொறிந்து கொண்டேயிருந்தாள். சொறியச் சொறிய விடாத அரிப்பு தாங்க முடியாமல், அழ ஆரம்பித்தாள். சும்மா அடிவயிறு வலிக்குது என்று காட்டப் போனதற்கு, இவ்வளவு பெரிய பிரச்னையை வாங்கிக்கொண்டு வந்துவிட்டோமே என்று பயமும் கவலையும் உண்டாகிற்று.

கஷ்டப்பட்டு எழுந்து கக்கூஸை விட்டு வந்தவள், அவசரமாக மருந்துச் சீட்டை எடுத்து டாக்டரின் போன் நம்பரைப் பார்த்து எடுத்து அந்த நம்பருக்குக் கூப்பிட்டாள்.

இரண்டு மூன்று முறை ஏதோ எக்ஸ்டென்ஷன் நம்பருக்கு கால் போய் முடிய அழுகையும் தவிப்புமாக மறுபடி கூப்பிட்டாள்.

"என்ன விஷயம் சொல்லும்மா," என்ற கறாரான டாக்டரம்மாவின் குரல் பயத்தை உண்டாக்குவதாக இருக்க, "டாக்டர் எனக்கு ஒண்ணுக்கு இருக்கற எடத்துல ரொம்ப அரிச்சுப் பிக்கிது. என்னால முடியல, விடாம அரிக்கிது," என்று அழ ஆரம்பித்தாள்.

எதிர் முனையில், "க்ரையோ பண்ணது அப்டிதான் இருக்கும். புண் ஆறப் போறதுக்குக்கூட அரிக்கும், முடிஞ்சா கிளம்பி வாங்க,"

"என்னால வர முடியாது அரிக்கிது," அழுதாள் மெஹர். "கேண்டிட் க்ரீம் கடையில கிடைக்கும் வாங்கிப் போடுங்க, அப்பவும் விடலைன்னா கிளம்பி வாங்க, மறுபடி க்ரையோ பண்ணலாம்." சுலபமாகச் சொல்லிவிட்டு வைக்கிறது டாக்டரின் குரல்.

"தேவுடியா முண்டை," அடிவயிற்றிலிருந்து வருகிறது மெஹரின் குரல். "இங்கே நான் துடிச்சிட்டிருக்கேன்; அவள் இன்னொரு முறை சுடலாம் வா என்கிறாளே" என்கிற வெறுப்பும் ஆத்திரமும் ஒன்றுசேர, அப்படியே மடங்கி அமர்ந்து அழ ஆரம்பித்தவள் மறுபடியும் கக்கூஸில் நுழைந்து சொறிய ஆரம்பித்தாள். பெண்ணுறுப்பின் சுவர்கள் நகக்கண்களால் கீறப்பட்டு அடர்த்தியாகத் தடிக்க ஆரம்பித்து புண்ணாகிக் கொண்டிருந்தன. அம்மா சொன்னாள், "வா மறுபடி போகலாம். அந்த டாக்டர்கிட்டயே." மெடிக்கலில் இருந்து வாங்கிய கேன்டிட் மருந்தோடு வந்த பர்வீன் சொன்னாள், "இத போட்டுப் பாரு, அரிப்பு குறையுதா பாக்கலாம்" என்றவளுக்குத் தாசில்தார் அம்மாவின் மகள் டாக்டர் என்பது ஞாபகத்திற்கு வந்தது. "கொஞ்சம் இரு," என்று போனை எடுத்து தாசில்தார் நம்பருக்குக்

கூப்பிட்டாள். இரவு 9 மணி ஆகியிருந்தது என்றாலும் வேறு வழியில்லை என்பதனால் கூப்பிட்டாள்.

சுற்று வட்டாரத்தில் உள்ள ஒரே ஒரு பெண் டாக்டர் அவரது மகள் மட்டும்தான். சிவகங்கையில் உள்ள அரசு மருத்துவமனையில் மருத்துவர். தினமும் இரவில் ஊருக்கு வந்துவிடுவார் என்று கேள்விப்பட்டிருந்தாள்.

மகள் வீட்டில்தான் இருப்பதாகவும் உடனே வரலாம் என்றும் தாசில்தார் சொன்னதும், வாடகைக் கார் ஒன்றை எடுத்துக்கொண்டு வரச் சொல்லிப் பக்கத்திலிருக்கும் ஊருக்குச் சென்றார்கள்.

இரவு பத்து மணி ஊர் அடங்கியிருந்தது. பர்வீனைப் பார்த்ததும் டாக்டரம்மா சிரித்தாள். "அம்மா சொன்னாங்க, உள்ள வாங்க." உள்ளே அழைத்துப்போய் உட்காரவைத்தாள். டாக்டரம்மாவுக்கு 30 வயதுதான் இருக்கும். முகம் களையாக, சிரித்த முகமாக இருந்தது.

பர்வீனுக்கு அதிகாரிகள் மத்தியில் ஒருவிதமான அறிமுகம் ஆகியிருந்தது. பிஓவுக்கும் கலெக்டருக்கும் பிடித்தமானவளாக ஒரு மரியாதையும் உருவாகியிருந்தது.

மெஹர் வேதனையினால் துடித்துக்கொண்டிருந்தாள். காருக்குள்ளேயே இருப்புக்கொள்ளாமல் அமர்ந்திருந்ததைப் பார்க்கவே வேதனையாக இருந்தது.

ரிப்போர்ட்டை எல்லாம் படித்துவிட்டு, ஒதுக்குப்புறமாக இருந்த சிறிய அறையை நோக்கி மெஹரைக் கூட்டிப் போனார், டாக்டர்.

ஆசியாம்மாவை இவள் அழைத்து வரவில்லை. காருக்குள் அவள் வேறு ஒப்பாரிவைத்து மெஹரின் வேதனையை இன்னும் கூட்டிவிட்டிருப்பாள். நினைவு தெரிந்த நாளிலிருந்தே ஆசியாம்மாவை இப்படித்தான் பார்த்திருக்கிறாள். எப்போதும் யாரையாவது திட்டிக்கொண்டிருப்பாள், குறைசொல்லிக் கொண்டிருப்பாள். சொந்தக்காரர்கள், பக்கத்து வீட்டுக்காரர்கள் என்று யாரையும் ஏதாவது சொல்லித் திட்டுவாள், சண்டை போடுவாள், சாபம் கொடுப்பாள்.

அவளுக்கு வாழ்க்கை முழுக்க கஷ்டம்தான், துயரம்தான். ஊரில் எத்தனையோ பேருக்குப் பிரச்சினைகள் இல்லாமல் இல்லை. ஆனால் தனக்கு மட்டும்தான் துன்பம், தான் மட்டும்தான் கஷ்டப்படுகிறோம் என்று தன்னைத்தானே சபித்துக்கொண்டு, தன் கஷ்டத்திற்குப் பக்கத்து வீட்டாரிடமும்

சொந்தக்காரர்களிடமும் காரணங்களைத் தேடி அவர்களிடம் சண்டை போடுவாள்.

ஒருமுறை வீட்டில் வளர்த்த சினை ஆடு செத்ததற்குப் பக்கத்து வீட்டுக்காரிகள் திருஷ்டி வைத்துத்தான் ஆடு இறந்ததாக சொல்லித் தெருவையே கூட்டிவிட்டாள்.

வாயே சரியில்லை என்று ஊர் ஒதுங்கிக்கொள்ளும். என்ன மனநிலையோ, பெருமூச்சுவிட்டவள் தான் அமர்ந்திருந்த வரவேற்பறையைச் சுற்றி நோட்டமிட்டாள்

டாக்டரின் வீடு மிக அழகாக நேர்த்தியாக இருந்தது. ஒவ்வொரு பொருளும் அதனதன் இடத்தில் இருந்தது. நம் வீடுகளும்தான் இருக்கிறதே, என்ன இருந்தாலும் படித்தவர்கள் படித்தவர்கள்தான்.

சாஜியை எப்படியாவது டாக்டருக்குப் படிக்கவைத்துவிட வேண்டும், இந்த டாக்டரைப் போல என்று நினைத்துக் கொண்டாள். நமக்குத்தான் வாய்க்கவில்லை, அவளாவது படிக்கட்டும். சிறியதான பெருமூச்சொன்று அவநம்பிக்கையோடு வெளிப்பட்டது.

கதவு திறக்கும் ஓசை கேட்டது. டாக்டரும் மெஹரும் ஒருவர்பின் ஒருவராக இவள் முன்பாக வந்தார்கள்.

"அந்த பொண்ணுக்கு கர்ப்பப்பை பிரச்னைதான், ஏன் க்ரையோ பண்ணினீங்க, அதுதான் தப்பு. ஏன் பண்ணுனாங்கன்னு புரியல ஆச்சரியமா இருக்கு. க்ரையோ பண்ணின இடம் ரொம்பவே புண்ணாகியிருக்கு. பத்தாததுக்கு சொறிஞ்சு சொறிஞ்சு நகம்பட்டு ரணகளமாகிக் கிடக்கு. பாவம் எப்புடி தாங்குறாங்கனு தெரியல."

உண்மையிலேயே அவரது முகம் வருத்தத்தில் ஆழ்ந்திருந்தது. கூடவே, "க்ரையோ பண்ணவே கூடாது, நான் யாருக்கும் சிபாரிசு பண்ணவே மாட்டேன். மோசம். எல்லாம் பணத்துக்காக மருத்துவம்னு ஆகிருச்சு," என்றவர், "இனி அந்த டாக்டர்கிட்ட போகவேண்டாம். இந்த மருந்தை, அப்ளை பண்ணுங்க. இந்த மருந்தை சுடுதண்ணில போட்டு புண்ணை கழுவுங்க, சரியாப்போயிடும். முக்கியமா அவங்கள மனசை ரிலாக்ஸா வைக்கச் சொல்லுங்க, ஏதோ மனசுல பிரச்னை இருக்க மாதிரி தெரியுது" என்றவர்,

"என்னம்மா, ஒண்ணும் பயப்படாதீங்க. ஒண்ணுமேயில்ல, ரிலாக்சா வைங்க மைண்ட," ஆறுதலாக அவளது தோளில் தட்டிக்கொடுத்தார். வெளியில் இருந்த போர்டில் டாக்டர்

சாந்தி என்கிற பெயர் படித்தது நினைவுக்கு வந்தது. பெயருக்கு ஏற்ற முகமும் பேச்சும். "ரொம்ப நன்றி டாக்டர்," என்றவள் பர்ஸைத் திறந்து பணத்தை எடுத்தாள்.

"சேச்சே அதெல்லாம் வேணாம். போயிட்டு வாங்க, அம்மா உங்களப் பத்தி நிறைய சொன்னாங்க." அவரது இதமான வார்த்தைகளால் உடலும் மனமும் லேசாகி இருந்தது இருவருக்கும். பயத்தில் ஒடுங்கிப்போயிருந்த மெஹரின் முகம் முதல்முறையாக வேதனையையும் தாண்டி அமைதிகொண்டது.

ஆசியாம்மாவிடம் நாளை அந்த டாக்டருக்கு எவ்வளவு சாபம் கிடைக்கப்போகிறதோ என்று மனத்திற்குள் நினைத்துக் கொண்ட பர்வீனுக்கு அந்த நேரத்திலும் சிரிப்பு வந்தது.

அந்தத் திருமணத்தை நிறுத்தத் தான் தகவல் கொடுத்தது ஊரில் ஊர்ஜிதமாக யாருக்கும் தெரியாது என்பதனால் அவள் தப்பித்தாள். வெறும் சந்தேகத்தினால் மட்டும்தான் அவ்வப்போது யாராவது மறைமுகமாகத் திட்டுவார்கள்.

கலெக்டர் அலுவலகத்திலும் அதிகாரிகள் மட்டத்திலும் தனக்கு ஒரு மரியாதை உருவாகியிருப்பதை எண்ணிச் சந்தோஷமாக உணர்ந்தாள்.

காலையில் பஜ்ரு தொழுதுவிட்டு சஜ்தா[1]வில் அமர்ந்து தஸ்பீஹ்[2] ஓதிக்கொண்டிருந்தாள் பர்வீன். லேசாக விடிந்து விட்டிருந்தது. இரவு தாமதமாகத் தூங்கியதால் காலை எழ முடியவில்லை. பஜ்ரு தொழுகை களா[3]வாகிவிட்டது. காலிங் பெல் அடிக்கும் சத்தம் கேட்டது. பால்காரனாக இருக்கும் என்று பாத்திரத்தை எடுத்துக்கொண்டு போய்க் கதவைத் திறந்தாள்.

ஹசன் நின்றுகொண்டிருந்தான். அதிர்ச்சியாக இருந்தது. காலையில் என்ன என்று பயமாகவும் இருந்தது, அம்மாவுக்கு ஏதும் உடம்பு சரியில்லையோ என்று. அப்படியென்றால் போன் செய்திருப்பானே, ஒன்றும் புரியாமல் "என்னண்ணே," என்றாள்.

"ராத்திரி அந்த தட்டுக்கெட்ட முண்டைய கூட்டிக்கிட்டு டாக்டர்கிட்ட போனியாமுல்ல," என்றான். கோபத்தில் துடிக்கும் வார்த்தைகள் விட்டில் பூச்சிகளைப்போல அவள்மீது தெறித்தன.

"வெளியே நின்னு கத்தாதே. உள்ளே வா," என்றாள்.

---

1. சஜ்தா – தொழுகையின் ஒரு நிலை
2. தஸ்பீஹ் – ஜெபம்
3. களா – தொழுகையின் நேர மாற்றம்

“எதுக்கு, அவள் என்னைய அவமானப்படுத்திட்டு போனா, அதுக்கு அல்லா தண்டனை குடுக்குறான்; நீ அவளோட சேந்துகிட்டு திரியுற, நல்லாயிரு,” அழுத்தமாகவும் ஆத்திரமாகவும் சொல்லிவிட்டு விருட்டெனக் கிளம்பிப் போனான்.

எப்படித் தெரியும் என்று யோசித்தாள். டாக்ஸி டிரைவர் சொல்லியிருக்கக்கூடும் என்று புரிந்தது. மோசமான ஊர், டிரைவர் அஜீஸிடம் படித்துப்படித்துச் சொன்னாள், யாருக்கும் தெரியக்கூடாது என்று.

மூதேவி சொல்லிவிட்டான்போல, கறுவியபடி கதவைப் பூட்டினாள். ‘இனி ஹசன் என் மூஞ்சியில் முழிக்க நாளாகும்.’

இவளுக்கு அண்ணன்மீது சொல்ல முடியாத மனக்கசப்புகள் மிச்சமிருந்தன. எவளையோ கல்யாணம் கட்டிக்கொண்டு ஊரில் வைத்துக் குடும்பம் நடத்துவதும், கேட்டால் ‘அல்லா சொன்னான், சட்டம் சொல்லுது’ என்பதும், தன்னோடு பல வருடம் வாழ்ந்த மனைவியை, பிள்ளைகளைத் தெருவில் விட்டுவிட்டு, இன்று அவர்கள் மீது தன் கோபத்தைக் காட்ட முயல்வதும் இவளுக்குத் தாங்க முடியாத வெறுப்பைத் தரக்கூடியதாக இருந்தன.

அவனுடைய கோபம் தன்னை ஒன்றும் செய்யப் போவதில்லை என்று நினைத்துக்கொண்டாள். அவளுக்குச் செய்வதற்கு நிறைய வேலைகள் இருந்தன.

நீண்ட நாளைக்குப் பிறகு இன்று மூர்த்திக்குப் போன் செய்ய விரும்பினாள்.

நேற்றிரவு, தாசில்தாரும் அவரது டாக்டர் மகளும் தன்னோடு நடந்துகொண்ட முறையும் அதற்கான காரணமும் அவனது நினைவை அதிகப்படுத்தியிருந்தன. நன்னியின் அறிவுரைக்குப் பிறகு மறந்துபோயிருந்ததாக நம்பியிருந்த அவனது நினைவு இன்றைக்கு விஸ்வரூபம் எடுத்திருந்தது.

58

மெஹருக்கு ராகத்[1]தாக இருந்தது. இவ்வளவு நாள் எவ்வளவோ கஷ்டப்பட்ட, வேதனைப்பட்ட நாள் எல்லாம் அழ மட்டும்தான் தோன்றியிருக்கிறது.

ஆனால் அன்றைக்கு அரிப்பு எடுத்துக் கஷ்டப்பட்டபோதுதான் சாக வேண்டும் என்கிற மனநிலைக்கு வந்தாள்.

அன்றிரவு மட்டும் பர்வீனுடன் அந்த டாக்டரைப் பார்த்திருக்கவில்லை என்றால் ஏதாவது செய்துகொண்டிருப்பாள்.

அந்தச் சில மணிநேரங்களில் எதுவுமே நினைவில் இல்லை. தன் வாழ்க்கையைப் பற்றியோ குழந்தைகளைப் பற்றியோ எதுவுமே நினைவில்லை.

படுக்கையில் இருந்தபடியே சுவரில் தொங்கிக் கொண்டிருந்த காலண்டரின் மீது கண்களை ஓட்டினாள். ரத்னம் ஸ்டோர் கொடுத்த காலண்டர். சாமி படம் இருந்ததால், சாஜி அதன்மீது வெள்ளைப் பேப்பரை ஒட்டி, அதன்மீது அவளும் தம்பியும் இருந்த போட்டோவை ஒட்டியிருந்தாள். தனது படுக்கைக்கு எதிரிலிருந்த அந்த படத்தைப் பார்த்தபடியேதான் இவள் படுத்திருப்பாள். அடுத்த வாரம் முழுப்பரீட்சை முடிந்து பிள்ளைகள் வந்துவிடுவார்கள் என்பதே சந்தோஷமாக இருந்தது. இந்த ஒரு வருடத்தில் மொத்தமே ஐந்து முறைதான்

---

1. உடல் நலம்

அஷ்ரபைப் பார்த்திருப்பாள். சாஜி லீவில் வரும்போதெல்லாம் இவளோடுதான் பெரும்பாலான நேரம் இருப்பாள்.

ஒருமுறை ரம்ஜான் நேரத்தில் வந்து நான்கு நாட்கள் பிள்ளைகள் ஊரில் இருந்தார்கள். அஷ்ரபையும் நோன்பு பிடிக்கச் சொல்லி ஹசன் கட்டாயப்படுத்தியிருந்தான். அவன் ரொம்பவே தளர்ந்துபோய் மூக்கைப் பிடித்தால் உயிர் போகும் நிலையில் இருந்தான். சாஜி 'வேண்டாம்' என்று சொன்னதற்கு 'அத்தா திட்டுறார்டி' என்று சொல்லிவிட்டான்.

சாஜி சொன்னாள், "அவன் சஹருக்கும் வயித்துக்கு சாப்பிடுறதில்லை. பாவம். ஏன்தான் அவருக்கு அப்படி பயப்படறான்னே தெரியல"

"அவன் அப்படித்தானே, என்னையும்கூட அரட்டி வைத்திருந்தான். பிள்ளைகள மட்டும் விடுவானா," என்று இவள் சொன்னபொழுது சாஜி சொன்னாள், "என்னையெல்லாம் முடியாது, அவர் சொல்றதுக்கு தலையாட்ட நான்லாம் கிடையாது." அவளது தீர்க்கமான குரல் இவளை ஸ்தம்பிக்கச் செய்தது.

இந்த போட்டோ அந்த ரம்ஜான் அன்றைக்கு எடுத்ததுதான். அஷ்ரப் இளைத்துப்போய்க் கறுப்பாக இருந்தான். முகத்தில் சந்தோஷத்தைவிடச் சோர்வு தெரிந்தது. சாஜி அணிந்திருந்த சுடிதார் நன்றாகவே இல்லை. அவளுக்கு அது திருப்தியில்லை. "ஏன் இந்த சுடிதார் இப்படி இருக்கு, நல்லாயில்லை," என்றவளிடம் அவள் சொன்னாள், "நானும்தான் அவருகூட போயிருந்தேன். ஆனா ஒண்ணும் புரியல. செலக்ட் பண்ணத் தெரியாம இத எடுத்துக்கிட்டு வந்துட்டேன். நீயும் கூட இருந்திருந்தா நல்லா இருந்திருக்கும்," என்றாள். அதைச் சொல்லும்போது அவள் முகம் இயலாமையினால் சுருங்கிக் கிடந்தது.

"ஆமா பெரிய ரம்ஜான், வீட்டுல யாரும் இல்ல, நீ ஒரு எடத்துல, அத்தா ஒரு எடத்துல. நானும் தம்பியும் மட்டும் சுபைதா நன்னியோட இருந்தோம். என்னத்த கொண்டாட சொல்ற, ஒண்ணுமில்ல," விரக்தியோடு சொன்னவளின் முகம் நினைவுக்கு வந்தது. இந்த வயதில் பண்டிகைகளின் மீது இருக்கக்கூடிய சந்தோஷமும் உற்சாகமும் அவர்களிடம் சுத்தமாகவே இல்லை.

பக்கத்து வீட்டுப் பிள்ளைகளும் அவள் வயதுப் பெண்களும் உற்சாகமும் மகிழ்ச்சியுமாக இருக்கும்போது, அவளுக்கு மட்டும் சந்தோஷத்திற்குப் பதிலாக மனக் கஷ்டத்தை அல்லா தந்துவிட்டானே.

இவள் புதுச் சேலை கட்டவில்லையா என்று கேட்டவளிடம், “புடிக்கல, சீல எடுக்கவேயில்ல” என்று சொல்லிவிட்டாள். அந்தச் சமயத்தில்தான் இரண்டாவது இத்தாவி[2]ல் இருந்தாள். அது சாஜிதாவிற்குத் தெரியக் கூடாது என்று நினைத்திருந்தாள்.

அபி வெட்டிக்கொள்வதாக வந்து எழுதி வாங்கிக்கொண்டு போய்விட்டான். உடனுக்குடனாக அந்தக் காரியத்தையும் முடித்தாகிவிட்டது. இந்த முறை இவளுக்கு சந்தோஷமாகத்தான் இருந்தது. தன்னை விட்டு எல்லாச் சனியன்களும் போய்த் தொலைந்தால் சரி என்றிருந்தது. கல்யாணம் என்ற பெயரில் பட்ட அவமானங்களும் கஷ்டங்களும் போதும். சாஜிக்குக் கல்யாணமே செய்யக் கூடாது என்று எண்ணிக்கொண்டாள். ரம்ஜான் அன்று சாஜிக்கு அத்தனை நகைகளையும் போட்டு விட்டிருந்தாள். அவள் அணிந்திருந்த நகைகளைப் பார்த்து ஆசியாம்மா, “எம்மவ கல்யாணத்துக்குன்னு ஒவ்வொரு நகையுமா பாத்துப்பாத்து செய்தேன்,” நீண்ட பெருமூச்சுடன்தான் சொன்னாள். இவளுக்கு எரிச்சலாக இருந்தது, இந்த நேரம் பார்த்து அதை ஞாபகப்படுத்துகிறாளே என்று.

சாஜி சொன்னாள், “நானெல்லாம் கல்யாணம் பண்ணிக்க மாட்டேன். இந்த நகைய எல்லாம் வித்துக்குடு. டாக்டருக்குப் படிக்கிறேன்.” கண்களில் ஆர்வம் மினுங்கிற்று.

தகப்பன் தன்னைப் படிக்க விட மாட்டான் என்கிற கவலையை அவ்வார்த்தைகளில் இவளால் கவனிக்க முடிந்தது.

“நீ நல்லாப் படிடாம்மா, நான் என் நகைய எல்லாம் குடுக்கறேன், கலியாணமே பண்ணிக்க வேணாம்,” என்றாள் இவள் அவசரமாக.

“நல்ல நாளும் அதுவுமா பிள்ளைய கலியாணம் பண்ணிக்காதேன்னு யாராச்சும் வாழ்த்துவாகளா, லூசாட்டம்,” மகளை அதட்டிய ஆசியாம்மாவின் குரல் பதறிற்று.

“ஒனக்கு இன்னும்கூட கலியாணம் காட்சிகளில் நம்பிக்கை இருக்குபோல,” தனக்குள் முனகிக்கொண்டாள் மெஹர்.

சாஜி மறுபடி சொன்னாள், “அதெல்லாம் முடியாது, நான் படிக்கத்தான் போறேன்”.

நாளை மறுபடி விடுமுறைக்குப் பிள்ளைகள் வரப் போகிறார்கள் என்பதை நினைக்கும்போதே உடலில் உயிர் உண்டாயிற்று. இத்தனை நாட்களாக ரத்த ஓட்டமில்லாமல் சோர்ந்து கிடந்த உடல் கடுமையாகப் பாதிப்படைந்திருப்பதை

---

2. கணவன் இறந்த பின் அனுஷ்டிக்கப்படும் நாற்பது நாள் தனிமைக் காலம்.

ஆங்காங்கே உண்டாகிய வலி தெளிவாக்கிற்று. சாஜிதாவுக்குத் தன்மீதும் கோபமில்லை என்பதே பெரிய நிம்மதிதான். அஷ்ரபின் மனவருத்தத்தை எப்படி கையாள்வது என்று புரியவில்லை. ஹசனின் தொடர்ச்சியான ஓதுதல் அவனை ஏதோ ஒரு குழப்பத்தில் ஆழ்த்தியிருந்தது. யார்மீது கோபப்படுவது, யார் சொல்வது சரி என்கிற குழப்பம். அவனை நினைத்துக் கவலையும் பயமும் கூடவே இருந்துகொண்டிருந்தது.

இனி எப்போதும் பிள்ளைகளோடு சேர்ந்து இருக்க முடியாது என்பது புரிந்தது. ஏக்கத்திலேயே மீதிக் காலத்தைக் கடத்த வேண்டியதுதான் என்று நினைத்துக்கொண்டாள். இனி எதுவுமே தன் கையில் இல்லை, எப்போதும் கைவிட்டுப் போய் நாளாகிவிட்டது என்பது மட்டும் தெளிவாகப் புரிந்தது.

சாஜிக்குக் கடைசிப் பரீட்சை முடிந்துவிட்டது. மனமெல்லாம் ஒரே நிம்மதியும் பதற்றம் குறைந்த அமைதியும் நிலவின.

வாழ்க்கையின் மிக முக்கியமான பரீட்சை. இதில் எடுக்கப்போகும் மதிப்பெண்தான் அவள் டாக்டருக்குப் படிக்கப் போகிறாளா இல்லையா என்பதை முடிவுசெய்யும்.

‘ஸ்டடி ஹாலிடே என்று பிள்ளைகள் எல்லோரும் வீடுகளுக்கு ஆசையுடன் போனபோது, இவள் போக விரும்பாமல் இங்கேயே தங்கிக்கொண்டாள். வீட்டிற்குப் போனால் படிக்கவா முடியும்? ஒப்பாரியும் புலம்பலும்தான் கேட்கும்.

இன்னொரு வீட்டில் அத்தாவின் அறிவுரைகளும் புத்திமதிகளும் அம்மாவின் மீதான வசைகளுமாகக் கேட்டுக் கொண்டிருக்க வேண்டும். என் படிப்பைப் பற்றி யாருக்குக் கவலை? அவரவர் பிரச்சினைகள் அவரவருக்கு.

இவளுக்கு இப்போதெல்லாம் அம்மா எடுக்கும் முடிவும் இரண்டாவது திருமணமும் கோபத்தைவிட வியப்பைத் தந்தன.

அவள் முட்டாள்தனமாகத் திருமணம் செய்துகொண்டாள் என்றாலும், படிப்பறிவில்லாமலேயே இத்தனை எதிர்ப்பு எப்படி வந்தது என்று புரியவில்லை. அதைவிட பர்வீன் குப்பியை நினைக்கும்போது ரொம்ப ஆச்சரியம் உண்டாகும். அவளுக்கு எப்படிக் கல்யாணம் மறுபடி வேண்டாம் என்று அத்தாவைப் பார்த்துச் சொல்ல முடிந்தது என்று. வீட்டில் அவன் வைத்ததுதான் சட்டம்; அவன் சொன்னதை மறுப்பது நிச்சயம் பெரிய விஷயம்தான் என்று ஆச்சரியப்பட்டாள்.

பெட்டி படுக்கைகள் எல்லாமும் கட்டிவிட்டாள். அத்தா வருவதற்காகக் காத்திருந்தாள்.

இன்னும் அவன் வரவில்லை. பெரும்பாலான பிள்ளைகள் பிரியாவிடை கொடுத்துக் கண்ணீர் விட்டு அழுதபடி அட்ரஸ் வாங்கிக்கொண்டு போய்விட்டார்கள்.

இவளுக்கு உயிருக்கு உயிரான நட்பு என்று யாரும் இல்லை. யாரிடமும் சேராமல் தனித்தே இரண்டு வருடங்களாக இருக்கிறாள். எந்த ஒரு நட்பின் வழியேயும் மன ஆறுதலைப் பெற முடியாத தனது மனநிலையைக் கவலையுடன் யோசித்தாள்.

வார்டன் லஷ்மி அடிக்கடி கேட்பாள், "ஏம் புள்ள தனியாவே இருக்கிற? அதுகளோட சேந்து விளையாடலாம், பேசலாம் இல்ல, இம்புட்டு அமைதி என்னத்துக்கு இந்த வயசுல."

விளையாடவும் சிரிக்கவும் என்ன இருக்கிறது என்பது போல இவள் மெதுவாகச் சிரிப்பாள்.

இந்த வயசுக்கு இவ்வளவு முதிர்ச்சியா என்பதுபோல அவள் இவளைப் பரிதாபமாகப் பார்ப்பாள். இவள் அந்தப் பரிதாபப் பார்வையை அலட்சியமாகப் புறக்கணிப்பதாக வெறுமனே காட்டிக்கொள்வாள்.

அத்தா மூன்று மணி சொன்னார் என்றால் ஆறு மணி ஆகும். எப்போதும் இப்படித்தான். திட்டமிடல் என்பதே கிடையாது அவருக்கு.

நேரம் நான்கு மணி. ஹாஸ்டலின் மோசமான சாப்பாட்டை விட்டுப் போகிறோம் என்பது சந்தோஷமாக இருந்தாலும், இனி இரண்டு மூன்று மாதங்களுக்கு வீட்டில் அத்தனை பிரச்சினைகளுக்கும் மத்தியில் இருக்கப்போகிறோம் என்பது பெரும் கவலையாக அவளைச் சுற்றிக்கொண்டிருந்தது. ஹாஸ்டல்போல வீடும் நரகமாக இருந்தால் எங்கே போவது? இரண்டு பக்கமும் அவர்கள் சொல்லிக்கொண்டிருக்கும் புகார்களுக்குச் சாட்சியாக இருக்க வேண்டும்.

அடுத்து மேலே படிப்பதற்கு என்ன மாதிரியான பிரச்சினைகள் போராட்டங்கள் காத்திருக்கின்றனவோ என்று தெரியவில்லை.

கவலையோடு பெருமூச்சொன்றை விட்டபடி தூரத்தில் நின்ற மரங்களைப் பார்த்தாள். பரந்து விரிந்த அவ்வளவு பெரிய பள்ளி வளாகத்தில் மொத்தமாகவே நான்கு மரங்கள்தான். வைத்திருக்கும் செடிகள் மரங்களாக நாள் பிடிக்கும் என்று தோன்றிற்று. சரியான வெயில் பள்ளி வளாகத்திலும் ஹாஸ்டல் வளாகத்திலும் எந்நேரமும் தகித்துக்கொண்டிருந்து எப்போதும்

வெறுப்பை உண்டாக்கியது. வீட்டில் போய் ஏசி ரூமில் படுத்துத் தூங்க ஏக்கமாக இருந்தது.

இங்கு இருக்கவும் பிடிக்காமல் வீட்டிற்குப் போகவும் பிடிக்காமல் என்ன ஒரு வாழ்க்கை?

இரண்டு சூட்கேஸ் துணிகள், ஒரு வாளி, குவளை இவைதான் மொத்த லக்கேஜ். வீட்டிற்குப் போனதும் சீருடைகளையெல்லாம் அள்ளி எறிய வேண்டும் என்று நினைத்துக்கொண்டாள். ஏனோ அந்தப் பச்சையும் வெள்ளையும் சேர்ந்த நிறம் வெறுப்பாக இருந்தது. 'எவன்தான் தேர்வு செய்தானோ இந்த ஆடையை, கோலத்தையே கெடுக்குற மாதிரி, லூசுப் பசங்க. ஒவ்வொரு ஸ்கூல்ல எவ்வளவு அழகான கலர் யூனிபார்ம் இருக்கு' என்று வாய்க்குள் முணுமுணுத்தாள். வார்டன் எங்கேயாவது நின்று காதில் வாங்கிவிடக் கூடாது என்று சுற்றுமுற்றும் பார்த்துக் கொண்டாள். நேரம் ஐந்தாகியிருந்ததைக் கையிலிருந்த கடிகாரத்தில் பார்த்தாள்.

சரியாக இரண்டு மணிநேரமாகக் காத்திருக்கிறாள். வீட்டுக்குப் போகிறோம் என்கிற சந்தோஷம் இருந்தாலாவது காத்திருப்பது சுமையாகத் தோன்றாது; வெறுப்பும் கோபமும் ஒரே சமயத்தில் உண்டாயின.

அஷ்ரப் இந்நேரம் லீவு முடிந்து வீட்டிற்கு வந்து ஒரு வாரமாகியிருக்கும்; முன்பே லீவு விட்டுவிட்டார்கள். அவன் உடம்பு சவலைப் பிள்ளையைப் போலச் சுருங்கிப்போய்விட்டது. இனி எப்போதும் அவனும் அம்மாவோடு இருக்க முடியாது. படித்து முடிக்க எத்தனை வருடம் ஆகுமோ என்று நினைத்துக் கொண்டாள்.

வீட்டிற்குப் போகிறோம் என்கிற நினைப்பு வரும்போதெல்லாம், தம்பியைப் பார்க்கப்போகிறோம், அவனோடு இருக்கப்போகிறோம் என்பது மட்டும்தான் ஒரே சந்தோஷமான விஷயமாக இருக்கும்.

தலை வலித்தது. இப்போதெல்லாம் தலைவலி அதிகமாக வருகிறது. ஒருவேளை அதிகநேரம் விழித்துப் படித்ததனால் இருக்கலாம். கண்ணாடிக்குப் பவர் கூடியிருக்கிறதா என்று டாக்டரிடம் காட்ட வேண்டும்.

ஒரு வழியாக கார் வரும் சத்தம் நினைவுகளிலிருந்து விடுவித்தது. எல்லோரும் போய்விட்டதால் ஹாஸ்டல் வராண்டாவும் மைதானமும் வெறிச்சிட்டுக் கிடந்தன. "என்ன லேட்டாயிருச்சாம்மா," என்றபடி காரிலிருந்து இறங்கி வந்தவனை

அண்ணாந்து பார்த்தாள். கறுத்து வாடிப்போயிருந்தான். முன்பிருந்த முகம் இப்போது இல்லை; களையிழந்து கிடந்தது.

தாமதமாக வந்ததற்காகக் கோபத்தைக் காட்ட வேண்டும் என்று நினைத்திருந்தவள் அந்த எண்ணத்தைக் கைவிட்டவளாக, “இருங்க, புர்கா உள்ள இருக்கு போட்டுட்டு வரேன்,” என்று சொல்லிவிட்டு மறுபடி அறையை நோக்கி நடந்தாள்.

“அத்தா கண்ணாடிய மாத்தணும், தலைய வலிக்குது”. பயணத்தினைத் துவக்கிய உடனேயே அதைச் சொன்னாள். ஒருவேளை இப்போதே டாக்டரிடம் கூட்டிப்போவதற்கான ஒரு வாய்ப்பு இருப்பதை அவள் அறிந்திருந்தாள்.

“இன்னக்கி வேணாம், இன்னொரு நாளைக்குப் போகலாம்,” சோர்வாகச் சொன்னவன், வழியிலிருந்த பழமுதிர்ச் சோலையின் அருகில் வண்டியை நிறுத்திவிட்டுப் போய் அவளுக்குப் பிடித்த சாத்துக்குடி ஜூஸ் வாங்கி வந்து கொடுத்தான். “ரொம்ப இளைச்சு போயிட்ட,” கவலையோடு சொன்னவன், “ஓவரா படிச்சிருப்ப,” என்றான்.

“ஆமாத்தா, நிறைய மார்க் வாங்குனாதான டாக்டருக்கு சேர முடியும்”.

அவனிடமிருந்து பதில் ஏதும் வருகிறதா என்று பார்த்தாள். “டாக்டருக்குன்னா மெரிட்ல போனாதான், மெரிட்ல வருவ இல்ல,” என்றான்.

“துஆ செய்ங்கத்தா,” என்றாள்.

கிளாஸை வாங்கிக்கொண்டு போனவன், நிறையப் பழங்கள் வாங்கினான். ஆப்பிள், சாத்துக்குடி இரண்டும் கலந்தே வாங்கிக் கொண்டுவந்து பின்சீட்டில் இவள் அருகே வைத்தான். “உடம்ப தேத்து நல்லா சாப்புட்டு,” சொல்லியபடி, மறுபடி அதே அளவு பழங்களை வாங்கிக்கொண்டு முன்புற சீட்டில் தனக்கு அருகில் வைத்தான்.

ஒரு நிமிடம் அவன் தன்மீது காட்டிய அன்பில் நெகிழ்ந்த இவளுக்கு மறு நிமிடம் மனச்சோர்வு உண்டாயிற்று.

அந்தப் பழம் அவனது இரண்டாவது மனைவிக்கு என்பது புரிய கடும் வெறுப்பு உண்டாகிற்று.

தான் இருக்கும்போது இதைச் செய்ய வேண்டுமா என்று ஆத்திரம் வந்தது என்றாலும், காட்ட விரும்பாமல் அமர்ந்திருந்தாள்.

அவளது மனநிலை புரியாதவனாக அவன் கேட்டான், "கார்ல ஏறுனதும் பயண துஆ ஓதுனியா?"

அவள் வேண்டா வெறுப்பாக, "உம் ஓதிட்டேன்," என்றாள்.

மகளது குரலில் தெரிந்த கோபத்திற்கான காரணம் புரியாதவனாகச் சற்று நேரம் அமைதியாக இருந்தவன், ஏதாவது பேச வேண்டும் என்பதற்காக, "நேத்து தம்பிய 40 நாள் தப்லீக் ஜமாஅத்ல அனுப்பினேன், லீவுல ஊர்ல இருந்தா கண்டபடி சுத்துவான். ஒனக்குதான் தெரியுமில்ல, எப்புடி சுத்துவான்னு." அவன் சொன்னதைக் கேட்டதும் அதிர்ச்சியில் உறைந்துவிட்டாள் சாஜிதா.

"தம்பி இல்லையா, அவனை அனுப்பியாச்சா?" வேகமாகக் கேட்டாள். "அவனை எதுக்கு அனுப்புனிங்க, நான் வர்றேன்னு தெரியுமுல்ல?"

ஆத்திரத்தில் கிறீச்சிட்டாள்.

அவன் மகளது அதிர்ச்சியைக் கண்டுகொள்ளாதவனாக, அலட்சியமாக, "என்னாத்துக்கு கத்துற? அவன் ஒழுங்கா இபாதத்த கத்துக்கிட்டு வரக் கூடாதா," என்றான் எரிச்சலோடு.

"ஆளுக்கொரு திசையில படிக்கிறோம், லீவுல மட்டும்தான தம்பியும் நானும் ஒண்ணா இருக்கப் போறோம்; அதையும் கெடுத்து அவன துரத்திவிட்டா நான் யார்கூட இருப்பேன். எனக்கு அவன்கூட இருக்க ஆசையா இருக்கு," வேதனையிலும் இயலாமையிலும் அழுகை முட்டிக்கொண்டுவர அழ ஆரம்பித்தாள்.

"ஏன் ஒங்கம்மா சொல்லிக்குடுத்தாளா, அவன அனுப்பிவிடாதேன்னு," கோபமாகக் கேட்டவன், "இபாதத்தை கத்துக்க அனுப்புறது தப்புங்கிற, சும்மா ஊர் சுத்துனா போதும் உனக்கு, நீ படிச்ச புள்ளை. ஏம்மா, ரொம்ப நல்லாத்தான் இருக்கு" என்று சொன்னவன், "வாய மூடிக்கிட்டு வா, எனக்கு நல்லது கெட்டது தெரியுமா, ஒனக்குத் தெரியுமா?" என்றான் மூர்க்கமாக ஒலித்தது அவன் குரல்.

அதன் பிறகு பேசிக்கொள்வதற்கான அவசியம் அங்கே இல்லை. கண்களில் வழியும் கண்ணீரும் வெம்பும் மனமுமாக அவள் அம்மாவை நினைத்துக்கொண்டாள். அவளையும் தம்பியையும் பிரிக்க வேண்டும். இந்த ஒரே எண்ணம்தான் அவனை 40 நாள் தப்லீக் ஜமாஅத்தில் ஊரைவிட்டு அனுப்பியதற்கான காரணம் என்பதை அவளது மூளைக்குச் சுலபமாகக் கிரகிக்க முடிந்தது.

மாதக் கணக்காகப் படித்துக்கொண்டு, ஹாஸ்டலில் ஒழுங்கான கவனிப்பு இல்லாமல் இருந்த பிள்ளையை அனாதையைப் போல 40 நாளைக்கு விரட்டிவிட்டானே என்கிற ஆதங்கம் மனத்தில் பொங்கி வழிந்தது. அவன் எவ்வளவு அழுதிருப்பான் என்று பார்க்காமலேயே அவளால் யோசிக்க முடிந்தது.

அம்மாவும் அத்தாவும் ஒருவரை ஒருவர் பழிவாங்கும் விதமாக எப்படியெல்லாம் நடந்துகொண்டிருக்கிறார்கள் என்பதை அவள் சிந்தித்தாள்.

அவன் கல்யாணம் செய்த பிறகு ஏறக்குறைய ஆறு மாதங்கள் சாஜிதாவை அவனோடு பேசவிடாமல் வைத்திருந்தாள். இவளுக்கேகூட அம்மா அழுதுகொண்டிருந்ததனால் உண்டான கோபம் மனத்தில் இருக்கத்தான் செய்தது.

சில சமயங்களில் அத்தாவின் அன்பை நினைத்தும் ஏங்கியிருக்கிறாள், பேச விரும்பியிருக்கிறாள். அம்மாவிற்குப் பயந்து அவள் பேசவேயில்லை.

ஆறு மாதம் கழித்து அவளாகவே சொன்னாள், "நீ அவனோடு பேசிக்க," என்று. திடீரென ஏன் என்று யோசித்தவளிடம், "நீயும் பேசலைன்னா, அந்த ரெண்டாம் பொண்டாட்டி மேல இன்னும்கூட உசுர வச்சுக்குவான், ஒனக்கு எந்த செலவும் செய்யாம அவளுக்கு எல்லா செலவும் செய்வான். நீ பேசிக்க," என்றாள்.

அத்தாவோ தம்பியை என்ன சொல்லி அம்மாவைப் பார்க்கவிடாமல் செய்யலாம் என்பதிலேயே இருந்து, அவனை ஹாஸ்டலுக்கு அனுப்பிவைத்துத் தன் ஆத்திரத்தைத் தீர்த்துக்கொள்கிறார்.

பொம்மைகளைப்போலத் தாங்கள் இருவரும் பந்தாடப் படுவதாக உணர்ந்தாள் சாஜி.

வீட்டிற்குப் போவதற்கான விருப்பம் சுத்தமாகவே இல்லாமல் ஆகியிருந்தது. எங்காவது கண்காணாத திசைக்கு ஓடிப்போய்விடலாமா என்று கண்களை மூடி யோசித்தபடி அழுகையைத் தொடர்ந்துகொண்டிருந்தாள்.

59

வந்ததிலிருந்தே அழுதபடி சாப்பிட மறுத்து அறைக்குள் படுத்துக்கொண்ட சாஜிதாவை எப்படிச் சமாதானம் செய்வது என்று புரியவில்லை சுபைதாவிற்கு.

முற்றத்தில் விழும் இருளை வெறித்தபடி ஹாலில் அமர்ந்திருந்தாள். தொழுகைக்கு நேரம் ஆகிவிட்டது. அப்போதுதான் பாங்கு சொல்லி முடித்திருந்தார்கள்.

'தொழுது தொழுது என்னத்தைக் கண்டேன்,' என்று நினைத்துக்கொண்டாள். வேதனையாகத்தான் இருந்தது. இனியும் எவ்வளவு கஷ்டத்தைத் தருவதற்கு அந்த நாயன் காத்திருக்கிறானோ?

'பிறந்த நாளிலிருந்து துன்பம்தான் மிச்சம். நினைவுதெரிந்த நாளிலிருந்தே தொழுகாத நாள் இல்லை. கொடுக்காத தர்மம் இல்லை. செய்யாத நன்மை இல்லை. ஆனாலும் ஆண்டவன் இவ்வளவு சோதனையை என் குடும்பத்திற்கு மட்டுமே தருகிறானே.' 'எம் புருஷன் வள்ளல், எம் புள்ளை குடுக்காத தர்மம் இருக்கா, யாருமொரு காரியம்னு வந்து நின்னாலும், மொதப் பணம் எம்புள்ளையோடதாதானே இருக்கும். எந்த ஊர்ல குமரு காரியம் பள்ளிவாச, மதரஸா கட்டுறதுன்னாலும் எம் புள்ளைதானே முன்னின்று செய்வான். அந்த

அல்லாவுக்கு அவன் மேலகூட இரக்கம் இல்லையா, அவன் ஒன்னோட வழியிலதானடா போறான். ஏன் றப்பே' என்று வாய்விட்டு அரற்றினாள்.

தம்பியைப் பார்க்கணும்னு ஆவலா வந்த புள்ளக்கி அவன் இல்லன்னா ஏமாத்தமாத்தான இருக்கும் என்று சாஜிதாவின் அழுகைக்குப் பின்னிருக்கும் நியாயத்தை உணர்ந்தவள், இந்தப் பய என்னாத்துக்கு அந்த பச்சப் புள்ளைய நாப்பது நாளைக்கி துரத்திவிடுறான் என்று மகன்மீது கோபப்பட்டாள். வயதான காலத்தில் நிம்மதியே இல்லாமல் வாழ்க்கை ஏன் இப்படி சீரழிக்கிறது என்று நினைத்துப் பெருமூச்சு விட்டாள். பர்வீனின் வாழ்க்கை இப்படிச் சீரழியும் என்று நினைக்கவே இல்லை. அந்தத் துயரத்திலிருந்து மீண்டு மூச்சுவிட முடியாதபடிக்கு மகனது வாழ்க்கையும் சீரழிந்துவிட்டது.

பால்கித்தாபு போட்டுப் பார்த்தும் ஒண்ணும் கதைக்கு ஆகவில்லை.

சாஜியைச் சாப்பிடவைப்பது, கெஞ்சுவது எல்லாம் தன்னால் முடியாது என்று, பர்வீனை வரச்சொல்லி அனுப்பினாள். அவள் வந்தால் போதும், இவள் சாப்பிடுவாள் என்று நம்பிக்கை இருந்தது.

அல்லாஹூ என்றபடி ஒளுச் செய்வதற்காக முன்வாசலிலிருக் கும் குளியலறையை நோக்கி நடந்தாள். முட்டு வலி இன்னும் குறையாமல் படுத்தி எடுத்துக்கொண்டிருந்தது. பர்வின் சொன்னாள், "வயசாயிட்டா வலியோட வாழ பழகிக்கணும், சும்மாசும்மா மாத்திரை சாப்பிடாத."

பர்வீனுக்கு ஏனோ மனம் விட்டுப் போயிருந்தது. சாஜியைச் சாப்பிடவைப்பது ஒன்றும் பிரச்னையில்லை; ஆனால் அஷ்ரபை அனுப்பியதுதான் மனசுக்குப் பொறுக்கவே முடியவில்லை.

என்ன இருந்தாலும் அந்த விஷயத்தை சாஜியால் ஒப்புக்கொள்ள முடியாதுதான். எனக்கே இத்தனை வருத்தமும் கோபமும் வரும்போது, சாஜிக்கும் மெஹருக்கும் எப்படி இருக்கும் என்று கற்பனை செய்துபார்க்கக்கூட முடியவில்லை.

தப்லீக் ஜமாஅத் கிளம்புவதற்கு முதல் நாள் முழுக்க இவள் மடியில் படுத்துத்தான் அழுதுகொண்டிருந்தான். "நீங்களாச்சும் அத்தாகிட்ட சொல்லுங்க, எனக்கு போகப் புடிக்கல, அக்கா வந்ததும் பாத்துட்டு ஒரு வாரத்துக்கு மட்டும் போறேன்," என்றான். அன்றைக்கு மெஹரோடு டாக்டரைப் பார்க்கப் போனதற்கு வீடு தேடி வந்து அவன் திட்டிவிட்டுப் போன பிறகு பர்வீன் அண்ணனோடு பேசுவதில்லை.

அஷ்ரபின் நீண்ட விசும்பல்களுக்குப் பிறகு போனில் அண்ணனைக் கூப்பிட்டாள். ஸலாம் சொன்ன பிறகு, "சொல்லு, தொழுகப்போறேன், என்ன," என்றான்.

இவள் சொன்னாள், "இல்லை, அஷ்ரப் தப்லீக் ஜமாஅத்ல போகச் சொன்னிங்களாம், ஒரு வாரத்துக்கு மட்டும் போகட்டுமே, நாப்பது நாள் வேணாம். அழுகுறான் புள்ள, அவன் ஒடம்புல ஒண்ணுமே இல்ல. இந்த வெயில்ல, கெடந்து முடியாமப் போயிடும். லீவுலயாவது நல்ல சாப்பாடு குடுத்து ஒடம்ப தேத்தலாம்ல," என்றாள்.

நிஜமாகவே அவளது குரல் பயத்தில் தோய்ந்திருந்தது. அவனிடமிருந்து வரும் பதில் தன்னை எந்த அளவுக்குத் துன்புறுத்தப் போகிறதோ என்கிற கவலையோடுதான் பேசினாள்.

மறுமுனையிலிருந்து உடனே வந்தது பதில். "நான் என் புள்ளைக்கு நல்லது செய்யணும்னு நெனைக்கிறேன், இபாதத்த கத்துக்குடுக்கணும்னு நெனைக்கிறேன்; அஞ்சுல வளையாதது அறுபதுல வளையாது. உனக்கு ஈமான்[1] கொறைவா இருக்குறதுக்கு காரணம் உன்னைய வளத்தது சரியில்லன்னு நான் இன்னைக்கு அல்லாகிட்ட துஆ கேட்கிறேன், என் தங்கச்சிக்கு ஈமான பலப்படுத்துடான்னு. எம்புள்ள விஷயத்துல நீ ஏதும் பேச வேணாம்."

போன் மறுமுனையில் துண்டிக்கப்பட்டதும், இவள் ஒன்றும் பேசவில்லை. மௌனமாக அஷ்ரபை அணைத்துக் கொண்டிருந்தாள்.

குப்பியினாலும் காரியம் நடக்கவில்லை. அஷ்ரப் அப்படியே எழுந்து கண்களைத் தோள்பட்டையின்மீது தேய்த்துக் கண்ணீரைத் துடைத்தபடி வீட்டுக்குப் போனான்.

மெஹர் தினமும் போன் செய்து அழுதுகொண்டே இருக்கிறாள். கண்ணீருக்கும் அவளுக்குமான உறவு எப்போது முடிவுக்கு வரும் என்று தெரியவில்லை. சகிக்கவே முடியாமல் இருக்கிறது. அவளுக்கு ஏதும் ஆகிவிடுமோ என்கிற பயம் வேறு இவளுக்குள் உண்டாகியிருந்தது.

சாஜியின் அறைக் கதவைத் தட்டினாள் பர்வீன். அவளது குரலைக் கேட்டதும், சாஜி வேகமாக வந்து கதவைத் திறந்தாள். இவளைக் கட்டிப்பிடித்துக்கொண்டாள்.

இருவருக்கும் அந்த அணைப்பில் நம்பிக்கையையும் ஆறுதலையும் உணர்ந்தார்கள் இருந்தது. சுபைதா, தனக்குப்

1. மதத்தின் மீது உறுதியான நம்பிக்கை

பெரிய தலைவலி குறைந்துவிட்டதாக யோசித்தபடி தொழுகைக்கு தக்பீர் கட்டினாள்.

குருவிக்கூடொன்று கலைந்துபோய்விட்டதைப் போலிருந்தது. யாருக்கும் யாரோடும் எந்த ஒரு உறவும் ஒட்டுதலும் இல்லாததொரு நிலையை மனத்தின் உள்ளே கொண்டு வந்தவளாக தனது தொழுகைக்குள் நுழைந்தாள் சுபைதா.

நாளை வெள்ளிக்கிழமை. மதியச் சாப்பாட்டுக்குப் பிறகு ஆயிஷாம்மா வீட்டில் பெண்கள் பயான் இருக்கிறது, போக வேண்டும் என்கிற எண்ணம் தொழுகையினூடே மனதில் ஓடிற்று. பர்வீன் வர மாட்டாள், கூப்பிட்டால், "எனக்கு தெரிஞ்ச ஹதீஸ் போதும், நீங்க போய் கூடுதலாத் தெரிஞ்சுக்கோங்க" என்று சொல்லுவாள்மனதில் கட்டுப்படுத்த முடியாதபடி எண்ணங்கள் ஓடித்திரிய, தொழுகையைத் தொடர்ந்தாள்.

60

ஆயிஷாம்மா வீட்டில் இன்றைக்குப் பெண்கள் பயான் என்று அனிபா ஹஜரத் சொல்லியிருந்தார். பள்ளிவாசலிலும் தொழுகைக்குப் பிறகு அறிவித்து விட்டார். தான் போட்ட போடில்தான் ஜமாத் தலைவர் அம்ஜத், இந்த வேலையை மறுபடி ஆரம்பித்துவிட்டார் என்பதைத் தனது வெற்றியாகக் கொண்டான் ஹசன்.

கடைக்குள் ஏனோ உட்கார முடியாத அளவுக்குப் புழுக்கமாக இருந்தது. அடுக்கப்பட்டிருந்த உர மூட்டைகளின் நெடியும் பூச்சிக்கொல்லி மருந்துகளின் வாசனையும் மூச்சை அடைக்கக்கூடியதாக இருந்தன. காலையில் அஷ்ரப் போனில் பேசினான். அவனது தலைவர்தான் அவருடைய போனிலிருந்து போட்டுப் பேசவைத்தார். ஒரே அழுகையாக அழுதவன், "நான் எங்கேயும் சுத்த மாட்டேன். ஒழுங்கா அக்காகூட வீட்ல இருக்கேன், என்னைய வரச் சொல்லுங்கத்தா," என்று கெஞ்சினான். தலைவரும் சொன்னார், 'சாப்பிடவே மாட்டேன்கிறான்' என்று. இவனுக்கும் பாவமாகத்தான் இருந்தது. பதினைந்து நாள் முடிந்துவிட்டது. பாவம் பார்த்தால் இல்மை எப்படி கற்றுக்கொள்ள முடியும்? இந்த வயசுதான் கெட்டுப்போகும் வயசு. கெட்ட சைத்தான் எல்லாமும்

மனசைக் கெடுக்கும். இப்போது நன்மை, தீமை, சொர்க்கம், நரகம் எல்லாம் கற்றுக்கொண்டால்தான் நல்ல பாதையில் போக முடியும். இரக்கப்பட்டால் ஒன்றும் ஆகப்போவதில்லை.

சாஜி தன்னோடு பேசுவதில்லை. தம்பியைத் தன்னோடு இருக்கவிடாமல் அனுப்பிவிட்ட கோபம். அம்மாவிடமிருந்து பிரிப்பதற்காகத்தான் தம்பியை ஜமாத்தில் அனுப்பிவிட்டதாக எண்ணிக் கோபமாக இருக்கிறாள்.

அது உண்மைதானோ என்று அவனும் கொஞ்ச நேரம் யோசித்தான். அப்படித்தான் தோன்றிற்று. மெஹர்மீது பழிவாங்கும் எண்ணம் இருப்பதால்தான் அவனை 40 நாட்களுக்கு அனுப்பிவிட்டேனோ? இல்லையென்றால் ஒரு வாரம் அல்லது பதினைந்து நாள்தான் ஊரில் மற்றவர்கள் வழக்கமாக அனுப்புவதுபோல அனுப்பியிருப்பான். தானும் சாஜியும்கூடப் பிள்ளையைப் பிரிந்து இருக்கப்போகிறோம் என்பதையும் தாண்டி மெஹர் மீதான கோபமும் வெறுப்பும் செயல்பட்டிருப்பதை ஏற்றுக்கொள்ளத்தான் வேண்டும்.

மௌனமாகக் கடைத் தெருவை இரண்டு புறமும் பார்த்தான். எவ்வளவுதான் கோபமும் வெறுப்பும் மேலெழும்பி நின்றாலும்கூட இதெல்லாம் ஏன் நடந்தது, எதற்காக இவ்வளவு துன்பம், என்று யோசித்தான். ‘அல்லாவிடம் கையேந்தாத நாளில்லை, செல்வது எல்லாமே அவனது பாதையில்தான். இவ்வளவு துன்பத்தை ஏன் தன் குடும்பத்திற்கு மட்டும் கொடுக்கிறான்’ என்று எண்ணி ‘நல்லடியார்களை அல்லா இந்த உலகத்தில் சோதிக்கத்தானே செய்வான்,’ என்று சமாதானம் செய்துகொண்டான்.

எனது ஈமானில் பலம் இருக்கிறதா என்று சோதிக்கிறான் அந்த ஆண்டவன் என்று சொல்லிக்கொண்டான். தன்னிடமிருக்கும் ஈமானில் துளிக்கூட வீட்டுப் ளபெண்களிடம் இல்லை. அதனால்தான் இந்த அளவுக்கு எல்லாமும் நடந்து கொண்டிருக்கிறது. அதில் எந்த ஒரு சந்தேகமும் இல்லை அவனுக்கு. அதனால்தான் அம்மா செய்வினை எடுக்கப் போனாள், மெஹர் குலா கொடுத்தாள். அல்லா என்ன நஸீபைப் போட்டிருக்கிறானோ அதுதானே நடக்கும் என்கிற நம்பிக்கை இல்லாததுதான் இத்தனைக்கும் காரணம்?

அல்லா நன்மை செய்வான் என்று உறுதியாக நம்பினான்.

மகளின் நினைவு மறுபடி வந்தது. அவள் தன்மீது எந்த அளவு உயிராக இருந்தாள் என்பதை நினைவுபடுத்திக்கொண்டான்.

அவள் தன்னைக் கூப்பிடும் விதமே தனியாக இருக்கும். அவளது அன்பு மிக அந்தரங்கமான அன்பாக இருக்கும். என் அத்தா என்கிற உரிமையும் கொஞ்சலும் கொண்ட அக்குரல் காதை விட்டு மறைந்து நீண்ட காலமாயிற்று. ஏதோ கூப்பிட வேண்டுமே என்பதற்காக கூப்பிடுகிறாளே ஒழிய, அந்தப் பழைய உரிமை அக்குரலில் இல்லாமல் போய்விட்டதை நினைத்தான். அவள் தன்னை நேசிக்கிறாள் என்பது எப்படி உண்மையோ, அதேபோலப் பழைய மாதிரியான அன்பு இல்லை என்பதையும் அவன் உறுதிப்படுத்திக்கொண்டான்.

தலைச்சன் பெண் குழந்தை பிறந்துவிட்டதற்கு எவ்வளவு சந்தோஷம் கொண்டான் என்பதையும், இன்றைக்கு அதே பெண் குழந்தை தன்மீது காட்டும் கோபத்திற்கும் வருத்தத்திற்கும் முழுக்க முழுக்கத் தான் மட்டும்தான் காரணம் என்பதையும் நினைத்துக்கொண்டான். ஏனோ மனம் வெகுவாக கலங்கிற்று. அக்கலக்கத்தின் காரணமாக கண்களோரம் லேசாக நீர் கசிந்தது.

இனி எப்போதுமே மகளுக்குத் தன்மீதான வருத்தம் குறையவே குறையாதா என்கிற ஏக்கம் உண்டாயிற்று.

எப்படியேனும் அவளுக்குத் தன்மீதுள்ள வருத்தத்தைக் குறைத்துவிட வேண்டும் என்று நினைத்தவனுக்கு, அவள் டாக்டருக்குப் படிக்க வேண்டும் என்று ஆசைப்படுவது நினைவுக்கு வந்தது. ஊரில் யாரும் டாக்டருக்குப் படிக்கவில்லை.

டாக்டருக்குப் படிக்க வேண்டும் என்றால் ஆணும் பெண்ணும் சேர்ந்துதான் படிக்க வேண்டியிருக்கும், அது சரிப்பட்டுவருமா? நிச்சயமாக அது சாத்தியமாகாது என்பதை முடிவுசெய்துகொண்டான். ஏதாவது ஒரு முஸ்லிம் கால்லூரியில், மதரஸாவில் சேர்த்துவிட்டுக் கல்யாணம் கட்டிக்கொடுக்க வேண்டியதுதான் என்று தீர்மானித்துக்கொண்டான்.

பொம்பளைப் பிள்ளைக்கு அதிகம் இடம் கொடுத்துவிடக் கூடாது என்ற சிந்தனை மனதில் ஓடிற்று.

61

மெஹர் உடல்நிலை ரொம்பவும் பலவீனமடைந்திருந்தது. ஏறக்குறைய ஒரு மாதமாக அஷ்ரப் ஜமாத்தில் போனதிலிருந்தே மனநிலை சரியில்லாதவள்போல ஆகியிருந்தாள். பல சமயங்களில் தனக்குத்தானே புலம்புவதும், சுவரைப் பார்த்துத் திட்டுவதுமாக இருப்பாள். சாஜிதாதான் அவளுக்குக் கூடவே இருந்து தைரியம் கொடுத்தாள். தம்பி எங்கே போகப் போறான், நான் பார்த்துக்கொள்கிறேன், நீ அழுகாதே, கவலைப் படாதே," என்று ஆறுதல்படுத்துவாள்.

அம்மாவுக்கு இந்த அளவு உடல்நிலை பாதிக்கும் என்று நினைக்கவில்லை. என்ன சொன்னாலும் அவளைச் சமாதானம் செய்ய முடிவதில்லை. அவள் மனத்தில் மகன் தன்னை வெறுக்கிறானோ என்கிற எண்ணம் ஆழமான கவலையாக மாறியிருந்தது. அவன் வந்த பிறகு இவள், தான் அப்படி இல்லை என்பதை நிரூபிக்க வேண்டும். அவனைச் சரிசெய்து அத்தாவைப் பற்றிய பயத்திலிருந்து விடுவித்து இங்கே கூட்டிவர வேண்டும் என்று திட்டமிட்டாள்.

நாளாக ஆக அத்தாவின் மீதான கோபம் வெறுப்பாக மாறியது. அம்மா அழும்போதெல்லாம் இவளுக்கு ஆத்திரம் கூடியபடி இருந்தது. ரிசல்ட் வரப்போவதை நினைத்துக் காலையிலிருந்து கவலை

இருந்து கொண்டிருந்தது. பாஸாகிவிடுவாள். மார்க்? கவலை அதை ஒட்டித்தான்.

பாஸாகிவிடுவது ஒன்றும் அத்தனை பெரிய காரியமில்லை. மெரிட்டில் வருவதுதான் முக்கியமான விஷயம். அப்படி வர இயலாமல் போய்விடுமோ என்கிற பதற்றமும் நடுக்கமும் இரண்டு மூன்று நாட்களாகக் கூடவே இருந்து நிம்மதியை இழக்கச் செய்தன. காலை எழுந்து பஜ்ரு தொழுத கையோடு ரிசல்டிற்காகக் காத்திருந்தாள். நெட்டில் பார்த்துவிட்டு ஹாஸ்டல் தோழி கீதா போனில் கூப்பிட்டாள். ஆயிரம் மார்க் வாங்கியிருந்தாள். அவள் எதிர்பார்த்த மெரிட் வரவில்லை என்றதுமே டாக்டர் படிப்பு குறித்த கனவைக் கைவிட்டுவிட்டாள். நன்கொடை தந்து படிக்க அனுப்ப யாரும் முயற்சிக்கப் போவதில்லை என்பது புரிந்து அமைதியாகவே இருந்தாள். குடும்பப் பிரச்சினைகள் கவலைகள் இல்லாமல் நிம்மதியாகப் படித்துப் பரீட்சை எழுதியிருந்தால் கண்டிப்பாக நிறைய மதிப்பெண் கிடைத்திருக்கும். அரசு கோட்டாவில் டாக்டர் சீட்கூடக் கிடைத்திருக்கும். எல்லாமும் போய்விட்டது.

வார்டனும் கிளாஸ் டீச்சரும் சொல்லிக் கொண்டுதானிருந் தார்கள், ‘எவ்வளவு நல்லா படிக்கிறே, எப்படியும் மெரிட்ல வந்துடுவ,’ என்று.

அவர்களுக்கு எப்படித் தெரியும் தன் பிரச்சினைகள்?

மனச்சோர்வு அதிகமாக இருந்தது. ஏமாற்றத்தைத் தாங்கிக் கொள்ள முடியவில்லை. அம்மாவுக்குத் தெரியாமல் சுபைதா நன்னி வீட்டில் குமுறிக் குமுறி அழுதாள்.

❍

டிசி வாங்கிக்கொண்டு வரும்போது அத்தா சொன்னது நினைவுக்கு வந்தது.

“சரி, அடுத்து எதாவது காலேஜ்ல டிகிரி சேரலாம், டாக்டருக்கு படிக்க முடியலைன்னு கவலைப்படாதே” என்றாள். பெயிலாகியிருந்தால் நன்றாக இருக்கும் என்பதுபோல தொனி இருந்தது. அவரது மனதில் எவ்வளவு சந்தோஷம் இருக்கும், என்பது இவளுக்கு தெரிந்துதான் இருந்தது.

கிளாஸ் டீச்சர் அவரிடம், “பிரில்லியண்ட் ஸ்டூடண்ட், மெரிட்ல வருவான்னு நெனச்சோம், நம்பவே முடியல. ஹாஸ்டல்ல அப்பப்போ ஏதோ சோர்வா உக்காந்திருக்கான்னு சொல்லுவாங்க, அதான் மார்க் போயிடுச்சு,” என்றார்.

டீச்சர் சொல்லச்சொல்ல அத்தாவின் முகம் எந்த உணர்வுமில்லாமல் இருந்தது. அவனும் வருத்தப்பட்டு ஏதாவது சொல்லுவான் என்று நினைத்த டீச்சர், 'வேஸ்ட்டாக இவனிடம் போய் பேசிக்கொண்டிருக்கிறோமே,' என்று யோசிப்பது போல இருந்ததை இவள் கவனித்தாள். அவமானமாக இருந்தது.

காரில் திரும்பும்போதுகூட இவள் ஒரு வார்த்தையும் பேசாமல்தான் வந்தாள்.

இவளுடன் படித்த விஜியும் சான்ட்ராவும் இவளைவிடக் குறைவாக மதிப்பெண் எடுத்திருந்தாலும் முன்னாடியே நன்கொடை கொடுத்துக் காரைக்காலிலும் பாண்டிச்சேரியிலும் சேர்ந்துவிட்டார்கள்.

வீடு வந்து சேர்ந்தவள் ஏமாற்றத்தைத் தாங்கிக்கொள்ள முடியாமல் மொட்டை மாடிக்குப் போய் உட்கார்ந்து அழுது தீர்த்தாள். நிறைய நம்பிக்கை இருந்தது. ஆனால் எப்படி இப்படி ஏமாந்தோம் என்று நினைத்து நினைத்து மனம் ஆற மறுத்தது. இனி அடுத்து என்ன கல்லூரி, என்ன படிப்பு என்பதை அத்தாதான் முடிவு செய்யப்போகிறார் என்பதே கவலையைக் கூட்டிற்று. எந்த வகையிலும் தன் விருப்பத்தையோ பேச்சையோ அவர் கேட்கப் போவதில்லை.

பர்வீன் சொன்னாள், "தாசில்தார் மகளிடம் கேட்டேன், குறைவான பணம்தானாம் காரைக்காலில். சைனா, பிலிப்பைனில் கூட டாக்டருக்குப் படிக்கப் போகலாமாம், சுத்தியிருக்கிற நிறைய பிள்ளைகள் போகிறார்களாம், ஆனால் உங்க அப்பன் உன்னை விடணும் இல்ல, என்ன செய்ய," என்றாள். "ஏதாவது யோசித்து உங்க அப்பன்கிட்ட சொல்லு, அப்ளிகேஷன் போடு; சீட் முடிஞ்சிரும் இல்ல. இன்ஜினியரிங் ஏதும் சேர்றியா?" என்றவளிடம் இஷ்டமில்லை என்று சொல்லிவிட்டாள்.

இருவருக்கும் இருந்த ஒரே பயம் மதரஸா என்கிற பேச்சை எடுக்கக் கூடாது என்பதுதான். அந்த அளவுக்கு ஹசனின் மனநிலை பற்றி இருவரும் புரிந்துவைத்திருந்தார்கள்.

இருவருமே தலையில் கைவைத்தபடி வீட்டு முற்றத்தில் அமர்ந்திருந்தார்கள். ஒன்றும் தோன்றாமல் சுடிதாரின் துப்பட்டாவை விரல்களில் சுத்தியபடி இருந்தவள், "ஜுவாலஜி கிடைத்தால் படிக்கிறேன்," என்றாள்.

"சரி உங்க அத்தாவிடமே சொல்லி அப்ளிகேசன் பாரம் வாங்கிப் போடு, வேற யார் தலையிட்டாலும் அவருக்குப் புடிக்காது," யோசனை சொன்னாள் பர்வீன்.

இவளுக்குச் சொல்வதற்குப் பயமில்லை, ஆனால் படிப்பைப் பற்றியே தெரியாத ஆளிடம் எப்படி இதைப் பற்றிச் சொல்லிப் புரிய வைப்பது? என்றாலும், பயந்தபடியே தொலைபேசியில் அழைத்து,

"அத்தா எனக்கு ஜுவாலஜி கோர்ஸ் படிக்கணும். ரெண்டு காலேஜில மட்டும்தான் இருக்கு, சேத்துவிடுங்க," என்றாள்.

அவனுக்கு நிஜமாகவே என்ன படிப்பு என்று புரியவில்லை. டாக்டர், இன்ஜினியர், பிஏ இது தவிர வேறெந்த படிப்பும் பற்றி ஒன்றும் தெரியாது என்பதால், "சரி, சரி விசாரிக்கிறேன். பாரம் வாங்கிரலாம்," என்று சொல்லிவிட்டு போனை வைத்தான்.

அடுத்து என்ன செய்வது என்று புரியாமல் அமைதியாக இருந்தாள்.

இந்த இரண்டு மாத லீவில் வீட்டில் இருப்பது கஷ்டமாக இருந்தது. போர் அடித்தது. படிக்க அனுப்பாவிட்டால் என்ன செய்யப் போகிறேன் என்று கவலையாக இருந்தது.

நாளைக் காலை அஷ்ரப் வந்துவிடுவான். கொஞ்சம் போரடிக்காமல் இருக்கும்.

பர்வீன் குப்பி கேட்டுக்கொண்டேயிருந்தாள். "என்ன சொன்னாரு உங்க அத்தா," என்று. அவளுக்குப் பெரிய ஏமாற்றம் இவளைவிட. "நான் தாசில்தாரம்மா மகள பாத்துட்டு ஒன்னைய டாக்டர் ஆக்கிப் பாக்கணும்னு நெனச்சேனே," என்று தினமும் நாலு முறையாவது சொல்லிப் புலம்பிக்கொண்டேயிருப்பாள். என்ன புலம்பி என்ன செய்ய முடியும்?

இவள் கூடப் படித்த ஷிவானிகூட, டாக்டருக்குப் படிக்க பணத்துக்கு வழியில்லாமல், கோயம்புத்தூரில் பயோடெக் சேர்ந்துவிட்டாள். இவளுக்கு அதுவாவது சேர்ந்தால் தேவலை என்று ஆசையாக இருந்தது. பைத்தியம் பிடிக்காத குறையாக ஒவ்வொன்றையும் யோசித்து யோசித்துச் சோர்ந்துவிட்டாள்.

காலை பஜ்ரு தொழுகை முடிந்த கையோடு அஷ்ரப் வீட்டுக்குள் நுழைந்தான். சாஜியைக் கட்டி அணைத்து முஸாபா செய்தான். தம்பிக்காகக் காலையிலேயே எழுந்து தொழுது விட்டுக் காத்திருந்தாள் சாஜி. சுபைதா நன்னி அவனைக் கட்டிப்பிடித்து உச்சி முகர்ந்தாள். இளைத்துக் கருத்துப் போயிருந் தான். லேசாக மீசை கோடிட்டிருந்தது. குரல் மாறியிருந்தது. இருவருக்கும் இடையே நிகழ்ந்த அவரவருடைய ரிசல்ட்டைப் பற்றிய உரையாடலை சுபைதா ஆர்வமின்றிக் கவனித்துக் கொண்டிருந்தாள். "நீ கவலைப்படாதேடி, டாக்டருக்கு படிக்க

முடியலைன்னு, வேற நல்ல கோர்ஸ்ல சேர்ந்து படி," அக்காவிற்கு ஆறுதல் சொல்ல முற்பட்டான். அவளிடமிருந்து பதிலே வராதது அவனுக்கு மிகுந்த வருத்தமாக இருந்தது. என்ன செய்வது என்று புரியாமல் அவளது தொய்ந்து கிடந்த முகத்தையே பார்த்தபடி அமர்ந்திருந்தவன், "சரி, எந்திரிச்சு புர்காவைப் போடு. நானும் குளிக்கறேன். அம்மாகிட்ட போவோம்".

தான் என்ன செய்தால் அக்காளின் வருத்தம் குறையும் என்பதை அறிந்தவனாக அவன் நடந்துகொண்டான்.

குழந்தைகள் இருவரும் அம்மாவின் பக்கத்தில் சோபாவில் அமர்ந்திருந்தார்கள். பிள்ளைகளை மடியில் சாய்த்து முதுகில் தடவிக்கொடுத்தபடி அமர்ந்திருந்தாள் மெஹர். பர்வினும் ஆசியாவும் அறை வாசற்படியில் அருகருகே அமர்ந்திருந்தார்கள். அஷ்ரபின் ஒட்டிய வறண்ட முகம் பார்ப்பதற்கே பரிதாபமாக இருந்தது. இன்னும் ஒரு வாரத்தில் ஹாஸ்டலுக்குக் கிளம்பிப் போக வேண்டும்; பாஸாகிவிட்டான்.

மனம் நிறைய கலக்கத்துடன் அமர்ந்திருந்தாள் சாஜி. ஆசியாம்மா தாயையும் பிள்ளைகளையும் மாற்றிமாற்றிப் பார்த்துக்கொண்டிருந்தாள்.

பர்வீனிடம் திரும்பி, "பொம்பளப் புள்ளை என்னத்துக்குப் படிக்கணும், வீட்டுல வச்சு ரெண்டு வருஷம் கழிச்சு கட்டிக் குடுத்துடலாம். உடம்ப தேத்தணும்; ஒண்ணுமே இல்லாம கெடக்கு பாரு, நெஞ்சு, இடுப்பு மாரு எதுவும் இல்ல, பொம்பள புள்ள படிச்சு என்னாத்த பண்ணப் போவுது?" என்றாள்.

சாஜிக்கு ஆத்திரத்தில் ஏதாவது திட்டலாமா என்று தோன்றினாலும் அமைதிகாத்தாள்.

பர்வீன் வெடித்தாள், "நீங்க சும்மா இரிங்க, படிக்காததனால தான் இங்கெ ஒங்க மக மூலையில ஒக்காந்துருக்கா, இந்தா நான் மொட்டையா வீட்டுல ஒக்காந்துருக்கேன். ஒங்க காலம் இனி முடிஞ்சுடும். அவ காலம் இன்னும் எம்புட்டோ கிடக்கு. ஒங்க வாய மூடிக்கிட்டு கெடங்க."

சாஜிக்குத் திருப்தியாக இருந்தது. அவளும் பர்வீனும் காலேஜ் போக முடியுமா என்பதைப் பற்றிய குழப்பத்தில் கிடக்கும்போது, இந்த ஆசியாம்மா வேறு.

அஷ்ரப் முன்பெல்லாம், அம்மாவிடமிருந்து பிடுங்கிக் கொண்டு ஓடுவான். இன்றைக்கு மடியில் படுத்து இவர்களது பேச்சை நிதானமாகக் கவனித்துக்கொண்டிருந்தான்.

அத்தாவின் போதனைகள் 40 நாட்களாக இல்லாததுதான் காரணமாக இருக்கும்.

பேச்சே இல்லாத சந்தோஷத்தில் மகனைக் கட்டி அணைத்துத் தடவிக்கொடுத்தபடி இருந்த அம்மாவைப் பார்ப்பதற்கே சந்தோஷமாக இருந்தது சாஜிக்கு. ஒரு கவலை தீர்ந்தது என்று நினைத்தாலும் தன் நிலைமையை நினைத்து ஒன்றும் புரியாத கலக்கம் அடிவயிற்றில் நீடித்தது.

"அத்தா என்ன நினைக்கிறார் என்றே தெரியவில்லை. கல்லூரி சீட்டெல்லாம் முடிந்துவிடும். இதுவரை எந்தக் கல்லூரியிலும் அப்ளிகேஷன் போடவேயில்லை. கேட்டால், "கவலைப்படாதே நிச்சயம் சேரலாம், பேசிக்கிட்டு இருக்கேன்" என்கிறார்.

பர்வின் கேட்டாள், "இப்ப என்னாதான் முடிவு, நான் வேணும்னா விசாரிக்கட்டுமா காலேஜ் சீட்டுக்கு. எல்லாம் முடிஞ்சுருச்சுன்னா நீ வீட்டுலதான் கிடக்கணும், எங்கள மாதிரி," பர்வினின் குரலில் பரிதவிப்பு இருந்தது. சாஜி படிக்க முடியாமல் போய்விடுமோ என்கிற பரிதவிப்பு.

"தெரியல குப்பி, அவரு என்னா நெனைச்சிருக்காருன்னே புரியல. நான் என்ன செய்றது". குழந்தைத்தனம் மிகுந்திருக்க வேண்டிய முகத்தில், வயதுக்கு மீறிய கவலையும் பொறுப்பும் தெரிந்தன.

"யாஸ்மீன் மகள் ஆஷிகாகூட காலேஜ்ல பிஏ சேர்ந்துட்டா, தினமும் நம்ப ஊருக்கு பஸ் வருது. போய்ட்டு வந்துருவாளாம்".

"அது வேணாம் தினமும் 120 கிலோ மீட்டர் டிராவல் பண்ணா உடம்பு டயர்டாகிடும், படிக்க முடியாது" அவசரமாக மறுத்தாள் பர்வீன்.

பர்வீனுக்கும் தெரியும். ஊரிலிருந்து ஏழு பெண்கள் அதே காலேஜில் சேர்ந்து, அதே பஸ்ஸில் போய்விட்டு வருகிறார்கள் என்பது.

யாஸ்மீனும் நபிஸாவும் அன்றைக்குப் பேசிக்கொண்டிருந்தார்கள்.

யாஸ்மீன் சொன்னாள், "நாலு எழுத்து இங்கிலீஷ் பேச கத்துக்கிறட்டும்னுதான் காலேஜ்ல சேத்துவிடுறேன் எம் மகள, நாளைக்கு பிள்ளை பிறந்தா, பிள்ளைக்கு படிப்பு சொல்லிக் குடுக்க கொள்ள வசதியா இருக்கும் இல்ல. கட்டிக்குடுத்து துபாய், குவைத் புருஷன்கூட போனாக்கூட ரெண்டு வார்த்தை இங்கிலீஷ் பேசத் தெரிஞ்சா அது ஒரு பெருமதான," என்றாள்.

"ஆமாமாம், நாம என்னா வேலைக்கா பிள்ளைய அனுப்பப்போறோம், இங்கிலீஷ் கத்துக்கிட்டா புள்ளைகளுக்கு வீட்டுல படிப்பு சொல்லிக் குடுக்கலாம்தானே, நாமதான் ஏபிசிடி தெரியாம கெடக்கோம். பேங்குக்கெல்லாம் போனா இங்கிலீஷ்ல மத்தவங்க பேசுறதப் பாக்கயில நாக்கப் பிடுங்கிக்கிட்டு சாகலாம் போல இருக்கு. அவமானம்" என்று சொல்லிவிட்டுச் சிரித்தாள் நபிஸா.

பர்வீனுக்கும் அப்படித்தான். ரொம்பவே மனக் கஷ்டமாக இருக்கும். இனி எங்கே நாம படிக்கிறது, இங்கிலீஷ் பேசுறது என்று. ஒருமுறை தன்னோடு போனில் பேசிக்கொண்டிருந்தபோது, மூர்த்தி வேறொரு போனில் கலெக்டரோடு ஆங்கிலத்தில் பேசிக் கொண்டிருந்ததைக் கொஞ்ச நேரம் கேட்டுக்கொண்டிருந்தவளுக்கு ரொம்பவே மனசு ஆயாசப்பட்டது.

பல்வேறு நினைவுகளால் சூழப்பட்டவளாக அமர்ந்திருந்தவள், நீண்ட பெருமூச்சு விட்டபடி "சரி, நானும் சொல்லி வைக்கிறேன், தாசில்தார் அம்மாகிட்ட நீ கவலைப் படாதே," என்று சொல்லிவிட்டுக் கிளம்பியவள், மெஹரின் மடியில் படுத்திருக்கும் அஷ்ரபை மனநிறைவோடு பார்த்துவிட்டு புர்காவை எடுத்து மாட்டினாள்.

62

ஹசனுக்கு ஒரு முடிவும் எடுக்க முடியாமல் இருந்தது. என்ன செய்வது என்று புரியவில்லை. ஊரிலிருந்து ஏழெட்டுப் பொம்பளைப்பிள்ளைகள் காலேஜ் பஸ்ஸில் படிக்கப் போய்க்கொண் டிருக்கிறார்கள். சாஜியையும் அனுப்பலாம் என்று நினைத்தான். ஆனால், சாஜி ஒத்துக்கொள்ளவில்லை. "என்னால தினமும் போக வர முடியாது" என்று சொல்லிவிட்டாள். அதோடு ஜுவாலஜிதான் படிப்பேன் என்கிறாள்.

டவுனில் முஸ்லிம் பெண்கள் கல்லூரி புதிதாக ஆரம்பித்திருக்கிறார்கள். அங்கே படிப்பும் ஓதுகை யும் சேர்ந்தே இருக்கிறதாம்.

அனிபா ஹஜரத் அங்கே சேர்த்துவிடச் சொன்னார். படிச்ச மாதிரியும் இருக்கும், ஓதி ஆலிமா பட்டம் வாங்குன மாதிரியும் இருக்கும் என்று.

சாஜி சொன்னாள், "டாக்டருக்கு படிக்கணும்னு நெனச்சேன் முடியல. பயோடெக் இல்லாட்டி ஜுவாலஜி சேத்துவிடுங்க. எனக்கு இதுலதான் இன்ட்ரெஸ்ட், வேற எதுவும் வேணாம். பேருக்குப் படிக்கறதுக்கெல்லாம் நான் விரும்பல, வேலைக்கிப் போகணும்."

ஹசனுக்கு ஆத்திரம் வந்தது. அவள் சொல்லும் படிப்பு இரண்டுமே ஆண்களோடு சேர்ந்து படிக்கும்

கல்லூரியில்தான் இருக்கின்றன. அதை இவனால் அனுமதிக்க முடியாது. காலம் இருக்கும் நிலையில் ஏதும் காதல் கீதல் என்று வந்துவிட்டால், என்ன ஆவது? அதோடு, ஆண் பசங்கள், மகளைப் பார்க்க நேர்ந்தால் என்ன செய்வது என்று யோசித்து ஒரே முடிவாக, இஸ்லாமியக் கல்லூரியில் மதரஸாவோடு சேர்த்தால் சரி, இல்லையென்றால் வீட்டிற்குள் இருந்துவிட்டுப் போகட்டும் என்று முடிவெடுத்தான்.

பொம்பளை வேலைக்குப் போவதை அவனால் நினைத்துக்கூடப் பார்க்க முடியவில்லை. 'படிப்பறிவில்லாத மெஹரும் பர்வீனும் இவ்வளவு திமிராக இருக்கும்போது, குடும்ப மானத்தைக் கெடுக்க முடியும்போது, கொஞ்சம் படிப்பும் இருந்தால் பொட்டச்சிகளைக் கையில் பிடிக்க முடியாது' என்று நினைத்துக்கொண்டான். கடுப்பாக இருந்தது அவனுக்கு.

'சாஜிதாவுக்கு ரொம்பவும்தான் திமிர் ஏறிக் கிடக்கிறது; அப்போதே மதரஸாவில் சேர்த்திருந்தால் இந்த தைரியமும் திமிரும் வந்திருக்காது; அடக்கம் வந்திருக்கும்' என்று கருதினான். அவளிடம் யோசனை கேட்கக் கூடாது என்று முடிவெடுத்தான். 'இப்ப சரியான முடிவு எடுத்து இஸ்லாமிய கல்லூரியில் போட்டோம் என்றால் சரியாக இருக்கும்.'

தீர்க்கமான முடிவை எடுத்தவன், மனதில் திருப்தியுடன் தனது செல்போனை எடுத்து அனிபா ஹஜரத்தைக் கூப்பிட்டான். அவருக்குத்தான் அந்த பிரின்சிபாலை நன்றாகத் தெரியும். ஏற்கனவே காலேஜ் ஆரம்பித்து இரண்டு வாரமாகிவிட்டது என்பதனால் அவர் சொன்னால் சுலபமாக இருக்கும் என்று நினைத்தான்.

63

சாஜிக்கு மனது ஏனோ சரியில்லை. டாக்டருக்குப் படிக்க வேண்டும் என்கிற கனவு கலைந்து போய்விட்டதை நினைத்து வேதனை உண்டாயிற்று. இத்தனை கடுமையாகப் படித்து நல்ல மார்க் வாங்கியும்கூட டாக்டர் படிப்புக்குச் சேரவிடாமல் செய்த தகப்பனை நினைத்து வெறுப்பு மூண்டது. இந்தக் கல்லூரியில் சாதாரண டிகிரிக்கு சேர்வதற்குப் பட்ட கஷ்டங்களை நினைத்தாலே உடல் நடுங்கிற்று.

"பொட்டச்சிக்கு என்னத்துக்குப் படிப்பு? நீ விரும்புற படிப்பு படிக்கணுன்னா ஆம்பள பயலுகளும் பொண்ணுகளும் சேர்ந்து படிக்கணும். அதனால ஒரு மசுரும் படிக்க வேணாம். சும்மா போகட்டும், நான் சொல்ற காலேஜூல பட்டம் வாங்கிரலாம், பிறகு கலியாணம் கட்டிக் குடுத்துரலாம்."

தகப்பன் ஹசனின் குரல் கர்ண கடூரமாக காதில் விழ சாஜிதாவுக்கு அழுகை முட்டிக்கொண்டு வந்தது. சுபைதா ராதி காய் நறுக்கியபடியே, "ஆமாம், பொம்பளப்புள்ள படிச்சு என்னத்த கிழிக்கப்போவுது," என்று மகனுக்கு ஏற்றாற்போல் ஒத்து ஊதினாள்.

"ஆமாம்மா, இவ பாட்டுக்கு எவனாவது பயல காதலிச்சு ஓடிப் போயிட்டான்னா என்னா

பண்ணுறது? நாம நாண்டுக்கிட்டு சாவணும், அதிலும் காபிர் பயலை காதலிச்சுட்டான்னா?" ஹசனின் முகம் சிவந்துகிடந்தது. எகிறிக்குதித்து அவன் பேசும் வார்த்தைகள் அவமானத்தையும் கோபத்தினையும் உண்டாக்குவதாக இருந்தன.

"இல்லெத்தா நான் ஒரு தப்பும் பண்ண மாட்டேன், எனக்கு படிக்கணும்த்தா," அவன் காலடியில் அமர்ந்துகொண்டு கண்ணீர் சிந்தினாள்.

அவன் இவளைப் பொருட்படுத்துவதாகவே தெரியவில்லை. டிசியை பீரோவில் வைத்துப் பூட்டியவன், "ஒங்கம்மா மாதிரி திமிர் பிடிச்சவளா இருக்காதே. நல்ல காலேஜுல சேர்த்து படிப்பும் ஆலிமா பட்டமும் ஒனக்கு வாங்கித் தரேன்." அவன் போய்விட்ட பிறகு நீண்ட நேரம் அழுதுகொண்டிருந்தவள் பர்வீன் நம்பருக்கு சுபைதா ராதிக்குத் தெரியாமல் போன்செய்து அழுது வீட்டுக்கு வரச்சொன்னாள்.

பர்வீன் வந்து தன் அம்மாவிடம் சண்டை போட்டு டிசியை எடுத்துக்கொண்டு இவளையும் கையில் பிடித்து தன் வீட்டிற்கு அழைத்துக்கொண்டு கிளம்பிய பொழுது சுபைதா நீண்ட ஒப்பாரியை வைக்க ஆரம்பித்தாள்.

அவளது அழுகையில், சாஜிதா கல்லூரிக்குச் செல்லக் கூடாது என்கிற பயமும், ஹசன் வந்து தன்மகள் பர்வீனிடம் சண்டை போடப்போகிறானே என்கிற கவலையும் அடங்கியிருந்தது.

தனது நெடுநாளைய கனவை யார் வழியே நிறைவேற்றிக் கொள்வதென்று அறிந்திருந்தாள் சாஜிதா.

தாசில்தார் அம்மாவிடம் முன்பே சொல்லி வைத்திருந்தத னால், இவள் விரும்பிய ஜுவாலஜி சேர்க்க முடிந்தது.

பர்வீன் சாஜியையும் மெஹரையும் கூட்டிக்கொண்டு கல்லூரிக்கு வந்து சேர்ந்துவிட்டாள்.

பர்வீன் கையெழுத்துப்போட முடியுமா முடியாதா என்று தெரியாததனால், அம்மாவே வந்து சேர்த்துவிட்டால் நாளைக்கு ஏதும் பிரச்னை வராது என்று யோசித்து அப்படி ஒரு முடிவெடுத்தார்கள். ஹாஸ்டலுக்குத் தேவையான பொருட்களை மூவருமாக அருகிலிருந்த கடையில் வாங்கினார்கள். அப்போதே ஹாஸ்டலிலும் தங்கிவிட்டாள். நிஜமாகவே கனவைப் போலிருந்தது சாஜிக்கு. தான் நினைத்த ஒரு கோர்ஸில் சேர்ந்து விட்டது பெரிய நிம்மதியைத் தரக்கூடியதாக இருந்தது. மெஹர் அழுதுகொண்டே திரும்பிப்போனாள்.

சேர்ந்ததற்குப் பிறகு ஹசனின் கோபம் முழுக்க, பர்வீன் குப்பியின் மீது திரும்பிவிட்டது. இவளிடம் பேச்சை நிறுத்தி இரண்டு மாதங்கள் முடிந்துவிட்டன. இப்போதெல்லாம், காலேஜ் லீவு விட்டால்கூட வீட்டிற்குப் போவதில்லை. அத்தா பேசுவதைச் சுத்தமாக நிறுத்திய பிறகு மனம் வெறுப்பில் ஆழ்ந்து போய்விட்டது.

படிக்க ஆசைப்பட்டது இவ்வளவு பெரிய குற்றமா என்று புரிந்துகொள்வதற்கு இயலாத மனநிலையில் இருந்தாள். தான் விரும்பிய ஒரு படிப்பில், காலேஜில்தான் படிக்க வேண்டுமென்று வற்புறுத்துவது எந்த வகையில் சரி என்பதை ஏனோ புரிந்து கொள்ளவே முடியவில்லை.

மற்றவர்கள் விரும்பியதைப் படிப்பதற்கும் தான் விரும்பியதைப் படிப்பதற்கும் வித்தியாசமே இல்லையா? ரொம்பவே வினோதமாக இருந்தது.

இரண்டு முறை சனி, ஞாயிறு விடுமுறைக்குப் பர்வீன் குப்பி வந்து கூட்டிப்போனாள். ஆனால் இவள் வீட்டிற்கு வந்திருப்பது தெரிந்து அத்தா வீட்டிற்கு வரவில்லை. சுபைதா நன்னி, “ஏம்மா அத்தாதான உன்னைய பன்னெண்டாவது வரைக்கும் படிக்க வச்சான். இப்ப அவன் விரும்புற மாதிரி நீ படிக்கக் கூடாதா, அவன் எவ்வளவு கவலைப்படுறான் மகள் நம்பள மதிக்கலையேன்னு,” என்று அழுதாள்.

“இப்பக்கூட அவன் சொல்ற காலேசுல நீ படிக்கிறேன்னு சொன்னா அவனே சேத்துவிடுவான். அத்தாகிட்ட சொல்லும்மா, கண்ணுல்ல” என்று இவளது காலடியில் உட்கார்ந்து கெஞ்சிக் கொண்டிருந்தாள். இவளுக்கு என்ன செய்வதென்றே தெரிய வில்லை. இனி இங்கு வரக் கூடாது என்று மட்டும் முடிவு செய்து கொண்டாள். எந்த நேரமும் அவள் கெஞ்சுவது கஷ்டமாக இருந்தது.

“உன்னால உங்க அத்தா பர்வின் குப்பி மேல கோபப்பட்டுக் கண்டபடி திட்டிட்டான். அவ இங்கெ வர்றதில்ல,” சந்தடி சாக்கில் சொல்லி மூக்கை உறிஞ்சினாள். வாசலில் தெரு நாய் ஒன்று குரைக்கும் சத்தம் கேட்டபடி இருந்தது. சாஜி ஏனோ மரத்துப்போனவளாக அமர்ந்திருந்தாள். எவருடைய அழுகையும் அவளைச் சலனப்படுத்தவில்லை.

பர்வீன் போனில் சொன்னாள், “உங்கத்தா பேசலைன்னா என் வீட்டுல ஒலை கொதிக்காதா? விடு, அவர் திட்டுறதும் எனக்கொண்ணும் புதுசு இல்ல”.

"ஒன் வேலை இதையெல்லாம் பாக்குறது இல்ல, படிக்கிறது மட்டும்தான்".

அதன் பிறகு இவள் ஊருக்குப் போவதை நிறுத்திவிட்டாள்.

வாரக் கடைசியில் எப்போதாவது பர்வீனும் மெஹரும் சென்று பார்த்துவிட்டு வருவார்கள்.

அத்தா தன்னை வெறுத்துவிட்டது கஷ்டமாக இருந்தாலும், அதனைப் பொருட்படுத்தாமலிருக்க முயன்றாள்.

64

ஹசன் பித்துப் பிடித்தாற்போல இருந்தான். மகள் தன்னை மீறிப் படிக்கப் போய்விட்டாள் என்பதை நம்புவதற்கே அவன் தயாராக இல்லை. தன்னை மதிக்காமல் தன் விருப்பத்திற்கு எதிராக அவள் நடந்துகொண்டது எப்படிச் சாத்தியம், எப்படி நடக்கலாம்? அவனால் ஏற்றுக்கொள்ளவே முடியவில்லை.

அனிபா ஹஜரத் ரொம்பவே திட்டினார், "இதென்னாது தகப்பனை மீறிய பிள்ளை, பொம்பளப் புள்ளைக்கு இவ்வளவு வைராக்கியம் என்னத்துக்கு? எல்லாம் ஒன் எழவுனால வந்தது, உன்னைய ரெண்டு கல்யாணம் யாரு பண்ணச் சொன்னாக. அல்லா சொன்னானா?"

இவன் பர்வீன் வீட்டிற்கே போய்க் கண்டபடி திட்டிவிட்டு வந்தான்.

'ஊருக்கெல்லாம் புத்தி சொல்லுவானே, இப்ப இவன் மகள் ஆம்பிளை பிள்ளைக படிக்கிற காலேஜ்ல படிக்குது, இப்ப என்ன செய்வான்' என்று கேலி செய்யத் துவங்கிவிட்டார்கள்.

மனம் அவமானத்தினாலும் கோபத்தினாலும் தகித்தபடி இருந்தது. எப்படியாவது படிப்பை நிறுத்திவிட நினைத்தான், நிறுத்தியே ஆக வேண்டும்

என்கிற நினைப்பு கடும் புகையைப் போல மனமெல்லாம் சுற்றி வந்தது.

ஒரு வழியும் தெரியவில்லை; தன்னைவிடப் படிப்பு முக்கியமா, தன்னோடு அத்தா பேசாமல் கோபமாக இருக்கிறாரே என்கிற நினைப்பே அவளுக்கு இல்லையா என்றெல்லாம் யோசித்தபடி இருந்தான்.

தான் ஆண், தன்னை மீறிப் பெண்கள் ஒரு முடிவை எடுத்துவிட்டுத் தைரியமாகச் செயல்படுத்திவிட்டார்கள் என்பது ஊரில் எவ்வளவு அவமானம் தரக்கூடியது என்று மருகினான், மண்டையே வெடித்தது.

மகளும் தன் கையை விட்டுப் போய்விட்டாளே என்கிற யதார்த்தம் ஏற்றுக்கொள்ளவே முடியாத தோல்வியாக மனதில் கனத்தது.

'நான் யாருக்கு என்ன குறை வைத்தேன். உயிராகத்தானே இருந்தேன். என்ன கேட்டு வாங்கித்தராமல் இருந்திருக்கிறேன், தகப்பனாக இருந்து எல்லாமும்தானே செய்தேன், அதையெல்லாம் எப்படி அவள் மறக்கலாம்,' என்றெல்லாம் மனதில் ஓராயிரம் சிந்தனைகள் ஓடி அலைபாய்ந்தபடி இருந்தன.

சித்தீக் நேற்று நேராகவே பார்த்துக் கேட்டான். "என்னா மச்சான் பொம்பளப் புள்ள? அது இஷ்டத்துக்கு காலேஜ்ல சேந்துருச்சாமுல்ல; பசங்களோட படிச்சா கஷ்டம்தான், ஜாக்கிரதையா இருக்கச் சொல்லுங்க. ஊருக்கெல்லாம் புத்தி சொல்லுவிங்க, நம்ம வீட்டுலயே கேக்க மாட்டேங்குதுக".

போகிற போக்கில்தான் அவன் சொல்லிவிட்டுப் போனான் என்றாலும், இவனால் தாங்கிக்கொள்ளவே முடியாத வார்த்தைகளாக அவை இருந்தன.

ஊரில் கண்டவனும் கேள்வி கேட்கும் நிலைக்கு ஆண்டவன் தன்னை வைத்துவிட்டானே என்று யோசித்தான்.

வீட்டிற்கும் சாஜிதா வருவதில்லை, ஹாஸ்டலே போதும் என்று அவள் வாழ்ந்துகொண்டிருக்கிறாள். இவனுக்கு மனம் பயத்தினாலும் துக்கத்தினாலும் கலங்கிக் கிடந்தது. யாராவது ஒரு பையனைக் காதலித்துவிடுவாளோ என்கிற பயம் மாபெரும் துன்பமாகி மனதில் கனத்தது.

ஒருபுறம் மகள் கைவிட்டுப் போய்விட்ட நினைப்பும் தவறு நடந்துவிடுமோ என்கிற பயமும் இணைந்து அவனை மாபெரும் சித்திரவதைக்கு உள்ளாக்கின.

பர்வீனுக்குச் சகோதரனின் கோபத்தினால் எந்த வருத்தமும் ஏற்படவில்லை. அவனது முட்டாள்தனத்தினால் தன்னையும் மற்றவர்களையும் சித்ரவதை செய்துகொள்கிறானே என்றிருந்தது.

‘ஒரு காலேஜில் ஆயிரம் பிள்ளைகள் படித்தால் அத்தனையுமா யாரையாவது காதலித்து ஓடிப்போகிறார்கள்? என்ன முட்டாள்தனம். இந்த ஊரே நாசமாகப் போகட்டும்’ என்று கறுவினாள்.

‘ஏன்தான் இவனுக்கு மட்டும் இவ்வளவு வெறித்தனமான மூட நம்பிக்கை? ஊரில் யாருமே இவனைப்போல தன்னையும், குடும்பத்தையும் துன்பப்படுத்திக்கொள்கிறார்களா என்ன?’

‘யார் தொழுகவில்லை, ஓதவில்லை, இபாதத்தாக இருக்க வில்லை? ஏதோ கொஞ்சம் முன்பின்னாக இருக்கத்தான் செய்வார்கள். இவனை எப்படிப் புரிந்துகொள்வது அல்லது சரிசெய்வது,’ என்றே புரியாமல் இருந்தது.

மகளோடு பேசாமல் இருப்பது அவனுக்கு எவ்வளவு வேதனையாக இருக்கும் என்பதை இவள் அறிவாள். ஆனால் இதை யார் சரிசெய்வது?

மகன் படும் வேதனை தாங்காமல் அம்மா மனம் ஒடிந்து போய்விட்டாள். “பொட்ட புள்ள படிச்சு என்னாத்த கிழிக்கப் போவுதுன்னு, நீ இப்புடி ஒரு கெடுதல மவனுக்கு செஞ்ச” என்று இவளைக் குறைசொல்லித் திட்ட ஆரம்பித்த பிறகு இவள் அங்கே போவதை நிறுத்திவிட்டாள்.

எப்போது காலாண்டு பரீட்சை லீவு வரும் என்று காத்திருந்து மெஹர் தன் காலத்தை ஓட்ட ஆரம்பித்திருந்தாள்.

நீண்ட நாளைக்குப் பிறகு பக்ரீத் விடுமுறை என்பதனால் ஊருக்குக் கிளம்பினாள் சாஜி. பர்வீன் கூட்டிச்செல்ல வந்திருந்தாள். நல்ல வெயில் சுட்டெரித்துப் பயணத்தைக் கடினமாக்கியது. பஸ்ஸில் ஏறி அமர்ந்ததும் மெதுவாகப் பேச்சை ஆரம்பித்தாள் பர்வீன்.

“படிப்பு எப்படி இருக்கு? கஷ்டமா இருக்கா?”

“இல்லையே ரொம்ப ஈஸியா இருக்கு, நான் பர்ஸ்ட் குரூப் படிச்சவ, இதெல்லாம் ஈஸி,” என்று மெதுவாகச் சிரித்தாள்.

முகம் ஒருவிதமாக இருண்டு கிடந்தது. இந்த வயதிற்குரிய எந்த மலர்ச்சியும் அழகும் அதில் இல்லை. எப்படி இருக்கும்? தினமும் அண்ணன் தன்கூட இருந்தவர்களையெல்லாம் விட்டு விலகிப் போய்விட்டானே என்கிற கவலை அரித்துக்கொண்டிருந்தது

இவளை. பிள்ளைகளின் பிரியத்தையும் அண்மையையும் இழந்துவிட்டால் எப்படி வாழப்போகிறான், எதற்காக வாழப்போகிறான், யாருக்காக வாழ்கிறான்?

இவளுக்குத் துக்கம் தொண்டையை அடைத்தது சாஜியிடம் அதைக் காட்டிக்கொள்ளாதிருக்க, சாலையை நோக்கித் தன் பார்வையைத் திருப்பிக்கொண்டாள். பஸ் இன்னும் கிளம்ப வில்லை. காலியாக இருந்ததால் இன்னும் கொஞ்சம் இருக்கைகள் நிரம்பட்டும் என்று காத்திருந்தார்கள்.

பஸ் ஸ்டாண்டில் இரண்டு வெள்ளைக்காரர்கள் நின்று பஸ் ஸ்டாண்டையும் மனிதர்களையும் கடைகளையும் போட்டோ எடுத்துக்கொண்டிருந்தார்கள்.

டீக்கடையில் நின்று டீ குடித்துக் கொண்டிருந்த முண்டாசு கட்டியிருந்தவரை மறுபடிமறுபடி எடுத்துக்கொண்டிருந்தார்கள். அவரது தலையில் கட்டியிருந்த முண்டாசு அவர்களுக்கு வித்தியாசமாக இருந்திருக்க வேண்டும். பெருமையாகச் சிரித்தபடி போஸ் கொடுத்துக்கொண்டிருந்தவருக்கு ஐம்பது வயதாவது இருக்கும். அவர்கள் எடுத்த போட்டோவைத் தான் பார்க்கப் போவதில்லை என்று தெரிந்தும்கூட இந்த வயதில் அவர் இத்தனை போஸ் கொடுத்துக்கொண்டிருக்கிறாரே என்றிருந்தது.

இவளுக்குத் தனது சின்ன வயது ஞாபகம் வந்தது. எட்டு வயதிருக்கும், ஒருநாள் அம்மாவோடு சிவகங்கையில் ஒரு கல்யாணத்திற்குப் போனாள். ஊரிலிருந்து பஸ்ஸில் பயணித்து இடையில் ஒரு ஊரில் இறங்கினார்கள். அந்தச் சிறிய ஊரில் இருந்த சின்னஞ்சிறிய பஸ் ஸ்டாண்டில் அடுத்த பஸ்ஸுக்காகக் காத்திருந்தார்கள்.

இவள் இரண்டு ஜடைபோட்டுப் பூ வைத்திருந்தாள்; கத்திரிப்பூக் கலர் பாவாடையும் சட்டையும் போட்டிருந்தாள். அப்போது காரிலிருந்து இறங்கி இரண்டு வெள்ளைக்காரர்கள் பஸ் ஸ்டாண்டையும் கூரை வேய்ந்த கடைகளையும் டீ ஆற்றுவதையும் போட்டோ எடுத்துக்கொண்டிருந்தார்கள். இவர்கள் நின்ற பக்கமாக கேமராவை அவர்கள் திருப்பியதும் இவள் வேகமாக போஸ் கொடுக்க ஆரம்பித்தாள். இடுப்பில் கைவைத்து, கன்னத்தில் கைவைத்து, விதவிதமாக அவர்களும் சிரித்தபடி போட்டோ எடுத்தார்கள்.

இவளுக்கு ரொம்பவே சந்தோஷமாக இருந்தது. நான் அழகாக இருக்கிறேன் என்றுதான் என்னை நிறைய போட்டோ எடுக்கிறார்கள் என்று மகிழ்ந்தாள். அது ஏனோ இப்போது நினைவில் வந்தது.

சல்மா

“என்னம்மா, எங்கெ வந்தீங்க”, என்ற குரல் கேட்டுத் திரும்பியவள், ஊரைச் சேர்ந்த ரசீது பஸ்ஸில் ஏறி நின்றுகொண் டிருந்ததைப் பார்த்தாள். இவள் முகம் தெரியுமாறு புர்காவைத் தூக்கிவிட்டிருந்ததனால் யாரென்று தெரிந்து பேச்சுக் கொடுத்தார்.

சாஜி முகம் தெரியாதபடி முக்காடிட்டிருந்தாள். இவள் சொன்னாள், “அண்ணன் மகளை காலேஜ்ல இருந்து வீட்டுக்கு கூட்டிப் போறேன், லீவு விட்டிருக்காக”

“ஓ, சரி சரி” என்றபடி இவர்களுக்கு நேரெதிரே இருந்த இருக்கையில் அமர்ந்தவர், “என்னா வெயிலு கொல்லுது” என்று முனகிக்கொண்டார். “ஹசன்கிட்டதான் காரு இருக்குல்ல; பின்ன என்னத்துக்கு நீங்க இப்புடி பஸ்ஸுல ஏறி கஷ்டப்படுறிங்க,” என்றார்.

ஊருக்கே தெரியும், ஹசன் மகளோடும் தன்னோடும் பேசுவதில்லை, கோபமாக இருக்கிறான் என்று. பிறகு என்னத்துக்கு இந்தக் கேள்வி என்று தனக்குள்ளே முனகிக்கொண்டவள், “சும்மாதான்,” என்று சொல்லிப் பேச்சை முடித்தாள். எரிச்சலாக இருந்தது.

‘உண்மைதான் பெத்த மகளை இப்படி பழிவாங்குகிறானே’ என்று கோபம் தலைக்கேறிற்று. ‘முட்டாள் எதற்காக வாழ்கிறான்?’ என்று மறுபடி தனக்குள்ளே கேள்வி எழுப்பிக்கொண்டாள்.

பஸ்ஸுக்குள் இருந்துகொண்டிருந்த வெப்பம், மனத்திற்குள் குடியேறிற்று.

பஸ் கிளம்பிய பிறகு கண்களை இறுக மூடித் தூங்குவதற்கு முயற்சி செய்தாள். சாஜியின் கைகள் இவளது கைகளோடு பிணைந்திருந்தன.

வீட்டிற்குள் நுழையும்போதே அனிபா ஹஜரத்தின் மனைவியின் குரல்தான் அவர்களை வரவேற்றது. பர்வீன் சொன்னாள், “நீ இரு நான் அப்புறம் வரேன்,” அவளுக்கு சுலையம்மாவிடம் பேசுவதற்கு விருப்பமில்லை என்பதை சாஜி புரிந்துகொண்டு, “சரி” என்றாள்.

சுபைதா நன்னி “வாடாம்மா,” என்று சொல்லி சாஜியை அணைத்துக் கன்னத்தில் முத்தமிட்டு, “உக்காரு” என்றாள். சாஜி புர்காவைக் கழற்றி சேரின்மீது போட்டுவிட்டு சோபாவின் மீது அமர்ந்தாள். வீடு யார் வீடோ போல இருந்தது. தான் இருப்பதனால் அத்தா வர மாட்டார் என்பது தெரியும், தம்பி இரவு வருவான் என்று பர்வீன் குப்பி சொல்லியிருந்தாள்.

“என்னா எப்படி போகுது படிப்பு?” சுலையம்மா இழுத்தாள்.

“நல்லாருக்கு,” என்றாள் சாஜி. என்றாள் சாஜி. அதுகூடச் சொல்ல அவளுக்கு இஷ்டமில்லை என்பதை முகம் காட்டிற்று.

“உங்கத்தாவுக்குத்தான் புடிக்கலை, பெறகு எதுக்கு வீம்பு பண்ற. வேற ஒரு காலேஜ்ல அவனே சேத்துவிடுறானாம், நீ சரின்னு சொல்லு. பாவம், என்கிட்ட வந்து கெஞ்சி கேக்க சொன்னான்.”

சுலையம்மா தூது வந்திருக்கிறாள் என்பது புரிந்தது. அத்தா அல்லது சுபைதா நன்னியின் வேலையாக இருக்கும் என்று யோசித்தாள்.

பதில் ஏதும் சொல்லாமல் அமர்ந்திருந்தாள்.

“அப்புறம் ஓம் பாடு, அவன் பாடு. அல்லா விட்ட வழி,” என்றபடி எழுந்து போனாள்.

சாஜிக்குப் புரிந்தது. அவன் தன்னோடு பேசவும் போவதில்லை என்று. அவள் தனது மனதில் எழுந்த கடும் துக்கத்தினாலும் கோபத்தினாலும் சட்டென எழுந்து அறைக்குள் நுழைந்து கதவைச் சாத்தினாள். கதவு மோதிய சத்தத்தில் அவளது ஒட்டுமொத்தக் கோபமும் வெளிப்பட்டது.

கதவு சத்தத்தில் அதிர்ந்துபோனாள் சுபைதா. ‘அப்பனுக்கு இருக்கற வீம்பு புள்ளைக்கு இருக்காதா, அவன் ரத்தம்தானே.’

அஷ்ரப் வந்து கதவு தட்டும்வரை உள்ளேயே அழுது கொண்டிருந்தாள் சாஜி. கண்களைத் துடைத்தபடி கதவைத் திறந்து உள்ளே வந்த தம்பியைக் கட்டிப்பிடித்துக்கொண்டாள்.

“எப்போ வந்தேடி, என்னடி ரொம்ப எளைச்சுப் போயிட்டே,” என்றான்.

“இல்லடா. நீதான் எளைச்சிட்டே,” என்றாள் இவள்.

“நீ மட்டும் என்னவாம், நீயும்தான் மூஞ்சூறு மாதிரி போயிட்ட, நீயும் கண்ணாடியில பாரு,” என்றான்.

“ஆமடா, ஹாஸ்டல்ல சாப்பாடு கேவலமா இருக்கும், பேசாம நோன்பு வச்சுக்கிட்டா நல்லதுதான். நன்மையாச்சும் கிடைக்கும் இல்ல,” என்றாள்.

“சரி சாப்பிடலாம் வா. நன்னி கூப்பிடுறாங்க. அத்தா எனக்கு ட்ரெஸ் வாங்கி குடுத்துருக்கார், வந்து பாரு புடிச்சுருக்கான்னு,” என்று கையைப் பிடித்து அக்காவை இழுத்தவன், “சாப்பிட்டுட்டு

அம்மாகிட்ட போகலாம், இன்னைக்கு ராத்திரி அங்கேயே தூங்கலாம்," என்றான்.

இவள் பதிலேதும் சொல்லாமல் தம்பியின் பின்னாடியே அறையிலிருந்து வெளியே வந்தாள்.

சுபைதா நன்னி டேபிளில் சாப்பாடு எடுத்துவைத்திருந்தாள். இவளுக்குப் பிடித்த சிக்கன் செய்திருந்தாள். தம்பியோடு சேரில் அமர்ந்து சாப்பிட ஆரம்பித்தாள்.

தலையில் முக்காட்டை இழுத்துவிட்டு, 'பிஸ்மில்லா' சொல்லி வாயில் சோற்றை வைத்தபொழுது, கண்ணிலிருந்து கண்ணீர் சரசரவெனக் கொட்டி சோற்றில் விழுந்து கலந்தது.

யாருக்கும் தெரியாமல் கண்களைத் துடைத்தபடி சாப்பிட ஆரம்பித்தாள்.

சாப்பாட்டு மேசைக்கெதிராகக் கிடந்த சோபாவின்மீது இருந்த வயலெட் கலர் சுடிதார் மீது பார்வை விழுந்தது. இது நிச்சயமாக அத்தா வாங்கிய உடை இல்லை என்று தெரிந்தது. இவளுக்கு இந்தக் கலர் பிடிக்கவே பிடிக்காது என்பது அவருக்கு நன்றாகவே தெரியும். சுபைதா நன்னிதான் வாங்கியிருக்க வேண்டும் என்று புரிந்துகொண்டாள்.

மௌனமாகச் சாப்பிட ஆரம்பித்தாள்.

அன்றிரவு அம்மா இவளுக்கு மருதாணி இடும்போது மகளது முகத்தையும் அதில் தெரியும் வருத்தங்களையும் பார்த்தபடி சொன்னாள், "நீ அத்தாகூட பேசிக்கம்மா, உன்னால அவர்கூட பேசாம இருக்க முடியாது, எனக்கு தெரியும்," மிக மெதுவாகத்தான் இவ்வார்த்தைகளைச் சொன்னாள். இப்போதெல்லாம் மகளுக்கு எப்போது கோபம் வரும், எதற்குக் கோபம் வரும் என்பதே புரிய மாட்டேன் என்கிறது.

"அதெல்லாம் தேவையில்லை, நான் ஒண்ணும் அவருகூட பேசமாட்டேன்".

வெடித்துச் சிதறி அழ ஆரம்பித்தாள் சாஜி. இவ்வளவு நாளாக அடுக்கி வைத்திருந்த கோபமும் துக்கமும் நொடியில் வெளிப்பட்டுக் குமுறிக் குமுறி அழ ஆரம்பித்தாள்.

சேரில் அமர்ந்திருந்த அஷ்ரப் அக்காவின் அழுகையைப் பார்த்து அதிர்ந்தவனாக அப்படியே அமர்ந்திருந்தான். அவனது சிறிய இதயத்தின் கற்பனைக்குள் அவளது அழுகைக்கான காரணம் புரியவில்லை.

என்ன செய்வது என்பது புரியாமல் அதிர்ச்சியோடு மகளை அணைத்துக்கொண்டாள் மெஹர்.

தகப்பன் பேசாமல் இருப்பது மகளின் மனதில் எத்தனை ஆழமான வருத்தத்தை உண்டாக்கியிருக்கிறது? அதை ஓரளவுக்குப் புரிந்துகொள்ள முடிந்தது என்றாலும், எப்படிச் சரிசெய்வது என்பது மட்டும் புரிபடவேயில்லை. அத்தா தன்னை வெறுக்கிறாரா, புறக்கணிக்கிறாரா என்கிற எண்ணம் அக்குழந்தையின் மனதைப் புண்படுத்திக்கொண்டிருக்கிறது என்பது புரிந்தது.

65

கல்லூரி நோக்கிப் பயணித்துக்கொண்டிருந்தாள் சாஜிதா. மெஹர்தான் கூட வந்தாள். ஒரு மணிநேரப் பயணத்தில் பாதியைக் கடந்து விட்டதுபோல, மூன்று வருடப் படிப்பு. காலம் சீக்கிரமாகக் கடந்து செல்ல வேண்டும் என்ற விருப்பம் உண்டாயிற்று.

கல்லூரி வாசலில் விட்டுவிட்டு மறைகிற அம்மாவின் உருவம் மனத்தை என்னவோ செய்தது. மெதுவாக ஹாஸ்டலை நோக்கிக் கால்களை நகர்த்தினாள்.

இனி இந்தக் கல்லூரி வளாகம் மட்டும்தான் தனது வாழ்க்கை என்று முடிவு செய்துகொண்டாள். எவருடைய விருப்பத்திற்காகவும் தனது கனவுகளை விட்டுத்தரக் கூடாது என்றும் சபதம் செய்து கொண்டாள். முன்பகல் வெய்யிலில் கண் கூசிற்று.

கடந்த ஆண்டு ரம்ஜானுக்கு அம்மாவையும் அத்தாவையும் தனித்தனியே பார்த்தாள். இந்த பக்ரீத்துக்கு அவன் தன்னைப் பார்க்கக்கூட வரவில்லை. சுபைதா நன்னி போன் செய்து கூப்பிட்டதற்குக்கூட வரவில்லை என்று சொல்லிவிட்டதாக அஷ்ரப் சொல்லிக்கொண்டிருந்தான்.

"விடுடி, பாத்துக்கலாம். நீ நல்லா படி," பெரிய மனிதன்போல தம்பி ஆறுதல் சொன்னான்

அப்போது. இன்னும் அவளால் புரிந்துகொள்ளவே முடியாத ஒன்றாக அத்தாவின் கோபம் இருந்தது.

என்ன பெரிய குற்றம் என்றே புரியாத மனநிலையில் குழப்பம் மட்டும்தான் எஞ்சுகிறது. தன்னோடு கூடப் படிக்கும் பிள்ளைகள் எந்த ஒரு கவலையுமின்றி நிம்மதியாகப் படிக்கும்போது தனக்கு மட்டும் இவ்வளவு பெரிய மனஅழுத்தம் எதற்காக என்று சோர்வுற்றாள். கிளாஸில் இருக்கும் ஆண் மாணவர்கள் யார் பேச வந்தாலும், பயத்தில் புர்காவை இழுத்து மூடிக்கொண்டு தான் ஒதுங்கிப் போவது, பயம் என்பதைவிட, அத்தாவின் கவலைக்கும் பயத்துக்கும் எந்த ஒரு நம்பகத்தன்மையும் வந்துவிடக் கூடாது என்பதனால்தான்.

ஆனால் எதன் பொருட்டும், யாருடைய பயத்திற்காகவும் அதிகாரத்திற்காகவும் எனது கனவினை விட்டுத்தரவே கூடாது என்கிற முடிவை மனத்திற்குள் வரித்துக்கொண்டவள், நம்பிக்கையோடும் புத்துணர்ச்சியோடும் ஹாஸ்டலில் தனது அறையைத் தேடிக் கம்பீரமாக நடந்தாள்.

முன்பகல் வெய்யில் பட்டுப் பிரகாசிக்கும் தரையின் மீது அழுத்தமான காலடிச் சுவடுகளைப் பதித்தபடி முன்னேறத் தொடங்கினாள்.

தன் கனவிற்கும் நனவிற்குமான காலம் இரண்டரை வருடங்கள் என்பதையும் அதைக் கடந்து செல்வதற்கான வழிமுறைகளைத் தெளிவாகவே கண்டடைந்தவளாகவும் அவள் நடந்துகொண்டிருந்தாள். அத்தாவிடம் அனிபா ஹஜரத்கூட சொன்னாராம், சுலையம்மா குப்பியிடம் சொல்லிக் கொண்டிருந்தாள், "என் பேத்திகள் எல்லாம் சவுதியில படிக்குதுக, அல்லா சொன்னானா படிக்கக் கூடாதுன்னு, ஏன் இப்புடி புடிவாதம் புடிக்கிற," என்று.

இவளுக்குத் தெரியும், அத்தாவுடைய எண்ணம் முழுக்க பெண் பிள்ளையைத் தன் கட்டுப்பாட்டுக்குள் வைத்துக்கொள்ள வேண்டும் என்பது மட்டும்தான்.

'அதற்காக அவரால் என்ன வேணாலும் செய்ய முடியும். நான் ஏதாவது தவறு செய்வேனோ என்பதற்காக அவர் காத்திருக்கிறார்' என்பது மட்டும் நன்றாகப் புரிகிறது.

அத்தாவுக்கு இப்போதைக்குத் தேவையாக இருப்பது ஒரே ஒரு தவறுதான். தன்னிடமிருந்து அது மட்டும் போதும். தன் படிப்பை நிறுத்துவதற்கும் தன்னை அவரது கட்டுப்பாட்டிற்குள் கொண்டுவருவதற்கும். 'நான் அப்போதே சொன்னேன், இப்படி யெல்லாம் நடக்கும்னு, இப்போ நடந்துடுச்சு.'

இப்படிச் சொல்வதற்காக ஒரு காரியம் நிகழ வேண்டும் அவருக்கு. தான் சொன்னபடி நடந்தது என்று இருக்க வேண்டும்; அதுதான் முக்கியம்.

எவ்வளவு முட்டாள்தனம், பிடிவாதம். தான் நம்புகிற ஒரு விஷயம் நடக்க வேண்டும் என, எதிர்பார்த்துக் காத்துக்கொண்டிருக்கும் அத்தாவின் நம்பிக்கையை வீணடிக்க வேண்டும் என்பதற்காக அவள் சக மாணவர்களுடன் பேச்சு வைத்துக்கொள்வதில்லை. கூடப் படிக்கும் பெண் நண்பிகளுடன் எங்கும் போகாமல் தனித்தே இருப்பது பல நாட்களில் கடுமையான மனச்சோர்வை, வெறுப்பைத் தரக்கூடியதாக இருக்கும்.

கடந்த வாரம் கலலூரியில் மூணாறுக்கு டூர் போவதற்கும் கல்லூரி நாள் விழாவில் கலந்துகொள்வதற்கும் மனத்தில் எவ்வளவோ ஆசையிருந்தாலும் பிடிவாதமாக மறுத்துவிட்டாள். சக தோழிகள் ஆசையாகப் புது உடைகள் வாங்குவதையும் பெட்டி கட்டுவதையும் துறவியைப் போல பார்த்தபடி அமர்ந்து கொண்டிருந்தாள். காலேஜ் பஸ் கிளம்பிப் போகும்வரை மனதில் இருந்த ஆசைகளையெல்லாம் அடக்கி வைத்திருந்தவள், அவர்கள் போன பிறகு அறைக் கதவைத் தாளிட்டுக்கொண்டு கதறிக் கதறி அழுதாள்.

அவர்களிடம் இருப்பது போல, நாகரிகமான விதவிதமான உடைகள் தன்னிடம் இல்லை. அவர்களிடம் இருப்பதுபோல சந்தோஷம் தன்னிடம் இல்லை. அவர்களுக்கு இருப்பதுபோல குடும்பம், அன்பு, ஆதரவு எதுவும் இல்லை. புறக்கணிக்கப்பட்ட ஒருத்தி என்கிற உணர்வே கடுமையான கழிவிரக்கத்தில் அவளைத் தள்ளிவிடக்கூடியதாக இருந்தது. தான் பொங்கிப் பொங்கி அழுவதன் வழியே தனக்குள் இருக்கக்கூடிய ஒட்டுமொத்த வலியையும் கழிவிரக்கத்தையும் வெளியேற்றிவிட நினைத்தவளாக அழ ஆரம்பித்தாள். முன்பெல்லாம் யாரைப் பார்த்தும் ஒப்பிட்டுப் பார்த்ததில்லை என்பது நினைவுக்கு வந்தது. இப்போது யாரைப் பார்த்தாலும், அவர்களோடு ஒப்பிட்டுப் பார்த்துக் கவலைப்படுவது சாதாரணமான விஷயமாகிவிட்டது. அறைத் தோழிகளைப் பார்க்க அவர்களின் அப்பாவும் அம்மாவும் சேர்ந்து வரும் நேரங்களில் தாங்கிக்கொள்ளவே இயலாதபடி மனம் நொறுங்கிப் போய்விடுகிறது.

அம்மா மட்டும் வந்துவிட்டுப் போகும்போதெல்லாம் அவர்கள் கேட்பார்கள், “ஏன் உன் அப்பா வருவதில்லை” என்று. அவர் ஏன் ஒருமுறைகூட வருவதில்லை என்கிற அவர்களது கேள்விக்கெல்லாம் பதில்தர இயலாமல் அவமானத்தினால் கூனிக் குறுகிப்போவாள்.

இவள் எவ்வளவுதான் மறைக்க நினைத்தாலும், அம்மாவும் அத்தாவும் ஒன்றாக இல்லை என்கிற விஷயம் அவர்களால் யூகிக்கக்கூடியதாகத்தான் இருந்திருக்கும். அவர்கள் நேரடியாக இவளிடம் எதுவும் கேட்பதில்லை; என்றாலும்கூட, அவர்களது பார்வையில், நடவடிக்கைகளில் இவள்மீது ஒருவிதமான பச்சாதாபம் வெளிப்படுவதைத் தாங்கிக்கொள்வதிலும் பொருட்படுத்தாமலிருப்பதிலும் கடும் முயற்சிகள் செய்ய வேண்டியிருக்கிறது.

பொய் சொல்லக் கூடாது, அல்லா அடிப்பான் என்று அத்தா, தன்னிடம் சிறிய வயதிலிருந்தே சொல்லித் தந்து வந்திருக்கிறார்.

இன்றைக்குத் தோழிகளிடம் ஒவ்வொரு நாளும் ஏதேனும் ஒரு பொய்யைச் சொல்வதற்கும் அதே பொய்யை மறந்துவிடாமல் தொடர்வதற்கும் காலம் அவளைப் பணித்திருக்கிறது என்பதைக் கடும் அசௌகரியத்துடன் நினைவுபடுத்திக்கொண்டாள்.

அறையில் தோழிகள் இல்லாதபோது, அவர்களது ஜீன்ஸையும் கையில்லாத டீஷர்ட்களையும் குர்த்தாக்களையும் அணிந்து கண்ணாடியில் பார்த்துக்கொள்வாள். அப்பொழுது, அவளுக்கு நினைவுக்கு வருவதெல்லாம் அம்மாவின் தோழிகளுடைய போட்டோ ஆல்பங்கள். பழைய ஆல்பம் என்றாலும் அதைப் பார்ப்பதற்கு ஒரே வேடிக்கையாக இருக்கும்.

அம்மாவின் பழைய பீரோவைக் குடைந்து எதையோ தேடிக்கொண்டிருந்தவளுக்குக் கையில் கிடைத்தது, பழைய காலத்துப் போட்டோ ஆல்பம்.

அம்மாவுக்கு 15 வயதிருக்கும்; வெடவெடவென குச்சியைப் போல உயரமாக பெல்பாட்டம் பேண்ட்டும், முழுக்கை சட்டையும் தொளதொளவென்று போட்டிருந்தாள். கண்களில் முகத்தில் பாதியை மறைக்கும் கறுப்புக் கண்ணாடி.

இடுப்பில் கைவைத்து ஸ்டைலாக நிற்க முயற்சி செய்த புகைப்படங்கள். மங்கலாகவும் இருட்டாகவும் தலையில்லாமலும் விதவிதமாகப் புகைப்படங்கள் பார்க்கும்போதே சிரிப்பு பொத்துக்கொண்டு வந்தது சாஜிக்கு.

"அம்மா இது என்னாது சோளக்காட்டுப் பொம்மையாட்டம், கண்ணாடிய பாத்தா கண்ணு தெரியாதவங்க கணக்கா," என்று குலுங்கிச் சிரித்தவளைச் சற்று நேரம் வெட்கத்துடன் வேடிக்கை பார்த்தவாறிருந்த மெஹர் சொன்னாள்:

சல்மா

“இது அந்தக் காலத்துல வயசுக்கு வந்து வீட்டுல இருந்தப்போ எடுத்தது, சினிமாவுல நடிகைக விதவிதமா ட்ரெஸ் பண்றத பாக்கறப்போ எல்லாம் எங்களுக்கும் ஆசையாத்தான இருக்கும். ஆனா, துணிக்கு எங்க போறது, ஜெஸி அம்மா என்னா செய்வான்னா அவுங்க அண்ணன் காலேஜுல படிக்கிறப்போ போடுறதுக்கு வச்சுருந்த பேண்ட் சட்டை, அவன்கிட்டருந்த கூலிங்கிளாஸ், நிக்கானோ என்னமோ ஒரு கேமராவும் கொண்டுக்கிட்டு வந்தா. பக்கத்து வீடுதான. நன்னி இல்லாத ஒருநாளு நாங்க ரெண்டு பேரும் மாத்தி மாத்தி அந்த பேண்டு சட்டைய போட்டு போட்டோ எடுத்தோம்,” என்று சொல்லிச் சிரித்தவள் நீளமாகப் பெருமூச்சு விட்டாள்.

கடைசில நல்ல சேலைகூடக கட்ட வழியில்லை.

உண்மைதான்; சாஜியும் நினைவு தெரிந்த நாளிலிருந்து அம்மாவை அப்படித்தான் பார்த்திருக்கிறாள். கனமான சேலை, கறுப்பு புர்கா. எங்கே போனாலும் அதுதான் உடை.

மெஹர் சொல்வாள், “நாங்க இந்த ஃபிலிம் ரோலைக் கழுவுறதுக்கு பட்ட பாடு இருக்கே, யாருக்கும் தெரிய கூடாது; அதுவும் ஆம்பளைக கண்ணுபட்டுறக் கூடாது, மானக்கேடாப் போயிடும். அப்போ யாஸ்மீனுக்கு இங்கிலீஷ் பேசுறதுக்கு கத்துக்குடுக்க ஆங்கில இந்தியன் ஒரு பொண்ணு தெனமும் வருவா. அவகிட்ட டவுனுக்கு யாருக்கும் தெரியாம குடுத்துவிட்டு கழுவச் சொன்னா. யாருக்கும் தெரியாம அவதான் கழுவிட்டு வந்து குடுத்தா. என்னமோ பெரிய சாகசத்த செஞ்சா மாதிரி,” என்றாள் அம்மா.

இப்பொழுது தானும்கூட அதே போலத்தான் ஒரு விஷயத்தைச் செய்துகொண்டிருப்பதாக யோசித்த சாஜிதாவுக்கு ஏனோ அவமானமாக இருந்தது.

தான் அணிந்துகொண்டிருந்த விஜியுடைய ஜீன்ஸையும் டிஷர்ட்டையும் அவசரஅவசரமாகக் கழற்றிவிட்டு, தனது சுடிதாரையும் தொளதொள சுடிதார் டாப்பையும் மறுபடி அணிந்துகொண்டாள்.

யாருமில்லாத அறையும் தனிமையும் ஒரு விதமான மன இறுக்கத்தை உருவாக்கிற்று. அம்மாவின் ரத்தச் சோகை பிடித்த முகமும் தம்பியின் மெலிந்த உடலும் மனத்தில் நிழலாடின. நீண்ட வராந்தாவில் தன்னந்தனியே விழுந்து கிடந்த இருள் தான்தானோவென யோசித்தாள். ஜன்னலுக்கு வெளியே அசைவற்ற மரங்களும் அதன் அடர் இருளும் மனத்தைப் பிசையக்கூடியதாக இருந்தன.

அத்தா, அம்மா, தம்பியோடு காரில் பயணித்த ஒருநாளை மனத்தில் கொண்டுவந்து இருத்தினாள். அந்த நாள் ஒரு கனவைப்போல முடிந்துபோய்விட்டது. அந்த சந்தோஷம் ஒரு புகைக்கூட்டம்போலக் கலைந்துபோய்விட்டது என்றாலும் தனது கனவுகளைக் கட்டுப்படுத்திக்கொள்வதற்கு அவள் கற்றிருக்கவில்லை. அதற்குக் காலம் எடுக்கும் என்பதை அறிந்தே இருந்தாள். கனவுகளில் மட்டுமே அவள் இனியெல்லாம் அம்மா அத்தாவுடன் காரில் வலம்வர முடியும் அல்லது இறந்த காலத்தை நினைவூட்டியபடி பழைய நினைவுகளால் தன்னத்தானே மகிழ்வூட்டிக்கொண்டு, தனது ஏமாற்றங்களைப் புறம் தள்ள முடியும்.

ஆசியா நன்னி வாய் ஓயாம சொல்வாள், 'குருவிக் கூட்டைக் கலைத்ததுபோல,' என்று. நிஜம்தான். ஒரு குருவிக் கூட்டைப் போலத்தான் அவள் தம்பியோடும் அத்தா, அம்மாவோடும் வாழ்ந்தாள். யார் அந்தக் கூட்டைக் கலைத்தது? கதீஜா முண்டைதானே. ஆத்திரம் பீறிட்டு வந்தது. எங்கேயோ தெருவில் நின்றுகொண்டிருந்தவள் இன்றைக்குத் தன்னையும் அம்மா, தம்பியையும் தெருவில் நிறுத்திவிட்டாளே என்று ரத்தம் கொதித்தது.

நன்னியின் வார்த்தைகளையே தானும் சொல்லித் திட்டியது மனத்திற்கு ரொம்பவும் கஷ்டமாக இருந்தது. இவ்வளவு வெறுப்பும் விரக்தியும் குரோதமும் தனக்குள் இந்த வயதில் எப்படி உருவாயின என்கிற கேள்வி எழ, தன்னைத் தானே அருவருத்துக்கொண்டாள். எத்தனைக் கனவுகள் முடிவுக்கு வந்துவிட்டன. தனது டாக்டர் கனவு முடிவுக்கு வந்துவிட்டது. தாள முடியாத துக்கத்தை மனத்தில் பீறிட்டெழச் செய்தது.

12ஆம் வகுப்புக் கடைசியில் ஒருமுறை காரில் வந்தபோது அத்தா சொல்வது நினைவுக்கு வந்தது. "ஒன்னைய டாக்டருக்கல்லாம் படிக்க விடக் கூடாதுன்னு கதீஜா சொல்லிட்டா. ஒங்க மகளுக்கு அடக்கம் பத்தாது, உங்க பேரக் கெடுத்துடும்னு."

எவ்வளவுதான் மனத்திற்குள் போட்டுப் புதைத்தாலும், விழுங்கிச் செரித்துவிட முயன்றாலும் ஆத்திரமும் துக்கமும் கட்டுக்குள் வர மறுத்து இதயம் நொறுங்கி அழ வேண்டுமெனத் தோன்றிற்று. ஆனால் எவ்வளவு நாள் எத்தனை அழுது தீர்த்தாயிற்று? பிறகும் அடங்க மறுக்கிறது கோபம்.

"ஏய் ஒன்னோட போன் ரொம்ப நேரமா அடிச்சிது; செவுடா போயிட்டியா," விஜியின் குரல் நினைவிலிருந்து மீட்க,

“ஆமாம் இல்ல ...” என்று எதையோ உளறியவளாக எழுந்து ஜன்னல்மீதிருந்த போனைக் கையில் எடுத்து ஆன் செய்தாள். அம்மாதான்; போனில் எதைச் சொல்லி அழுவாளோ என பயமாக இருந்தது. இவளது சற்று நேரத் தாமதம் மெஹரைக் கலவரமடையச் செய்திருக்க வேண்டும். “ஏம்மா, என்னம்மா ஆச்சு? ஏன் போன எடுக்கல? நான் பயந்துட்டேன்.” எதிர்முனையில் பதறும் குரலை, “இப்ப என்னாச்சுன்னு துடிக்கிற? சொல்லு,” என்றாள் சாஜி. அம்மாவின் எந்தவொரு நடவடிக்கையும் செய்கையும் புதிதல்ல. கூடவே பொருட்படுத்துவதற்கு ஏற்றதும் அல்ல என்பதனால் பதிலை எதிர்நோக்கிக் காத்திருந்தாள்.

“ஜெஸி இருக்காள்ல அவ ஒருத்தனோட ராத்திரி பேசிக்கிட்டு இருநதாளாம். ஊருக்குள்ள ஒரே பிரச்சினையா கெடக்கு.”

கிசுகிசுத்த அம்மாவின் குரல் இவளைத் தாள இயலாத அதிர்ச்சிக்குள்ளாக்கிற்று. என்ன சொல்கிறாள், “நிஜமாகவா என்னம்மா சொல்ற,” என்று படபடத்தாள்.

“ஆமாம் நிசமாதான். அந்தப் பையன அடிச்சுப்போட்டுட்டு இவள கூட்டிட்டு வந்தாகளாம். மதரஸாவிலிருந்து வீட்டுக்கு வராம நேர அவன பாக்க போயிருக்கா மொட்ட ஓதி ஒசாடா போன முண்டை. எனக்கு ஒடனே உன் ஞாபகம்தான் வந்துச்சுடா கண்ணு. படிக்க வேணாம். வந்துடுமா. நான் ஒன்னைய மேக்கொண்டு படிக்க விடவே மாட்டேன். பயமா இருக்கு.”

அம்மாவின் குரல் தீராத கவலையையும் பதற்றத்தையும் கொண்டிருந்தது. ஜெஸியின் செயல் தனது படிப்பையும் முடிவுக்குக் கொண்டுவந்துவிடுமோ என்கிற கலக்கத்தை முதல்முறையாக அவளால் உணரமுடிந்தது. அடிவயிறு திகீரென கவ்விப்பிடித்தது

அம்மாவுக்கு எந்தப் பதிலும் சொல்லாமல் இறுக்கமான மனநிலையோடு தொலைபேசியை அணைத்துவைத்தாள்.